മരുഭൂമികളുടെ ആത്മഭാഷണം

Marubhoomikalude Athmabhashanam
Novel

Surelal P

CHINTHA PUBLISHERS
Thiruvananthapuram

First Edition
March 2024

Second Impression
September 2024

Published by
Chintha Publishers, Thiruvananthapuram

Typesetting
Star Communications, Thiruvananthapuram

Printed at
Print Express, Kochi

Cover Design
Vinod Mangoes

Illustration
Suresh Collage

ISBN : 978-81-19131-70-9

CO - 3452 / 7100

₹ 260

Email: chinthapublishers@gmail.com
Website: www.chinthapublishers.com

A version is available at National Libraries
Kolkata, Mumbai, Chennai and Delhi

Distribution
DESHABHIMANI BOOK HOUSE
H O: Thiruvananthapuram 695 035

Branches
Head Office Kunnukuzhi • Statue Thiruvananthapuram
Saphalyam Complex Thiruvananthapuram • Machingal Lane Thrissur
IG Road Kozhikode • Mavoor Road Kozhikode • NGO Union Building Kannur
Central Bus Terminal Complex Thavalakkara Kannur

മരുഭൂമികളുടെ ആത്മഭാഷണം

സുരേലാൽ പി

ചിന്ത പബ്ലിഷേഴ്സ്
തിരുവനന്തപുരം–695 035
വില:₹ 260

സുരേലാൽ പി

തിരുവനന്തപുരം ജില്ലയിൽ ചിറയിൻകീഴിന് സമീപം മുടപുരത്ത് ജനനം. അച്ഛൻ: ജി പ്രഭാകരൻ, അമ്മ: സത്യവതി എസ്. വിദ്യാഭ്യാസത്തിനുശേഷം ഏറെക്കാലം യു എ ഇയിൽ ജോലിചെയ്തു. ഇപ്പോൾ അച്ചടി വകുപ്പിൽ ജീവനക്കാരനാണ്. കേരള സെക്രട്ടേറിയറ്റ് എംപ്ലോയീസ് അസോസിയേഷന്റെ സുരേന്ദ്രൻ സ്മാരക കഥാപുരസ്കാരം, ചിറയിൻകീഴ് വിളക്കിന്റെ കഥാപുരസ്കാരം, ശ്രീ വിവേകാനന്ദ വിലാസം ഗ്രന്ഥശാലയുടെ വിവേകാനന്ദ കഥാ പുരസ്കാരം എന്നിവ ലഭിച്ചിട്ടുണ്ട്. *വിപണി കിട്ടാത്ത ഓഹരി* (ചെറുകഥാ സമാഹാരം) പ്രസിദ്ധീകരിച്ചിട്ടുണ്ട്.

ഭാര്യ : പ്രീത ഡി
മക്കൾ : ഗോവർദ്ധൻ, സൂര്യവർദ്ധൻ
വിലാസം : കനവ്, ശിവകൃഷ്ണപുരം
മുടപുരം പി ഒ, ചിറയിൻകീഴ്
തിരുവനന്തപുരം
ഫോൺ : 9495404488
ഇ-മെയിൽ : psurelal@gmail.com

പ്രസാധകക്കുറിപ്പ്

അറേബ്യൻ മണലാരണ്യങ്ങൾ ലോകത്തിനു പകർന്നു നല്കിയത് അറബിക്കഥകളും അന്നം തേടാനുള്ള ഇടവും മാത്രമായിരുന്നില്ല. വിവിധ സംസ്കാരങ്ങളുടെ സങ്കലനത്തിന് ഈ മണലാരണ്യങ്ങൾ വഴിയൊരുക്കി. തൊഴിൽ തേടിയെത്തിയവരിൽ വിവിധ പ്രദേശങ്ങളിലെ വിമോചനപ്പോരാളികളുമുണ്ടായിരുന്നു. ബലൂചിസ്ഥാൻ വിമോചനപോരാട്ടങ്ങളിൽനിന്നും അടർത്തിയെടുത്ത സംഭവങ്ങളെ സമകാല മണലാരണ്യജീവിതവുമായി ഇഴചേർത്ത് നെയ്തെടുത്ത അപൂർവ്വ സുന്ദരമായ നോവലാണ് *മരുഭൂമികളുടെ ആത്മഭാഷണം*. ഹൃദയത്തെ തൊട്ടുണർത്തുന്ന ഭാഷയാലും ആവിഷ്കാരചാരുതയാലും ഈ നോവൽ വേറിട്ടു നില്ക്കുന്നു.

ചിന്ത പബ്ലിഷേഴ്സ്

ആമുഖം

റാസ്-അൽ- ഖൈമയിലെ അൽ ഖരാൻ എന്ന സ്ഥലത്തുവച്ചാണ് ആ കുട്ടിയെ ഞാൻ ആദ്യമായി കണ്ടത്. നിറം മങ്ങിയ ടീ ഷർട്ടും അയഞ്ഞ കാൽസറായിയുമായിരുന്നു അവന്റെ വേഷം. നിലത്തുവീണു കിടന്നിരുന്ന മെസ്ക്കോട്ട് മരങ്ങളുടെ വിത്ത് ശേഖരിക്കുകയായിരുന്നു അപ്പോൾ അവൻ. അമരപ്പയറിന്റെ ആകൃതിയുള്ള ആ വിത്തുകൾ ചാക്കിൽ ശേഖരിക്കുമ്പോൾ അവനെത്തന്നെ ഞാൻ നോക്കി നിന്നു.
ഒരു പക്ഷേ, നമ്മുടെ നാട്ടിൽ കണ്ടേക്കാവുന്ന ഒരു കാഴ്ച ഇങ്ങ് റാസ്-അൽ-ഖൈമയിൽ കണ്ടപ്പോൾ എനിക്ക് അതിശയമായി. പിന്നെ എന്റെ ചിന്ത അവന്റെ പിന്നാലെയായി. നിരന്തരമായ അന്വേഷണത്തിൽ അവനെക്കുറിച്ച് അറിയാൻ കഴിഞ്ഞു. അവന്റെ സ്വരൂപവും സ്ഥിതിയും മനസ്സിലാക്കിയ ഞാൻ ഒരു കഥ എഴുതി.

ആ ചരിത്രം അവിടെ അങ്ങനെ അവസാനിക്കേണ്ടതായിരുന്നു. എന്നാൽ കഥ എഴുതി വർഷങ്ങൾ കഴിഞ്ഞിട്ടും, ആ ചെറിയ കുട്ടി എന്റെ സ്മരണയിൽ അള്ളിപ്പിടിച്ചു കിടന്നു. ഒരു ഒഴിയാബാധപോലെ. പാകിസ്ഥാന്റെ തെക്കുപടിഞ്ഞാറു ഭാഗത്ത് സ്ഥിതിചെയ്യുന്ന ബലൂചിസ്ഥാനിലായിരുന്നു അവന്റെ ജനനം. എന്നാൽ യു എ ഇയിൽ ഒരു ഒട്ടകജോക്കി ആകാനായിരുന്നു അവന്റെ യോഗം. സത്യത്തിൽ ഒരു ചെറുകഥയിൽ ഒതുക്കിനിർത്താൻ കഴിയുന്നതായിരുന്നില്ല അവന്റെ ജീവിതം. ഒരുവേള ആ കഥയിൽനിന്ന് പുറത്തുകടന്ന കുട്ടി എന്നോടൊപ്പം നടക്കാൻ തുടങ്ങി. അപ്പോൾ അവൻ ഒരു കൗമാരക്കാരനോളം വളർന്നിരുന്നു.

ഇതിനകം ഗൾഫ് ജീവിതം മതിയാക്കി നാട്ടിലേക്കു മടങ്ങിയ ഞാൻ, മടങ്ങിപ്പോകാൻ ഒരു ഇടമില്ലാത്ത ആ ബലൂചി ബാലനെ ഓർത്തു. ഇനി

എങ്ങനെയാകും അവന്റെ യു എ ഇയിലെ മുന്നോട്ടുള്ള ജീവിതം? എന്റെ അനുഭവസ്മൃതികളിൽനിന്നുകൊണ്ട്, ധ്യാനനിരതമായ ഭാവനയിലൂടെ അവന്റെ ജീവിതം കാണാൻ ശ്രമിച്ചു. ആ ജീവിതം പറയുമ്പോൾ, തീർച്ചയായും ബലൂചിസ്ഥാന്റെ കഥ കൂടിയാകുന്നു. അങ്ങനെ ബലൂചിസ്ഥാന്റെ കഥ പറയുമ്പോൾ, പാകിസ്ഥാനിലെ അജ്ഞാത കേന്ദ്രങ്ങളിൽ നിലവിളിയായി കുടുങ്ങിയ ബലൂച് യൗവനങ്ങൾ കടന്നുവരും. അവർ മുന്നോട്ടുവച്ച മുദ്രാവാക്യങ്ങൾ ഉയർന്നു വരും.

'ബലൂച് മാംഗേ ആസാദീ

സരൂർ മാംഗേ ആസാദീ"

ഈ നോവലിന്റെ കൈയെഴുത്തു പ്രതി വായിക്കുകയും അഭിപ്രായം പറയുകയും ചെയ്ത ശ്രീ. വിപിൻചന്ദ്രൻ, ശ്രീ. ബിനു വേലായുധൻ, ശ്രീ. രാമചന്ദ്രൻ കരവാരം, ശ്രീ. സനിൽ മണമ്പൂർ, ഡോ. ഭുവനേന്ദ്രർ, ചിറയിൻകീഴ് സലാം എന്നിവരെ ഈ അവസരത്തിൽ ഓർക്കുന്നു. കൂടാതെ ഈ നോവലിനുവേണ്ടുന്ന രേഖാ ചിത്രങ്ങൾ വരച്ച സുരേഷ് കോളാഷിനോടുള്ള നന്ദിയും അറിയിച്ചുകൊള്ളുന്നു.

ഈ ലോകത്ത് നിർഭയനായി ജീവിക്കാൻ എന്നെ പ്രാപ്തനാക്കിയ അച്ഛന്റെ ഓർമ്മകൾക്ക് മുന്നിൽ ഈ നോവൽ സമർപ്പിക്കുന്നു.

സുരേലാൽ പി

ഒന്ന്

പൊടുന്നനെ പ്രകൃതിയുടെ രൂപം മാറി. മുഴുവൻ ഭൂപ്രകൃതിയും മാറി. കടൽത്തീരവീഥിയും അതിന്റെ ഓരത്തെ പർവ്വതനിരകളും തെളിഞ്ഞു. ചെളി പുതച്ചു നിൽക്കുന്ന ചുണ്ണാമ്പുക്കല്ലുകളുടെ എടുപ്പുകളും വെട്ടിയൊരുക്കിയതുപോലെ നിരനിരയായ ചെങ്കല്ലുകൂട്ടവും ഉയർന്നുവന്നു. അറബിക്കടലിലെ ഉപ്പുകാറ്റേറ്റു വിരിഞ്ഞ ശിലാശില്പങ്ങൾക്കിടയിൽ ആ ഒറ്റക്കൽ രൂപം കൂടുതൽ മിഴിവോടെ വെളിവായി. അടരടരായി ചെളികൾ പറ്റിപ്പിടിച്ചിരുന്ന ഒരു ബൃഹത്ത് ശിലാപീഠത്തിനു മുകളിലെന്നപോലെ 'പ്രതീക്ഷയുടെ രാജകുമാരി' തലയെടുപ്പോടെ നിന്നു. ഇനിയും പ്രത്യക്ഷപ്പെടാത്ത ആ വെളിച്ചത്തിനുവേണ്ടിയുള്ള കാത്തിരിപ്പെന്നോണം പ്രതീക്ഷയുടെ രാജകുമാരി ചക്രവാളത്തിലേക്ക് നോക്കി നില്ക്കുന്നു.

ത്യാഗത്തിന്റെ ഓർമ്മയ്ക്കായി ബലിയർപ്പിച്ച രക്തത്തിനു മുകളിലൂടെ പട്ടാള ബൂട്ടുകൾ കടന്നുപോയി. അപ്പോൾ തെരുവിലൂടെ ഒഴുകിയ രക്തത്തിൽ ഗോത്രമനുഷ്യരായ ബലൂചികളുടെ നിലവിളി അലിഞ്ഞു ചേർന്നിരുന്നു. ന്യായാധിപ വിധിനിർണ്ണയവും മാധ്യമ മുറവിളിയും ഉയരാത്ത നഗരത്തിൽ സുരക്ഷാസേനയുടെ കാലടിയൊച്ച ഏറിക്കൊണ്ടിരുന്നപ്പോൾ, മക്രാൻ തീരദേശ പാതയിലേക്ക് കിഴക്കൻ കാറ്റ് മെല്ലെ വീശാൻ തുടങ്ങി. കിഴക്കുനിന്ന് ഉത്ഭവിച്ച് പടിഞ്ഞാറേക്കു വീശുന്ന ഒരു കാറ്റു മാത്രമായിരുന്നില്ല അപ്പോൾ അത്. ഇസ്രായേൽ മക്കളെ ഫറവോന്റെ സൈന്യത്തിൽനിന്ന് രക്ഷപ്പെടാൻ മോശ വിളിച്ചപ്പോൾ പാഞ്ഞെത്തിയതുപോലെയായിരുന്നു കാറ്റിന്റെ വരവ്.

അനന്തതയിലേക്ക് നീളുന്ന ആ കറുത്ത പാത ഇരവിലും കാണാമായിരുന്നു. തലേദിവസം വാഹനങ്ങൾ നിരത്തിൽ വീഴ്ത്തിയ

അടയാളങ്ങളെയും ചോരക്കറകളെയും മായ്ക്കുന്ന തരത്തിൽ മഞ്ഞ് വീണുകൊണ്ടിരുന്നു. വീണ മഞ്ഞുതുള്ളികൾ നിരത്തിനെ കൂടുതൽ കറുപ്പുള്ളതായി മാറ്റിക്കൊണ്ടിരുന്നപ്പോൾ, തലയിലെഴുതപ്പെട്ട വിധിയെ തൂത്തെറിയാനെന്നപോലെ കിഴക്കൻകാറ്റ് ശക്തിപ്രാപിച്ചുകൊണ്ടിരുന്നു. അതോടെ പുറത്തേക്കൊഴുകാൻ പഴുതുകളില്ലാതെ കെട്ടിനിന്ന് ജീർണ്ണിച്ച വായുവിന്റെ ഗന്ധം അവിടമാകെ പരന്നു. പൊടുന്നനെ ഹുങ്കാരത്തോടെ പാഞ്ഞടുത്ത കാറ്റ് പരിസരത്തെയും വീഥിയെയും പ്രകമ്പനം കൊള്ളിച്ചു. ആ കറുത്ത പാതയിൽ ഒരു അദൃശ്യവാഹനത്തെപ്പോലെ കാറ്റ് കുതി കുതിച്ചപ്പോൾ, പൊടിപടലത്തോടൊപ്പം നിരത്തുവക്കിലെ കരിയിലകളും മാരുതന്റെ ഗതിക്കനുസരിച്ച് നീങ്ങിക്കൊണ്ടിരുന്നു.

നേരം അന്ത്യയാമത്തിലേക്ക് കടന്നു. കിഴക്കുനിന്ന് വന്ന് തന്റെ സാന്നിദ്ധ്യം അറിയിച്ചും അനുഭവിപ്പിച്ചും കടന്നുപോയ കാറ്റിനു പിന്നാലെയാണ്, നിരത്തിന്റെ അങ്ങേതലയ്ക്കൽ അവൾ പ്രത്യക്ഷപ്പെട്ടത്. കാലഗണന എളുപ്പമല്ലാത്ത, ഇന്തോ-പാർത്തിയൻ രാജവംശത്തിനും അപ്പുറം ചിന്തയെത്താത്ത പൗരാണികതയിൽ നിന്നെന്നപോലെയായിരുന്നു അവളുടെ പുറപ്പാട്. ജീവനുതന്നെ പൊടുന്നനെ അറുതിയുണ്ടാകാവുന്ന, അപകടം പതിയിരിക്കുന്ന പാതയിലൂടെയായിരുന്നു അവളുടെ ആ നീണ്ട യാത്ര മുഴുവൻ. അന്ന് ഏകാകിനിയായി യാത്ര തിരിക്കുമ്പോൾ എപ്പോൾ മടങ്ങുമെന്നോ, എങ്ങനെ മടങ്ങുമെന്നോ, ഇനിയിപ്പോൾ മടങ്ങാൻ കഴിയുമെന്നുതന്നെയോ അവൾക്ക് ചിന്തയില്ലായിരുന്നു.

ഉറച്ച കാൽവയ്പുകളോടെ അവൾ മുന്നോട്ടു നടന്നപ്പോൾ, അകലം സൃഷ്ടിച്ച അവ്യക്തത നീങ്ങിക്കൊണ്ടിരുന്നു. റിബൺ പോലുള്ള തുണികൊണ്ട് തലക്കച്ചകെട്ടിയിരുന്നെങ്കിലും, സ്വാതന്ത്ര്യത്തിന്റെ വാനിലേക്ക് പറന്നുയരാൻ വെമ്പൽ കൊള്ളുന്നതുപോലെ അവളുടെ സമൃദ്ധമായ തലമുടികൾ ഇളകിയാടുന്നുണ്ടായിരുന്നു. പടച്ചട്ടപോലെ തോന്നിപ്പിക്കുന്ന ഇറുകിയ മേലുടുപ്പുകൊണ്ട് മാറിടങ്ങൾ മറച്ച്, അരയ്ക്കു താഴെ പാവാടപോലെ അയഞ്ഞ വസ്ത്രവും ധരിച്ച് മുന്നോട്ടു നടന്നടുത്തുകൊണ്ടിരുന്ന അവൾ ഏതോ പ്രാക്തന ഗോത്രനേതാവിനെ ഓർമ്മിപ്പിച്ചു.

ഏറ്റക്കുറച്ചിലുകളില്ലാതെ ഒരേ താളത്തിൽ അവൾ നടന്നുകൊണ്ടിരിക്കുമ്പോൾ, ആ ശരീരത്തിലേക്ക് ഒരു കറുത്ത ചേല പതിച്ചു. സ്ഥലമോ സ്ഥാനമോ നിർണ്ണയിക്കാൻ കഴിയാത്ത തരത്തിൽ, മൂർത്തരൂപങ്ങളൊന്നുമില്ലാത്ത ഒരിടത്തു വച്ചായിരുന്നു ആ തുണി അവളുടെ ഉടലിലേക്ക് വീണത്. പൊടുന്നനെ ശക്തിപ്രാപിച്ച കാറ്റിൽ ഇളകിയാടാൻ തുടങ്ങിയ കറുത്ത ചേല അവളുടെ മുഖം മറച്ചു. പെട്ടെന്ന് ഇടതുകൈകൊണ്ട് ആ വസ്ത്രം വലിച്ചെറിയാൻ തുനിഞ്ഞപ്പോൾ, ജീവൻ വച്ചതുപോലെ അത് അവളുടെ ശരീരത്തിലേക്ക് പടർന്നുകയറി. മരച്ചില്ലകളിൽ ആകാശവല്ലി പടർന്നു കയറുന്നതുപോലെയായിരുന്നു അവളുടെ ശരീരത്തെ ആ

തുണി ചുറ്റിവരിഞ്ഞത്. അന്തരീക്ഷത്തിലെ രാസപദാർത്ഥങ്ങളുടെ സഹായത്തോടെ ആതിഥേയ സസ്യത്തെ മനസ്സിലാക്കുന്ന ആകാശവല്ലി യെപ്പോലെ കറുത്ത തുണി അവളിലെ പുരാതന ഗോത്ര സംസ്കൃതി തിരിച്ചറിഞ്ഞിരിക്കണം.

ഒടുവിൽ ആ ചേല ഒരു മൂടുപടമായി രൂപാന്തരം പ്രാപിച്ചു. തനിക്കി ണങ്ങാത്തതാണെന്ന് മനസ്സിലായിട്ടും കാൽപ്പാദംവരെ നീണ്ടുകിടന്ന പർദ്ദ ഊരിമാറ്റാൻ നിൽക്കാതെ അവൾ മുന്നോട്ട് നടന്നു. ഏറെ താമസിയാതെ മുഖവും തലയും മറച്ചുകൊണ്ട് നിഖാബുകൂടി വന്നെത്തി. അവൾ ആ മുഖാവരണം വല്ലവിധത്തിലും എടുത്തുമാറ്റിയശേഷം സമയം നഷ്ടപ്പെ ടുത്താതെ യാത്ര തുടർന്നു.

പകൽ ഉണർന്നതോടെ നിരത്ത് ചലിച്ചു തുടങ്ങി. എങ്കിലും അതുവഴി വാഹനങ്ങളുടെ പോക്കുവരവ് കുറവായിരുന്നു. മെല്ലെ മെല്ലെ നിരത്തു വക്കുകൾ ജീവൻവയ്ക്കാൻ തുടങ്ങി. എവിടെനിന്നൊക്കെയോ എത്തിയ മനുഷ്യർ പാതയുടെ ഇരുവശവും തടിച്ചുകൂടി. അപരിചിതയായ യുവതിയെ അവർ നോക്കി. അവൾ പിടിച്ചിരുന്ന പ്ലക്കാർഡ് കണ്ടു. ആരെയും കൂസാത്ത ഭാവവും കണ്ണുകളിലെ സ്ഥൈര്യവും കാന്തം പോലെ വലിച്ചടുപ്പിക്കുന്ന ശക്തിയും അവിടെ കൂടി നിന്നവരിൽ ഇളക്കം സൃഷ്ടിച്ചു. അവളുടെ ആകർഷണവലയത്തിൽ വീണതുപോലെ കാഴ്ച ക്കാരായി നിന്നവരിൽ ചില യുവതികൾ സംശയത്തോടെയാണെങ്കിലും അവളോടൊപ്പം ചേർന്നു. അവരുടെ കൈകളിൽ ചില്ലിട്ട് ഫ്രെയിമിലാ ക്കിയ ചിത്രങ്ങളും ഉണ്ടായിരുന്നു. പൊടുന്നനെ ജീവിതത്തിൽ നിന്ന് അപ്രത്യക്ഷരായ പുരുഷന്മാരുടെ പടങ്ങളായിരുന്നു അവരുടെ കൈകളിൽ. അജ്ഞാത കേന്ദ്രങ്ങളിൽ നിലവിളിയായി ഒടുങ്ങിയ ബലൂച് യൗവനങ്ങൾ ചിത്രങ്ങളായി അണിനിരന്നു. സർക്കാർ കണക്കുകളിൽ കണ്ടെടുക്കാൻ കഴിയാത്ത മനുഷ്യരുടെ പട്ടികകളിൽ കുടുങ്ങിക്കിടന്നവർ ദേഹികളായി അവരോടൊപ്പം നീങ്ങി.

ആ പദയാത്ര പെട്ടെന്ന് വളരാൻ തുടങ്ങി. സ്ത്രീകൾ മാത്രമുണ്ടാ യിരുന്ന സംഘത്തിലേക്ക് മെല്ലെ വയസ്സുചെന്ന പുരുഷൻമാരും അവരോ ടൊപ്പമുണ്ടായിരുന്ന കുട്ടികളും കണ്ണി ചേർന്നു. ഒടുവിൽ യുവാക്കളും അണിചേർന്നതോടെ അതൊരു കൂറ്റൻ ജാഥയായിമാറി. ശബ്ദമില്ലാതെ നീങ്ങിയ ആ ജാഥയിൽ മക്കളെ നഷ്ടപ്പെട്ട മാതാപിതാക്കളുടെ, ഭർത്താ വിനെ നഷ്ടപ്പെട്ട ഭാര്യയുടെ, പിതാവിനെ നഷ്ടപ്പെട്ട മക്കളുടെ ഒക്കെ അടക്കിപ്പിടിച്ച തേങ്ങലുകൾ ഉണ്ടായിരുന്നു. പലപ്പോഴായി ഭരണകൂടം നിശ്ശബ്ദമാക്കിയ പുരുഷശബ്ദങ്ങൾ അവർക്ക് കൂട്ടായി, വേദനയായി, ഓർമ്മകളായി അനുയാത്ര ചെയ്തു.

മുദ്രാവാക്യങ്ങളൊന്നും മുന്നോട്ടുവയ്ക്കാതെ ഇസ്ലാമാബാദിനെ ലക്ഷ്യമാക്കി നിശ്ശബ്ദം നീങ്ങിക്കൊണ്ടിരുന്ന ജാഥ വളരെ പെട്ടെന്നാണ് ശബ്ദായമാനമായത്. പുതിയ മുദ്രാവാക്യങ്ങൾ ജാഥക്കാരിൽനിന്ന് ഉയർന്നു.

'ബലൂച് മാംഗേ ആസാദീ
സരൂർ മാംഗേ ആ സാദീ'

മുദ്രാവാക്യങ്ങൾ അവരുടെ സിരകളിൽ പടർന്നു കയറിയപ്പോൾ മുഷ്ടികൾ അന്തരീക്ഷത്തിലേക്ക് ഉയർന്നു. ജനങ്ങളുടെ ആവേശം പ്രചോദനമായെങ്കിലും വികാരങ്ങൾക്ക് കീഴ്പ്പെടാതെ അവൾ സമാധാന ത്തോടെ ജാഥ മുന്നോട്ടുനയിച്ചു. പെട്ടെന്ന് എവിടെ നിന്നാണെന്നറിയാതെ ഒരു വെടിയുണ്ട അവളുടെ നെഞ്ച് പിളർന്നുകൊണ്ട് കടന്നുപോയി. അതോടെ ജനം ചിതറി ഓടി. അപ്പോൾ അവരെ മറയ്ക്കാൻ പാകത്തിൽ പൊടി പറത്തിക്കൊണ്ട് കിഴക്കൻകാറ്റെത്തി. ആ ധൂളികൾക്കിടയിലൂടെ അവൾ മലനിരകൾക്കിടയിലേക്ക് നീങ്ങി. തുളവീണ നെഞ്ചുമായി നടക്കുമ്പോഴും അവളുടെ കണ്ണുകളിലെ കനൽ കെട്ടിരുന്നില്ല. പർവ്വതനിരകളിലെ പാറക്കെട്ടുകൾക്കിടയിലൂടെ നീങ്ങുമ്പോൾ, മലയുടെ ഉച്ചിയിൽ കാൽവയ്ക്കാനെന്നപോലെ അവൾ വളർന്നുകൊണ്ടിരുന്നു.

തൊണ്ടയിൽ കുരുങ്ങിക്കിടന്ന ശബ്ദത്തെ പുറത്തേക്ക് തള്ളിയിട്ടു കൊണ്ട് ജമാൽ നബി ബലൂച്, കിടക്കയിൽനിന്ന് ചാടി എഴുന്നേറ്റു.

രണ്ട്

കുട്ടികൾ കാൽപ്പന്തുകളിക്കാനെത്തുന്ന മൈതാനത്തിൽനിന്ന് ആരംഭിക്കുകയും, കറങ്ങിത്തിരിഞ്ഞ് മറ്റൊരു ഗലിയിലൂടെയാണെങ്കിലും അവിടെത്തന്നെ അവസാനിക്കുകയും ചെയ്യുന്ന രീതിയിലാണ് ആ ജനവാസ കേന്ദ്രത്തിന്റെ കിടപ്പ്. ഗലികളുടെ ഇരുവശവും ഒരേ ആകൃതിയിൽ നിരനിരയായിപ്പണിത പാർപ്പിടങ്ങൾ. അതിൽ പലതും പഴക്കംകൊണ്ട് ജീർണ്ണാവസ്ഥയിലുമായിരുന്നു. ചായം തേച്ച് മിനുക്കാത്ത വീടുകളുടെ പുറംചുവരുകൾക്കൊക്കെ മണ്ണിന്റെ നിറമായിരുന്നു. ആ വീടുകൾക്കൊന്നിനും സൂര്യനിൽ നിന്ന് സംരക്ഷണം നൽകുന്ന തണൽത്തട്ടികൾ ഇല്ലായിരുന്നു. പണ്ടെപ്പൊഴോ മണ്ണിനടിയിൽ നിന്ന് സ്വാഭാവികമായി ഉയർന്നുവന്ന വലിയ ചതുരക്കട്ടകളെപ്പോലെ ആ വീടുകൾ തോന്നിച്ചു.

ആ ചതുര വീടുകൾക്കിടയിലൂടെ കരീംഖാൻ, അത്ര പഴക്കമില്ലാത്ത തന്റെ റ്റയോട്ട കൊറോള കാർ മെല്ലെ ഓടിച്ചു. ഒരേ മുഖമുള്ള ആ വീടുകളിലൊക്കെ റാസ്അൽ ഖൈമ സ്വദേശികളാണ് താമസിച്ചിരുന്നത്. എന്നാൽ ലോകത്തിന്റെ വിവിധ ഭാഗങ്ങളിൽ നിന്ന് വ്യത്യസ്ത മനുഷ്യർ അവിടെ ജീവിതം തേടി എത്തിയതോടെ, തങ്ങളുടെ പഴയ വസതികൾ വിദേശികൾക്ക് പാർക്കാൻ വാടകയ്ക്കു നൽകി. അതിലൂടെ അവർക്ക് പുതിയ വരുമാന മാർഗ്ഗവുമായി. സ്വദേശികൾ പുതിയ ഷാബിയകളിൽ ഉയരമുള്ള മതിൽക്കെട്ടിനുള്ളിൽ പല വലിപ്പത്തിലും ആകൃതിയിലും പണിത വീടുകളിലേക്ക് താമസം മാറ്റി.

സ്വദേശികൾ ഒഴിഞ്ഞുപോയ വീടുകളിൽ മെച്ചപ്പെട്ടവ തെക്കുപടിഞ്ഞാറൻ ഏഷ്യയിലേയും വടക്കുകിഴക്കൻ ആഫ്രിക്കയിലേയും കുടിയേറ്റക്കാരായ അറബ് വംശജരും പഴക്കംചെന്ന വീടുകളിൽ ദക്ഷിണേഷ്യൻ രാജ്യങ്ങളിലെ ജനങ്ങളും താമസിച്ചു. അങ്ങനെ ഒരേ

ഛായയുള്ള കെട്ടിടങ്ങൾക്കുള്ളിൽ വിവിധ ഭാഷകൾ, വേഷങ്ങൾ, ഭക്ഷണക്രമങ്ങൾ, ആചാരരീതികൾ ഒക്കെ വന്നു നിറയുകയും ഒഴിയുകയും ചെയ്തുകൊണ്ടിരുന്നു.

പഴക്കംകൊണ്ടും നിരന്തര ഉപയോഗംകൊണ്ടും കേടുപാടുകൾ വന്ന വീടുകളിൽ പോലും പാർക്കാൻ ഇടവേളകളില്ലാതെ പുതിയ ആളുകൾ എത്തിക്കൊണ്ടിരുന്നു. ആ മനുഷ്യർ പഴയ പാർപ്പിടങ്ങളിൽ ജീവിക്കാനെത്തുമ്പോൾ, വിലപേശി വാങ്ങാവുന്ന കടകളിൽ നിന്ന് കരസ്ഥമാക്കിയ ഉപയോഗിച്ചു പഴകിയ സാധനങ്ങളും ഉണ്ടാകും. അങ്ങനെ അവർ കിടക്കകളുൾപ്പെടെയുള്ള ഗൃഹോപകരണങ്ങളുമായി പുതിയ വാസസ്ഥലങ്ങളിൽ ജീവിതം തിരിതെളിയിക്കുന്നു. അവസരങ്ങൾ മാറിമറിയുമ്പോൾ, ചിലർ മെച്ചപ്പെട്ട ജീവിത സൗകര്യങ്ങളിലേക്ക് മാറുന്നു. മറ്റുചിലർ വിലപേശൽ കടകളിൽ സാധനങ്ങൾ വിറ്റ് വീടൊഴിഞ്ഞ് വിടവാങ്ങുന്നു. മടക്കയാത്രക്കായി. അവിടെ വന്നുപോകുന്നവരുടെ വികാരങ്ങളും വിഹ്വലതകളും സന്തോഷവും സന്താപവും അറിഞ്ഞും കേട്ടും ആ ഭവനങ്ങൾ ഏകമുഖീ ഭാവത്തോടെ നിലകൊണ്ടു.

ആ ടാർ പാകാത്ത വഴിയുടെ ഇരുവശങ്ങളിലും സെപ്റ്റിക് ടാങ്കുകൾ ഉയർന്നുനിന്നിരുന്നു. വീട്ടുവളപ്പിനു പുറത്ത് സ്ഥാപിച്ചിരുന്ന ടാങ്കുകളിൽ ചിലതിൽനിന്ന് മലിനജലം പുറത്തേക്കൊഴുകുന്നുണ്ടായിരുന്നു. സെപ്റ്റിക് ടാങ്കിൽ വെള്ളം ഉയരുമ്പോൾ വെളിയിലേക്കു വരുന്ന കക്കൂസ് മാലിന്യത്തിൽ വീലുകൾ കയറാതെ വേഗത കുറച്ച് വളരെ ശ്രദ്ധയോടെയാണ് കരീം ഖാൻ വണ്ടി ഓടിച്ചത്. മെല്ലെ നീങ്ങിക്കൊണ്ടിരുന്ന കാർ നിരത്തുവിട്ട് തുറസ്സായ പ്രദേശത്തേക്ക് കടന്നു. മൈതാനത്തിനരുകിൽ മുനിസിപ്പാലിറ്റി വച്ചിരിക്കുന്ന നീല നിറത്തിലുള്ള വലിയ മാലിന്യപ്പെട്ടിയും പിന്നിട്ട് പ്രധാന വീഥിയിൽ വാഹനം എത്തുന്നതിനുമുമ്പ് കരീം ഖാൻ മുൻസീറ്റിലിരുന്ന അവന്റെ ബാബയോട് ചോദിച്ചു:

“ബാബാ... എങ്ങോട്ടാണ്?”

ഓർമ്മകളിൽ നിന്ന് പുറത്തു കടന്ന അവന്റെ ബാബ ‘കലാത്ത്’ എന്ന സ്ഥലനാമം പറഞ്ഞശേഷം ഇരിപ്പിടം കൂടുതൽ സുഖകരമാക്കുന്നതിനായി അതിന്റെ ക്രമീകരണ പിടി മുകളിലേക്കുയർത്തി ഇരിപ്പിടത്തിന്റെ ചാര് അല്പംകൂടി പിന്നിലേക്കു ചരിച്ച് അയൂബ് ഖാൻ ഇരുന്നു.

കരീം ഖാൻ ചുണ്ടിൽ തെളിഞ്ഞ ചിരി മറച്ചുകൊണ്ട്, ആശ്ചര്യഭാവത്തോടെ ചോദിച്ചു.

“കലാത്ത്!”

ഭൂതകാല സംഭവങ്ങളിൽ ഒഴുകിനടന്ന മനസ്സിനെ വീണ്ടെടുക്കാതെ തന്നെ അയൂബ് ഖാൻ അതെ എന്ന അർത്ഥത്തിൽ തലയാട്ടി. അതോടെ അത്ഭുതവും ആകാംക്ഷയും മിന്നിമറഞ്ഞ കരീം ഖാന്റെ മുഖത്ത് വിരിഞ്ഞ ചിരി ശബ്ദത്തോടെ പുറത്തേക്കൊഴുകി. ഒരു നിമിഷം തന്റെ മകനിലേക്ക് നോട്ടമുറപ്പിച്ച അയൂബ് ഖാന് പെട്ടെന്ന് തനിക്കുപറ്റിയ അമളി മനസ്സിലായി. ഖത്ത് എന്ന് പറയുന്നതിനു പകരം ബലൂചി

സ്ഥാനിലെ ഒരു പ്രവിശ്യാനാമമായ കലാത്ത് എന്നാണ് താൻ പറഞ്ഞതെന്ന് ഓർത്തപ്പോൾ അയാളും ചിരിച്ചു. ആ ചിരി വറ്റുന്നതിനു മുമ്പുതന്നെ ഖത്ത് എന്ന് അയൂബ് ഖാൻ മാറ്റിപ്പറഞ്ഞു.

വേഗത കുറഞ്ഞ ട്രാക്കിലൂടെ വണ്ടി ഓടിച്ചുകൊണ്ടിരുന്ന കരീം ഖാന്റെ നോട്ടം നിരത്തിൽ നിന്ന് ബാബയിലേക്കു നീണ്ടു. കുറെക്കാലമായി ബാബ അധികമങ്ങനെ സംസാരിക്കുകയോ പുറത്തേക്കുപോകുകയോ ചെയ്യാറില്ലായിരുന്നെങ്കിലും, കഴിഞ്ഞ നാലഞ്ചു മാസമായി ബാബയിൽ എന്തോ മാറ്റമുള്ളതായി അവന് തോന്നിയിരുന്നു. ഇടയ്ക്കിടെയുള്ള ഫോൺ വിളികളും പുറത്തുപോയാൽ വൈകിയെത്തുന്നതും പതിവായപ്പോൾ, ബാബ വീണ്ടും സംഘടനയിൽ സജീവമായിട്ടുണ്ടെന്ന് അവന് തോന്നിയിരുന്നു. അതിനിടെയാണ് ഈ യാത്ര. ആരെ? എന്തിന്? എന്നീ ചോദ്യങ്ങൾ കരീം ഖാനിൽ നിന്ന് ഉണ്ടാകുകയോ ബാബ പറയുകയോ ചെയ്തില്ല. ഒരാളെ കാണാനുണ്ട് എന്നുമാത്രമാണ് പറഞ്ഞത്. സംഘടനയുമായി ബന്ധപ്പെട്ട് ഏതോ പ്രധാന വ്യക്തിയെ കാണാനാകും യാത്രയെന്ന് അവൻ ഊഹിച്ചിരുന്നു.

സംഘടനയുമായി ബന്ധപ്പെട്ട ഒരു കാര്യവും, ഒരു കാലത്തും ബാബ തങ്ങളുമായി പങ്കിടാറില്ലായിരുന്നുവെന്ന് കരീം ഖാൻ ഓർത്തു. പണ്ട് സംഘത്തിൽ ബാബ സജീവമായിരുന്ന കാലത്തുപോലും തന്നെ അതിലേക്കു കൊണ്ടുവരുന്നതിനോ അതിന്റെ പ്രവർത്തനങ്ങളെക്കുറിച്ച് പറയുന്നതിനോ അദ്ദേഹം തുനിഞ്ഞിരുന്നില്ല. ഒരുപക്ഷേ, ബാബ ഭയപ്പെട്ടിരുന്നിരിക്കാം. നിയമവിരുദ്ധ പ്രവർത്തനങ്ങൾക്ക് എന്നെങ്കിലും പിടിക്കപ്പെടുകയാണെങ്കിൽ, കുടുംബത്തിലെ ഏക ആൺതരിയായ താൻ പുറത്തുണ്ടാകണമെന്ന്. ബാബ എത്ര രഹസ്യമായാണ് സംഘടനാ പ്രവർത്തനങ്ങൾ നടത്തിയിരുന്നത്. ഞങ്ങൾ കുട്ടികളായിരുന്നപ്പോഴോ യൗവനകാലത്തോ ഒന്നും ഇതേപ്പറ്റി അറിയില്ലായിരുന്നു. ഏറെ താമസിയാതെ തനിക്ക് സിമന്റ് കമ്പനിയിൽ ജോലി ലഭിച്ചു. സഹോദരിമാർ വിവാഹിതരായി. ഞങ്ങൾ ഓരോരുത്തരും ഞങ്ങളുടേതായ തിരക്കുകളിൽ വീണതോടെ ബാബ ഞങ്ങളുടെ നിരീക്ഷണത്തിൽ നിന്ന് മെല്ലെ അകന്നുകൊണ്ടിരുന്നു. ഇതിനിടയിൽ ബാബ ജോലിക്ക് പോകാതായി. മരിക്കുന്നതിനുമുമ്പ് മാമയാണ് എല്ലാം തന്നോട് പറഞ്ഞതെന്ന് കരീം ഓർത്തു. ഒടുവിൽ മാമയുടെ മരണവും, പ്രായാധിക്യത്താലുള്ള വൈഷമ്യങ്ങളുമൊക്കെക്കൊണ്ടാകണം ബാബയെ സംഘടനാ പ്രവർത്തനങ്ങളിൽ നിന്നൊക്കെ വിട്ടുനിൽക്കാൻ പ്രേരിപ്പിച്ചത്.

ഓർമ്മകളിൽ നിന്ന് വിട്ടുണർന്ന കരീം ഖാൻ ബാബയെ നോക്കി. കാറിന്റെ താളവേഗമൊന്നും അറിയാതെ, ദൃഷ്ടികൾ ദൂരേക്കുനട്ട് ബാബ എവിടേക്കോ പോകുകയാണെന്ന് അവന് തോന്നി.

ബലൂചികളുടെ പരമ്പരാഗത വേഷത്തിനുള്ളിൽ ബാബയെ കൂടുതൽ ദീപ്തനായി കാണപ്പെട്ടു. ദന്തനിറമുള്ള നീളൻ ഉടുപ്പും അയഞ്ഞ കാൽക്കുപ്പായവും ചിത്രപ്പണികൾ ചെയ്ത വട്ടത്തൊപ്പിയു

മൊക്കെ ബാബയ്ക്ക് നല്ലതുപോലെ ഇണങ്ങുന്നുണ്ടെന്ന് അവന് തോന്നി.

അറബ് വംശജർ ധരിക്കാറുള്ള പാദംവരെ നീണ്ട തൗബിനുള്ളിൽ താൻ ചെറുതാകുന്നതായി കരീം ഖാന് തോന്നി. ആ വല്ലായ്മ അവനിൽ പടർന്നു വ്യാപിക്കുന്നതിനുമുമ്പുതന്നെ, തൊട്ടടുത്തുകൂടി കടന്നുപോയ കാർ മുന്നറിയിപ്പെന്നപോലെ ഹോൺ മുഴക്കി പാഞ്ഞുപോയി. അടുത്ത ട്രാക്കിലേക്ക് തെന്നിനീങ്ങാൻ തുടങ്ങിയ തന്റെ കാറിനെ നിയന്ത്രണത്തിലാക്കി അവൻ യാത്ര തുടർന്നു.

വളരുന്ന നഗരത്തിന്റെ കെട്ടിടക്കാഴ്ചകളും വിസ്മയം തീർക്കുന്ന അസംഖ്യം വാണിഭ കേന്ദ്രങ്ങളും പിന്നിട്ട് വാഹനം നഗരഹൃദയം കടന്നു. കാറിന്റെ സീറ്റിൽ തല ചേർത്തുവച്ച് ദൂരക്കാഴ്ചകളിൽ നോട്ടമുറപ്പിച്ചിരുന്ന അയൂബ് ഖാന്റെ മനസ്സിൽ ഒരു കാലഘട്ടം മെല്ലെ മിഴിതുറന്നു.

മൂന്ന്

ഉറക്കം അടുത്തൊന്നും തന്നെ തേടിയെത്തില്ലെന്ന തിരിച്ചറിവോടെ നവാബ് നവ്റോസ് ഖാൻ കിടന്നു. ആയിരത്തിലധികം പൂർണ്ണചന്ദ്രന്മാർ പ്രകാശം ചൊരിഞ്ഞ തന്റെ ജീവിതത്തിലേക്ക്, ഒരിക്കലും നീങ്ങാത്ത അമാവാസി കടന്നുവരികയാണോ എന്ന് അയാൾക്ക് തോന്നി, ആ തോന്നലുകളിൽ പതറിനിന്ന മനസ്സിനെ മോചിപ്പിക്കാനെന്നപോലെ അയാൾ തന്റെ ബാല്യത്തിലേക്കുപോയി.

പരിമിതമായ സ്വയംഭരണാവകാശങ്ങൾ നൽകിക്കൊണ്ട് ബ്രിട്ടീഷുകാർ കലാത്തിനെ അടക്കിഭരിക്കുമ്പോൾ, സെഹ്രി ഗോത്രത്തിലെ തന്റെ ബാല്യവും പഠനവും ആയുധാഭ്യാസവുമൊക്കെ നവ്റോസ് ഖാന്റെ മനസ്സിലൂടെ കടന്നുപോയി. ഒരു വലിയ ഗോത്രസംസ്കൃതിയുടെ ഭാഗമായിരിക്കുമ്പോഴും, അവരുടെ തലവനായി മാറുമ്പോഴും, മണൽക്കല്ലുകൾ നിറഞ്ഞ തങ്ങളുടെ പരുക്കൻ ഭൂപ്രകൃതിപോലെ ദുഷ്കരമായിരുന്നു പലപ്പോഴും തന്റെ ജീവിതയാത്രയെന്ന് നവ്റോസ് ഖാൻ ഓർത്തു.

അസ്വസ്ഥമായ മനസ്സോടെ തിരിഞ്ഞും മറിഞ്ഞും കിടന്ന നവ്റോസ് ഖാൻ കിടക്കവിട്ടെഴുന്നേറ്റു. അല്പസമയം അവിടെത്തന്നെ നിന്ന അയാൾ അമാവാസി നൽകിയ ഇരുട്ടിന്റെ സ്വാതന്ത്ര്യത്തിലേക്ക് മെല്ലെ ഇറങ്ങി. മലമടക്കുകളിൽനിന്ന് ഒഴുകിവന്ന കാറ്റ് അയാളെ തഴുകിക്കടന്നുപോയി. കാറ്റിന്റെ കുളിർമ്മയിൽ നവ്റോസ് ഖാൻ വെറും നിലത്തിരുന്നു. നിലത്ത് കിടന്നു.

ഇടയ്ക്കിടെ വീശിക്കൊണ്ടിരുന്ന കാറ്റേറ്റ് ശരീരം തണുക്കുമ്പോഴും, ആ മനസ്സ് ചൂടുപിടിച്ചുകൊണ്ടിരിക്കുകയായിരുന്നു. കറുപ്പും വെളുപ്പും ഇടകലർന്ന ചതുരംഗപ്പലക പോലെ നവ്റോസ് ഖാന്റെ മനസ്സ് ഒരു അടർക്കളമായി മാറി. താൻ ബോധപൂർവ്വം ഉന്തിയ കാലാളിന്റെ നീക്കം

പിഴയ്ക്കുമോ? ഒടുവിൽ നാലുവിഭാഗങ്ങളെയും കുരുതി കൊടുക്കലായി മാറുമോ തന്റെ നീക്കം? ഇത്തരം ആശങ്കകൾ ഓരോന്നായി അയാളിൽ പടികയറിക്കൊണ്ടിരുന്നു. അപ്പോൾ ആകാശത്ത് ഒറ്റപ്പെട്ടുനിന്ന ചില നക്ഷത്രങ്ങൾ നേരിയ പ്രകാശത്തോടെ അയാളെ നോക്കി. തനിക്ക് തന്നെപ്പോലും കാണാൻ കഴിയാത്ത കട്ടപിടിച്ച ഇരുട്ടിൽ കണ്ണുണ്ടായിട്ടും കാര്യമില്ലെന്ന അറിവോടെ നവ്റോസ് ഖാൻ കണ്ണുകൾ പൂട്ടി.

പാകിസ്ഥാൻ പട്ടാളമേധാവി തിക്കാ ഖാൻ ഇരുട്ടിന്റെ മറവിൽ എവിടെയോ ചതിക്കുഴി ഒരുക്കി പതിയിരിക്കുന്നതായി നവ്റോസ് ഖാന് തോന്നി. ഉഭയസമ്മതപ്രകാരം തയ്യാറാക്കിയ ഉടമ്പടിയനുസരിച്ച് നാളെ ആയുധങ്ങൾവച്ച് കീഴടങ്ങാമെന്നാണ് തീരുമാനിച്ചിരിക്കുന്നത്. എന്നാൽ കരാറുകളെല്ലാം കാറ്റിൽപ്പറത്തുകയും, ഉപാധികൾ ഒന്നും മുന്നോട്ടു വയ്ക്കാതെയാണ് തങ്ങൾ കീഴടങ്ങാൻ തയ്യാറായതെന്ന് വരുത്തി തീർക്കുമോ എന്ന ആശങ്കയും നവ്റോസ് ഖാന് ഉണ്ടായിരുന്നു. പാകിസ്ഥാൻ പട്ടാളത്തിനോട് എതിരിടാൻ കഴിയാതെ, നിൽക്കക്കെള്ളിയില്ലാതെ തോൽവി സമ്മതിച്ച് കാൽക്കൽ വീഴുന്ന പടനായകനെപ്പോലെ തന്നെ ചിത്രീകരിച്ച് ഇല്ലായ്മ ചെയ്യുമോ എന്ന ആശങ്കയും അയാളിൽ പടരാൻ തുടങ്ങി. ചരിത്രം വിജയികളുടേതായി മാറുമ്പോൾ, തന്റെ ചിത്രം ഒരു ഭീരുവിന്റേതായി മാറുമെന്ന ആകുലതയെക്കാൾ അയാളെ സംഭ്രമിപ്പിച്ചത് തന്റെ മകനെയും മരുമക്കളെയും ബന്ധുക്കളെയുമൊക്കെ പട്ടാളം ചതിയിൽ അപകടപ്പെടുത്തുമോ എന്ന നിശ്ചയമില്ലായ്മയാണ്.

ബ്രിട്ടീഷ് ഇന്ത്യൻ ആർമിയിൽ ഒരു ശിപായിയായി ജോലിയിൽ ചേർന്ന തിക്കാ ഖാൻ, തന്റെ പട്ടാള ജീവിതത്തിലുടനീളം അധികാരികളുടെ സേവപിടിച്ച് പദവികൾ നേടിയെടുത്ത വ്യക്തിയാണെന്ന് നവ്റോസ് ഖാൻ ഓർത്തു. കുശാഗ്രബുദ്ധിയുള്ള അയാളെ നമ്പുന്നത് അത്ര പന്തിയല്ലെന്നറിയാമെങ്കിലും, മറ്റുള്ളവരുടെ പ്രേരണ കൂടിയായപ്പോൾ നവ്റോസ് ഖാൻ കീഴടങ്ങലിന് സമ്മതം മൂളുകയായിരുന്നു.

പഞ്ചാബിലെ റാവൽപ്പിണ്ടിയിൽ ജനിച്ച തിക്കാ ഖാന് യൂണിവേഴ്സിറ്റി വിദ്യാഭ്യാസമോ മിലിട്ടറി അക്കാദമി പഠനമോ ലഭിച്ചിട്ടില്ല. എന്നിട്ടും അയാൾ വളരെ പെട്ടെന്ന് കരസേനയിൽ ഓഫീസറായി. അതിനുശേഷം ഡറാഡ്യൂണിലെ മിലിറ്ററി അക്കാദമിയിൽ ശിക്ഷകനായും എത്തി. കാലാൾപ്പടയുടെ ആശാനായി നിന്നുകൊണ്ട് സേനയ്ക്ക് പരിശീലന ക്ലാസ് എടുത്തു തുടങ്ങിയപ്പോൾ, ബ്രിട്ടീഷുകാരായ മേലുദ്യോഗസ്ഥർ തിക്കാഖാനെ ശ്രദ്ധിച്ചു. അയാളുടെ ക്ലാസും മറ്റും കണ്ട ബ്രിട്ടീഷുകാരായ ഉദ്യോഗസ്ഥർക്ക് ഉറപ്പായിരുന്നു; അയാൾ ഏതോ വളഞ്ഞ വഴിയിലൂടെയായിരിക്കും അക്കാദമിയിൽ കയറിക്കൂടിയതെന്ന കാര്യത്തിൽ. അതുകൊണ്ടുതന്നെ പാദസേവകനായ തിക്കാ ഖാനെ ഇംഗ്ലീഷുകാർ കളിയാക്കാറുണ്ടായിരുന്നുവെന്ന് അന്ന് അക്കാദമിയിൽ ഉണ്ടായിരുന്നവരിൽ ചിലർ തന്നോടു പറഞ്ഞിട്ടുള്ള കാര്യം നവ്റോസ് ഖാൻ ഓർത്തു.

അധികാരത്തിന്റെ ഇടനാഴികളിൽ നിശ്ശബ്ദ സേവകനായിരുന്ന തിക്കാ ഖാനെ തേടി പദവികൾ ഒന്നിനു പിന്നാലെ മറ്റൊന്നായി വന്നു കൊണ്ടിരുന്നു. ഇതിനോടൊപ്പംതന്നെ നിഷ്ഠുരനായ പട്ടാളക്കാരൻ എന്ന പേരും അയാൾ നേടിയെടുത്തിരുന്നു. അയാളുടെ കറുത്ത മറയുള്ള ഹൃദയവും വക്രബുദ്ധിയും എങ്ങനെ പ്രവർത്തിക്കുമെന്ന ആശങ്ക അനുനിമിഷം നവ്റോസ് ഖാനിൽ നിറഞ്ഞുകൊണ്ടിരുന്നു. അപ്പോൾ ആ വൃദ്ധ ശരീരം വികാരവിക്ഷോഭത്താൽ മുറുകി. അപ്പോഴും വിശുദ്ധ ഗ്രന്ഥത്തിൽ തൊട്ടുള്ള അവരുടെ സത്യമോതലാണ് ഒരു വെളിച്ചമായി, പിടിവള്ളിയായി, സാദ്ധ്യതയായി നവ്റോസ് ഖാൻ കണ്ടത്. അപ്പോഴും സംശയദ്യോതകമായ പക്ഷേ, എന്ന വാക്ക് ഒഴിവാക്കാൻ കഴിയാത്ത കീറാമുട്ടിയായിത്തന്നെ അയാളിൽ നിന്നു. കീഴടങ്ങാനുള്ള തന്റെ സമ്മതം കാലം തെറ്റി കൈക്കൊണ്ട പിഴച്ച തീരുമാനമായി ചരിത്രം നാളെ അടയാളപ്പെടുത്തുമോ എന്ന ആശങ്ക നവ്റോസ് ഖാനിൽ നിറഞ്ഞു കൊണ്ടിരുന്നു.

ഇംഗ്ലീഷുകാർ ഒരുപക്ഷേ, എത്ര മോശക്കാരാണെന്നു പറഞ്ഞാലും, അവർക്കൊരു സദാചാര സംഹിതയുണ്ട്, നീതിബോധമുണ്ട്. അതുകൊണ്ടുതന്നെ അവരുമായി ഒരു ഉടമ്പടി ഉണ്ടാക്കിയാൽ ഏറക്കുറെ വിശ്വസിക്കാം. പക്ഷേ, പാകിസ്ഥാൻ ഭരണാധികാരി അയൂബ് ഖാനുമായി, തിക്കാ ഖാനുമായുള്ള ഉടമ്പടി അത് എങ്ങനെ പര്യവസാനിക്കുമെന്ന് പറയാൻ കഴിയില്ല എന്നാണ് ചരിത്രം ഓർമ്മിപ്പിക്കുന്നത്. നാളെ കീഴടങ്ങുന്നത് ബ്രിട്ടീഷ് പട്ടാളത്തിന് മുമ്പിലല്ല. മറിച്ച് പാകിസ്ഥാൻ പട്ടാളത്തിന് മുന്നിലാണ് എന്നതാണ് വലിയ ആശങ്കയായി നവറോസ് ഖാനെ വരിഞ്ഞുമുറുക്കിയിരിക്കുന്നത്.

രാത്രിയുടെ ഏതോ യാമത്തിൽ നവ്റോസ് ഖാന്റെ ചിന്തകൾ മുറിഞ്ഞു. അയാൾ നിദ്രയിലേക്ക് വീണെങ്കിലും ഏറെ സമയം നീണ്ടുനിന്നില്ല. ഉറക്കത്തിനും ഉണർവ്വിനുമിടയിലെ നൂൽപ്പാലത്തിൽ കുടുങ്ങിക്കിടന്ന നവ്റോസ് ഖാൻ മെല്ലെ ഉണർവ്വിലേക്കുവന്നു. അപ്പോൾ രാത്രി അതിന്റെ അവസാന യാമത്തിലേക്കു കടന്നു. നവ്റോസ് ഖാൻ നിലത്തു നിന്നെഴുന്നേറ്റ് കൂടാരത്തിലേക്ക് പോയി.

കുളി നിർബ്ബന്ധമായ അശുദ്ധിയിലേക്ക് കടന്നില്ലെങ്കിലും നവ്റോസ് ഖാൻ സുബ്ഹ് നമസ്കാരത്തിന് മുമ്പ് കുളിച്ചു. നമസ്കാരത്തിനുശേഷം ശാന്തമായ മനസ്സോടെ തന്റെ മകനായ ബട്ടേ ഖാനെയും മരുമക്കളെയും വിളിപ്പിച്ചു. ബാപ്പുവിന്റെ നിർദ്ദേശാനുസരണം അവർ അഞ്ചുപേരും അവിടെ എത്തി. അവർ എത്തുമ്പോൾ പുറത്തേക്ക് നോട്ടം ഉറപ്പിച്ചിരിക്കുകയായിരുന്നു നവ്റോസ് ഖാൻ. അവരുടെ സാമീപ്യം അറിഞ്ഞ അയാൾ മുഖം അവരിലേക്ക് തിരിക്കാതെ തന്നെ ഇരിക്കാൻ പറഞ്ഞു. തന്റെ മനോവികാരങ്ങളൊന്നും മുഖത്ത് പ്രകടമാകാതിരിക്കുന്നതിനുള്ള കരുതലോടെയാണ് കണ്ണുകളെ വെളിയിലെ കാഴ്ചകളിൽ നിന്ന് അടർത്തി അവരിലേക്കുറപ്പിച്ചത്. അവരുടെ ഇരിപ്പിടത്തിന് എതിർവശ

ത്തായി ഇരുന്ന നവ്റോസ് ഖാന്റെ നോട്ടം അവർ അഞ്ചുപേരിലേക്കും നീണ്ടു. ആ നോട്ടത്തിന്, ആ കാഴ്ചയ്ക്കു പഴയ പ്രകാശമില്ലെന്ന് അവർക്ക് തോന്നി. ആ കണ്ണുകളുടെ ആഴങ്ങളിൽ ആശങ്കയുടെ നിഴൽ വീണിട്ടുണ്ടെന്ന് അവർ തിരിച്ചറിഞ്ഞു.

അറിയാൻ തിടുക്കപ്പെടുന്ന മുഖഭാവത്തോടെ അവർ നവ്റോസ് ഖാനെ നോക്കി. എന്തോ തീരുമാനിച്ചുറച്ച ഭാവത്തോടെ, എന്നാൽ ഇതിനകം അവിടെ പരന്ന നിശ്ശബ്ദതയ്ക്കു ഭംഗമേൽക്കാത്ത തരത്തിൽ അയാൾ മൃദുവായി ഉച്ചരിച്ചു.

“നമ്മൾ നൂറ്റമ്പത് പേരാണ് ഇന്ന് കീഴടങ്ങാൻ പോകുന്നത്. നമ്മുടെ പോരാളികളിൽ വലിയൊരു വിഭാഗം ഇതിനകം പല ഒളിത്താവളങ്ങളിലേക്കും മാറിയിട്ടുണ്ട്. അവശേഷിക്കുന്ന കുറച്ചുപേർ നമ്മൾ പടിയിറങ്ങുന്നതോടെ സുരക്ഷിത കേന്ദ്രങ്ങളിലേക്ക് മാറും.”

അവർ അഞ്ചുപേരുടെയും നോട്ടം കനൽ കെട്ടുപോയ ബാബുജിയുടെ കണ്ണുകളിലേക്ക് നീണ്ടു. അല്പ സമയത്തെ മൗനത്തിനുശേഷം അയാൾ പറഞ്ഞു.

“ഈ സന്ധിചെയ്യൽ ചരിത്രത്തിൽ എങ്ങനെ അടയാളപ്പെടുത്തുമെന്ന് അറിയില്ല. ബലൂച് ജനതയുടെ പോരാട്ടവീര്യത്തെ എങ്ങനെ ബാധിക്കുമെന്നും അറിയില്ല. എങ്കിലും ഈ ഒത്തുതീർപ്പിനു പിന്നിൽ, കരാറിനു പിന്നിൽ, ലാഭനഷ്ടങ്ങളുടെ, ഉയർച്ചതാഴ്ചകളുടെ, കോട്ടങ്ങളുടെയും നേട്ടങ്ങളുടെയും അടയാളപ്പെടുത്തലുകൾ ഉണ്ടാകും. ആ അടയാളപ്പെടുത്തലിന്റെ നേർരേഖയിൽ ആശങ്കയുണ്ടെങ്കിലും, എല്ലാം നല്ലനിലയിൽ ഭവിക്കുമെന്ന് കരുതാം.”

ഇനി ഒന്നും പറയാനില്ല എന്ന ഭാവത്തിൽ നവറോസ് ഖാൻ തന്റെ ഇരിപ്പിടം വിട്ട് എഴുന്നേറ്റു. മിണ്ടാതെ എല്ലാം കേട്ടുനിന്ന അവരും പോകാനായി എഴുന്നേറ്റു. അവിടെ നിന്ന് പോകുംമുമ്പ് അവർ ഓരോരുത്തരെയും അയാൾ ആലിംഗനം ചെയ്തു. അവരെ തന്റെ ശരീരത്തോട് ചേർത്തു പിടിക്കുമ്പോൾ, രണ്ട് ശരീരങ്ങളുടെ കൂടിച്ചേരൽ മാത്രമായിരുന്നില്ല; എൺപത്തഞ്ച് വയസ്സ് പിന്നിട്ട ഒരു പിതാവിന്റെ, മാതുലന്റെ വികാര വിചാരങ്ങൾ കൂടിയായിരുന്നു അവർക്ക് കൈമാറിയത്.

കണ്ണുകളിൽ ഊറിക്കൂടിയ ജലകണങ്ങൾ തുടച്ചശേഷം പുതുതായി സംഘടനയിൽ ചേർന്ന അയൂബ് ഖാനെ വിളിച്ച് യാത്രയ്ക്കുള്ള ഒരുക്കങ്ങൾ പൂർത്തിയാക്കാൻ നവ്റോസ് ഖാൻ നിർദ്ദേശിച്ചു.

ഒടുവിൽ, കീഴടങ്ങലിന്റെയും കീഴ്പ്പെടുത്തലിന്റെയും ചരിത്രം ഉറങ്ങുന്ന ആ മലനിരകളിൽ നിന്ന് അവർ താഴ്വാരം ലക്ഷ്യമാക്കി നടന്നു. ജന്മനാ പോരാളികളായ ആ ഗോത്രസമൂഹം ആയുധങ്ങൾ അടിയറവച്ച് സമാധാനത്തിന്റെ നല്ല നാളെകൾക്കായി മലയിറങ്ങി. നവറോസ് ഖാൻ തന്റെ പതിവു വേഷമായ വെള്ള പൈജാമയും കുർത്തയും തലപ്പാവും ധരിച്ച് സമാധാനത്തിന്റെ വെള്ളരിപ്രാവിനെപ്പോലെ മുൻനിരയിലുണ്ടായിരുന്നു.

22 മരുഭൂമികളുടെ ആത്മഭാഷണം

സുരേലാൽ പി

തന്റെ പ്രിയപ്പെട്ടവർ താഴ്‌വരയിലെ മലമടക്കുകളിൽ അപ്രത്യക്ഷരാകുന്നതുവരെ അയൂബ് ഖാനും കൂട്ടരും അവരെ നോക്കിനിന്നു. കേൾക്കാനും കേൾപ്പിക്കാനും അനുസരിക്കാനും ആജ്ഞാപിക്കാനും ആരുമില്ലാത്ത മലകളിൽ നിന്ന് ആയുധങ്ങളുമായി അവരും മറ്റൊരു താഴ്‌വാരം ലക്ഷ്യമാക്കി നടന്നു.

നാല്

സ്വപ്നത്തിന്റെ നടുക്കം വിട്ടുമാറിയിട്ടും ജമാൽ നബി ബലൂചിന്റെ മനസ്സിൽ നിന്ന് ആ സ്ത്രീ വിട്ടകന്നില്ല. ഏതോ അതീന്ദ്രീയ ശക്തിനേടിയ ഉന്മാദിനിയെപ്പോലെ നടന്നുനീങ്ങിയ യുവതി സീനത് സനയെ ഓർമ്മിപ്പിച്ചിരുന്നില്ലേ എന്ന് അവന് തോന്നി. കരളിൽ വെടിയുണ്ട തുളച്ചുകയറിയിട്ടും കനലാളുന്ന കണ്ണുമായി അടിതെറ്റാതെ നടന്നുനീങ്ങിയ അവൾ ജമാൽ നബി ബലൂചിന്റെ ഹൃദയത്തെ വിറങ്ങലിപ്പിച്ചുവെങ്കിലും, ഒരു പ്രത്യാശയുടെ കിരണം എവിടയോ ഉയിർത്തെഴുന്നേൽക്കുന്നുണ്ടെന്ന് അവന് തോന്നി.

ആ സ്വപ്നക്കാഴ്ച ഒന്നുകൂടി മനസ്സിലാവാഹിക്കാൻ അവൻ കണ്ണുകൾ പൂട്ടിയപ്പോഴാണ്, ചെവി തുളച്ചുകയറുന്ന തരത്തിൽ ഹോൺ മുഴങ്ങിയത്. മുറി തുറന്നു പുറത്തിറങ്ങിയ ജമാൽ നബിയെ കണ്ണിൽ കുത്തുന്ന പ്രഭാത കിരണങ്ങളാണ് വരവേറ്റത്. വീണ്ടുംഹോൺ ശബ്ദിക്കുന്നതിനു മുമ്പ് അവൻ ഗേറ്റിനരുകിൽ ചെന്നു. പിക്കപ്പ് വാനിലെ ഡ്രൈവിങ് സീറ്റിൽ ചിരിച്ചുകൊണ്ട് രാജു ഇരിക്കുന്നുണ്ടായിരുന്നു. സലാം പറഞ്ഞ് അഭിവാദ്യം ചെയ്ത രാജുവിന് സലാം മടക്കിക്കൊണ്ട് ജമാൽ നബി ഗേറ്റ് തുറന്നു. മജ്ജനശാലയോടു ചേർത്തു നിർത്തിയ പിക്കപ്പ് വാനിൽ ആടുകൾക്കായി കൊണ്ടുവന്ന ആഹാരാവശിഷ്ടങ്ങൾ നിറച്ച ബക്കറ്റുകൾ ഉണ്ടായിരുന്നു. രാജുവും ജമാലും ചേർന്ന് അവ ഇറക്കിവച്ചു. അതിനിടയിൽ ജമാൽ നബി രാജുവിനോട് ചോദിച്ചു.

"ഇന്നലെ വലിയ സദ്യ ഉണ്ടായിരുന്ന ലക്ഷണം കാണുന്നല്ലോ?"

"അറബാബിന്റെ ബന്ധുക്കളും മറ്റും അബുദാബിയിൽ നിന്ന് വന്നിരുന്നു. വലിയ ആഘോഷമായിരുന്നു. അല്ലെങ്കിലും അവർക്കൊക്കെ എന്നും ആഘോഷം തന്നെയാണല്ലോ. പിന്നെ ബിരിയാണി തിന്നുന്ന

ആടുകളുള്ളതാണ് എന്റെ ഭാഗ്യം. അല്ലെങ്കിൽ ബാക്കി വരുന്ന സാധനങ്ങളൊക്കെ മുനിസിപ്പാലിറ്റിയുടെ കച്ചട ബോക്സിൽ ഞാൻ തന്നെ കൊണ്ടു കളയണമല്ലോ, എത്രയായാലും ആഹാരസാധനങ്ങൾ വലിച്ചെറിയുമ്പോൾ മനസ്സിലൊരു കുത്ത് അനുഭവപ്പെടില്ലേ?" രാജു പറഞ്ഞു നിർത്തി.

ആടുകൾക്ക് തീറ്റയും മറ്റുമായി ഇടയ്ക്കിടെ തോട്ടത്തിൽ എത്താറുള്ള രാജു അല്പനേരം അവിടെ തങ്ങുക പതിവായിരുന്നു. ജമാൽ നബിയുമായി വിശേഷങ്ങൾ പങ്കുവയ്ക്കുകയും, ഒടുവിൽ ആട്ടിൻപാൽ ചേർത്ത കടുപ്പമുള്ള ചായയും കുടിച്ചതിനുശേഷമാണ് രാജു മടങ്ങുക. ആദ്യകാലങ്ങളിൽ ചായ കുടിക്കാൻ തയ്യാറാകാതിരുന്ന രാജുവിനെ ജമാൽ നബി കളിയാക്കുമായിരുന്നു. ശത്രുരാജ്യക്കാരന്റെ ചായ കുടിക്കില്ലേ എന്ന് ചോദിച്ചുകൊണ്ടാണ് തമാശരൂപത്തിലുള്ള കളി യാക്കൽ. അപ്പോഴൊക്കെ ചിരിക്കുകയല്ലാതെ രാജു മറുപടി പറഞ്ഞി രുന്നില്ല. എന്നാൽ തോട്ടത്തിൽ അവൻ വരുമ്പോഴൊക്കെ, ജമാൽ നബി അവനെ ചായകുടിക്കാൻ ക്ഷണിച്ചുകൊണ്ടിരുന്നു. അവൻ കുടിക്കില്ലെ ന്നറിയാമെങ്കിലും ഒരു വാശിപോലെ ജമാൽ നബി അവനെ ക്ഷണിച്ചു കൊണ്ടിരുന്നു.

ഒരു ആചാരംപോലെ ജമാൽ നബിയുടെ ക്ഷണം തുടർന്നപ്പോൾ, ഒരു വല്ലായ്മ രാജുവിനെ പിടികൂടി. ആ വല്ലായ്മയിൽ നിന്ന് സ്വയം പുറത്തുകടക്കുന്നതിനും, ജമാൽ നബിയെ ബോദ്ധ്യപ്പെടുത്തുന്നതിനു മായി ഒരിക്കൽ രാജു പറഞ്ഞു.

"ബായി... ഞാൻ കേരളക്കാരനാണ്. വടക്കേ ഇന്ത്യയിലുള്ളതു പോലെ മതസ്പർദ്ധ കേരളത്തിലില്ല. നമ്മുടെ നാട്ടിൽ ഗുരുദേവനെപ്പോ ലുള്ള മഹത്തുക്കൾ തീണ്ടലിനും തൊട്ടുകൂടായ്മയ്ക്കും മതവൈര ത്തിനുമൊക്കെ എതിരെ പോരാടിയിരുന്നതിനാൽ ഒരുപരിധിവരെ അനാചാരങ്ങൾ ഇല്ലാതാക്കാൻ കഴിഞ്ഞു. പിന്നെ തിരഞ്ഞെടുപ്പിലൂടെ കമ്യൂണിസ്റ്റ് പാർട്ടി അധികാരത്തിൽ വന്ന ആദ്യ നാടാണ് നമ്മുടേത്. അതുകൊണ്ട് മറ്റ് സംസ്ഥാനങ്ങളെ അപേക്ഷിച്ച് കുറെയൊക്കെ സമത്വം നിലനിൽക്കുന്ന സ്ഥലമാണ് എന്റെ കേരളം. അവിടെ ഹിന്ദുക്കളും മുസ്ലീങ്ങളും ക്രിസ്ത്യാനികളുമൊക്കെ ഇടകലർന്നു ജീവിക്കുന്ന ഇടമാണ്. പിന്നെ തീർച്ചയായും പാകിസ്ഥാനോട് എതിർപ്പുണ്ട്. അത് രാഷ്ട്രീയമായ എതിർപ്പാണ്. അവർ അതിർത്തിയിലും ഇന്ത്യൻ മണ്ണിലും നടത്തുന്ന തീവ്രവാദ പ്രവർത്തനങ്ങളോടുള്ള എതിർപ്പാണ്. അത് ഒരിക്കലും പാകിസ്ഥാൻ ജനതയോടുള്ള എതിർപ്പായി കണക്കാക്കരുത്." അല്പം നിർത്തിയ ശേഷം രാജു തുടർന്നു.

"ഞാൻ ചായ കുടിക്കാത്തത്, ഞങ്ങളുടെ നാട്ടിൽ പശുവിന്റെ പാലാണ് ചായയ്ക്ക് ഉപയോഗിക്കുന്നത്. പിന്നെ ഈ ചെമ്മരിയാടിന്റെ ഗന്ധം എനിക്കത്ര പിടിക്കില്ല."

മറുപടിയെന്നോണം ജമാൽ നബി അവനെ കെട്ടിപ്പിടിച്ചു.

"രാജു.... ഞാൻ സീരിയസായി പറയുന്നതല്ല. ഇതൊക്കെ ഒരു തമാശയല്ലേ... പിന്നെ ഒരു കാര്യം - ഇനിയും ഞാൻ ചായകുടിക്കാൻ വിളിക്കും."

ഇരുവരും പൊട്ടിച്ചിരിച്ചുകൊണ്ടാണ് ആ സംഭാഷണം അവസാനിച്ചത്.

ഏറെ നാളുകൾക്കുശേഷം ഒരിക്കൽ തോട്ടത്തിലേക്കുള്ള വളവുമായി എത്തിയ രാജു, അവയൊക്കെ വണ്ടിയിൽ നിന്നിറക്കാൻ ജമാലിനെ സഹായിച്ചു. വളം ഇറക്കിക്കഴിഞ്ഞപ്പോൾ രാജു തളർന്നുകഴിഞ്ഞിരുന്നു. പതിവുപോലെ അന്നും ജമാൽ നബി അവനെ ചായ കുടിക്കാൻ ക്ഷണിച്ചു. രാജു അന്ന് ജമാൽ നബി തയ്യാറാക്കിയ ചായ കുടിച്ചു. അയൽ രാജ്യക്കാരന്റെ കടുപ്പമുള്ള ചായ അവന് ഏറെ ഇഷ്ടപ്പെട്ടു. അതിനുശേഷം തോട്ടത്തിലെത്തുമ്പോഴൊക്കെ ചായ കുടിയും തുടർന്നു.

അന്ന് വിശേഷങ്ങൾ പറയാനോ ചായ കുടിക്കാനോ നിൽക്കാതെ രാജു പെട്ടെന്നുതന്നെ വണ്ടിയുടെ അടുത്തേക്ക് പോയി. ജമാൽ നബി ചോദ്യഭാവത്തിൽ അവനെ നോക്കി. "മാമയേയുംകൊണ്ട് അബുദാബിയിലേക്ക് പോകണം" എന്ന് പറഞ്ഞുകൊണ്ട് രാജു വേഗം അവനോട് യാത്രപറഞ്ഞ് മടങ്ങിപ്പോയി. മുഹമ്മദ് അൽ ഖയ്ത്തിന്റെ വീട്ടു ഡ്രൈവറായ രാജു പൊടിമണ്ണ് പറത്തി വാഹനം അതിവേഗത്തിൽ ഓടിച്ചുപോയി.

സമയം തെറ്റി എഴുന്നേറ്റെങ്കിലും വളരെ പെട്ടെന്നുതന്നെ പതിവ് ജോലികളുടെ താളക്രമത്തിലേക്ക് ജമാൽ നബി ബലൂച് വീണു. ഡീസൽ കൊണ്ട് ഓടുന്ന കുഴൽക്കിണറിലെ പമ്പ് പ്രവർത്തിപ്പിക്കണമെങ്കിൽ, കിണർ പോലുള്ള കുഴിയിൽ ഇറങ്ങണം. ആഴമുള്ള കുഴൽക്കിണറിൽ നിന്ന് വെള്ളം മുകളിലേക്കുയർത്താനുള്ള ശേഷി എഞ്ചിന് ഇല്ലാത്തതുകൊണ്ടാകാം പത്തടിയോളം താഴ്ചയുള്ള കിണർ പോലെയുള്ള കുഴിയിൽ പമ്പ് വച്ചിരിക്കുന്നത്. എന്നാൽ അതിനു പിന്നിൽ മറ്റൊരുപായം കൂടിയില്ലേ എന്ന് അവൻ ശങ്കിച്ചിരുന്നു. പണ്ട് ആൾപ്പാർപ്പില്ലാതിരുന്ന തോട്ടത്തിൽ നിന്ന് യന്ത്രം മോഷണം പോകാൻ സാദ്ധ്യതയുണ്ട്. അതിനാൽ വലിയ താഴ്ചയുള്ള കുഴിയിൽ എഞ്ചിൻ ഉറപ്പിച്ചുകഴിഞ്ഞാൽ മോഷണം നടക്കാനുള്ള സാദ്ധ്യതയും ഇല്ലാതാകും. എന്തായാലും പുതിയ കാലത്ത് ഈ ഡീസൽ എഞ്ചിൻ എടുത്തുകൊണ്ടുപോകാൻ ആരും വരില്ലെന്ന് അവനറിയാം. അതിനാൽ കിണറിൽ ഇറങ്ങാനുള്ള ഏണി ദിനവും എടുത്തുമാറ്റാനും അവൻ തുനിയാറില്ല.

കുഴിയിലിറങ്ങിയ ജമാൽ നബി അവിടെത്തന്നെ കന്നാസിൽ സൂക്ഷിച്ചിരുന്ന ഡീസൽ എഞ്ചിനിൽ ഒഴിച്ചു. ചെറിയ പ്ലാസ്റ്റിക് കയർ കൊണ്ട് അതിന്റെ ചക്രത്തിൽ ചുറ്റിവലിച്ചപ്പോൾ, ഒന്ന് കുലുങ്ങി വിറച്ച് പുക തുപ്പി കട കട ശബ്ദം പുറപ്പെടുവിച്ച് പമ്പ് പ്രവർത്തിച്ചുതുടങ്ങി. കിണറിലെ ഉപ്പു കലർന്ന വെള്ളം, കുഴൽ വഴി സിമന്റ് ടാങ്കിലേക്ക് ചീറ്റി. ടാങ്കിലെ ഓവ് വഴി പുറത്തേക്കൊഴുകിയ വെള്ളം, തോട്ടത്തിൽ നിർമ്മിച്ചിരുന്ന ചെറിയ ചാലുകൾ വഴി ഈന്തപ്പനകളുടെ ചുവട്ടിലെത്തി. നിരനി

രയായി നിൽക്കുന്ന ഈന്തപ്പനകൾക്ക് സമാന്തരമായി നിർമ്മിച്ചിട്ടുള്ള നീർച്ചാലുകളെ ബന്ധിപ്പിച്ചുകൊണ്ട് ഇടയ്ക്കിടെ കുറുകെയും ചാലുകൾ കെട്ടിയിട്ടുണ്ട്. കഷ്ടിച്ച് അരയടിയോളം വീതിയുള്ള ചാലുകളിലൂടെ ഒഴുകിയെത്തുന്ന ജലത്തെ തടയണയായി വച്ചിരിക്കുന്ന തുണികൾ കൊണ്ട് തടഞ്ഞും, ചില കൈവഴികളിലെ തുണികൾ മാറ്റിയും ഈന്തപ്പനകൾക്കുള്ള ജലസേചനം കുറ്റമറ്റതാക്കാൻ തോട്ടത്തിൽ അങ്ങോളമിങ്ങോളം ഓടിനടക്കുകയാണ് ജമാൽ നബി ബലൂച്.

തോട്ടത്തിൽ വൈദ്യുതി എത്താതിരുന്ന കാലത്ത് ഇംഗ്ലണ്ടിൽ നിന്ന് ഇറക്കുമതി ചെയ്ത യന്ത്രമാണ് വലിയ കുഴപ്പങ്ങളൊന്നുമില്ലാതെ ഇപ്പോഴും ഓടുന്നത്. തോട്ടത്തിൽ അവന് താമസിക്കാൻ കൊടുത്ത പഴയ കെട്ടിടത്തിലും പുതുതായി പണിത മജ്ജനശാലയിലുമൊക്കെ വൈദ്യുത പ്രഭ ചൊരിയുമ്പോഴും, എന്തിനു വേണ്ടിയാണ് ആ പഴയ ഡീസൽ എഞ്ചിൻ ഇപ്പോഴും പ്രവർത്തിപ്പിക്കുന്നതെന്ന് അവന് തോന്നിയിട്ടുമുണ്ട്. വല്ലപ്പോഴും എത്തുന്ന തോട്ടം ഉടമയോട് ആ പഴയ പമ്പിന്റെ കാര്യം പറയണമെന്ന് പലവട്ടം വിചാരിച്ചിരുന്നെങ്കിലും, എന്തുകൊണ്ടോ ആ കാര്യം അവൻ സൂചിപ്പിച്ചില്ല. പിന്നെ എപ്പൊഴൊ ആ യന്ത്രത്തോട് അവന് അകാരണമായ ഒരു അടുപ്പം തോന്നി.

എല്ലാ ദിവസവും ആ കിണറിൽ ഇറങ്ങി, അതിന് പ്രവർത്തിക്കാനുള്ള ഇന്ധനം നൽകി, അതിന്റെ ചക്രത്തിൽ കറക്കി ജീവൻ വയ്പ്പിക്കുമ്പോൾ, പറഞ്ഞറിയിക്കാൻ കഴിയാത്ത ഒരു വികാരം അവന് അനുഭവപ്പെട്ടിരുന്നു. ആ എഞ്ചിന് ഓരോ തവണ ജീവൻ നൽകുമ്പോഴും, യന്ത്രത്തെപ്പോലെ ജീവൻ നൽകാൻ കഴിയാത്ത ജീവിതങ്ങൾ അവന്റെ മനസ്സിൽ നിഴൽ വീഴ്ത്തും. അപ്പോഴൊക്കെ അവന്റെ ഓർമ്മകളിൽ ഉമ്മയും സഹോദരനും ദു:ഖത്തോടെ കടന്നുവരും. താൻ കാരണമാണ് അവർ പീഡനമേറ്റ് മരിക്കേണ്ടിവന്നതെന്ന കുറ്റബോധം ജമാൽ നബിയെ മഥിക്കും. അപ്പോൾ അവന്റെ ഹൃദയത്തിന് ഭാരം അനുഭവപ്പെടും. അവന്റെ കണ്ണുകൾ ഈറനാകും.

അന്നത്തെ സ്ഫോടനത്തിനുശേഷം, അന്വേഷണം തങ്ങൾക്കു നേരെ തിരിയുമെന്ന ഘട്ടമെത്തിയപ്പോഴാണ്, നേതൃത്വത്തിന്റെ നിർദ്ദേശാനുസരണം ജമാൽ നബി ബലൂച് നാടുവിട്ടത്. അവൻ ഏറെ ആശങ്കപ്പെട്ടിരുന്ന ആ വാർത്ത, യു എ ഇയിൽ എത്തിയശേഷമുള്ള ആദ്യ പെരുനാൾ ദിനത്തിൽ ജമാൽ നബിയെ തേടിയെത്തുകയും ചെയ്തു.

തിരിച്ചറിയാൻ കഴിയാത്ത തരത്തിൽ വികൃതമാക്കപ്പെട്ട, അജ്ഞാതമാക്കപ്പെട്ട, രണ്ട് ജീവനില്ലാത്ത ശരീരങ്ങൾ ഈദ് ആഘോഷങ്ങൾക്കിടയിൽ റോഡ് പുറമ്പോക്കിൽ ഉറുമ്പരിച്ചു കിടന്നു. അടയാളങ്ങളും സൂചകങ്ങളും വച്ച് മൃതദേഹങ്ങൾ തിരിച്ചറിയാൻ കഴിയുന്നവരുണ്ടാകുമെങ്കിലും, അജ്ഞാത ദേഹത്തിന്റെ അവകാശികളായി ആരും എത്താറില്ല. അഥവാ ആരെങ്കിലും എത്തിയാൽ ഐ എസ് ഐയുടെ ചാരക്കണ്ണുകൾ അവർക്കുനേരെ നീളും. പിന്നെ അവരുടെ പേരാകും

അധികൃതരുടെ കണക്കുപുസ്തകത്തിൽ കാണാതായ വ്യക്തി.

തോട്ടത്തിലെ എല്ലാ വിളകൾക്കും വെള്ളമെത്തിക്കഴിഞ്ഞപ്പോൾ, ജമാൽ നബി ഒരിക്കൽക്കൂടി കുഴൽക്കിണറിലെ പമ്പ് വച്ചിരിക്കുന്ന കുഴിയിൽ ഇറങ്ങി. പലപ്പോഴായി എഞ്ചിനിൽ നിന്ന് ഒലിച്ചിറങ്ങിയതും, അവിടെ വീണതുമായ ഓയിലും ഡീസലും കൂടിച്ചേർന്ന് അവിടമാകെ നനവ് പടർന്നിരുന്നു. എണ്ണ കലർന്ന കൊഴുത്ത മണലിൽ പാതുക മില്ലാതെ നിന്നുകൊണ്ട് ജമാൽ നബി യന്ത്രത്തിന്റെ ജീവൻ കെടുത്തി. യന്ത്രത്തിന്റെ മുരൾച്ച കെട്ടടങ്ങി. ഈ എഞ്ചിന്റെ ചലനവും എന്നെന്നേ ക്കുമായി നിശ്ചലമാക്കുന്ന ഒരു ദിവസം വന്നെത്തും. അന്ന് ഒരു വിദഗ്ദ്ധ യന്ത്രപ്പണിക്കാരനു പോലും അതിന്റെ തകരാറ് പരിഹരിക്കാൻ കഴിഞ്ഞെന്നുവരില്ല. ചേതനയുള്ളതെല്ലാം അചേതനമാകുന്നതുപോലെ ക്രയമായിരുന്നത് ആക്രിയായി മാറും എന്ന ചിന്തയോടെ ജമാൽ നബി ബലൂച് അടുക്കളയിലേക്ക് പോയി.

വെള്ളം ചേർത്ത് നേർപ്പിച്ച ആട്ടിൻ പാൽ തിളച്ചപ്പോൾ, അതിലേക്ക് തേയിലയിട്ടു. പാൽ പതയോടെ പൊങ്ങിവന്നപ്പോൾ, തീയുടെ ശക്തി കുറച്ചു. പതയുടെ മുകളിൽ തങ്ങിനിന്നിരുന്ന തേയിലത്തരികളും പാലിൽ വീണ് ചാഞ്ചാടിക്കൊണ്ടിരുന്നപ്പോൾ, പാൽച്ചായയുടെ നിറത്തിലേക്ക് മാറിക്കൊണ്ടിരുന്നു. ഒടുവിൽ കടുപ്പമുള്ള ചായയിൽ പഞ്ചസാര ചേർത്ത് കപ്പിലേക്ക് പകർന്നു. തലേദിവസം കരുതിവച്ചിരുന്ന റൊട്ടിയും ഒപ്പം മേമ്പൊടിയായി നാലഞ്ച് ഈന്തപ്പഴവും കഴിച്ചു. പ്രഭാത ഭക്ഷണം കഴിച്ചുകൊണ്ടിരുന്നപ്പോൾ, തോട്ടത്തിന്റെ അങ്ങേത്തലയ്ക്കൽനിന്ന് ആടുകളുടെ നിലവിളി ഉയർന്നു. അതോടെ ആടുകൾക്കുള്ള തീറ്റയുമായി ജമാൽ നബി കൂട്ടിലേക്കു പോയി. അവറ്റകൾക്ക് തീറ്റകൊടുത്തും, പ്രത്യേക പരിചരണം വേണ്ടവയെ മാറ്റി നിർത്തിയും, ശുശ്രൂഷയും തലോടലുമൊക്കെ കഴിഞ്ഞതോടെ സമയം പത്ത് കഴിഞ്ഞിരുന്നു.

അതിനുശേഷം കായികാദ്ധ്വാനം വേണ്ട ജോലികളിലേക്ക് ജമാൽ നബി കടന്നു. ഈന്തപ്പനകളെ വെട്ടിയൊരുക്കിയും അവയ്ക്കു തടമെടു ക്കുകയും തടമെടുത്തവയ്ക്ക് വളമിടുകയും ചെയ്തു. ഈ ജോലിക ളൊക്കെ ഒരു പ്രത്യേക താളത്തിൽ ചെയ്തുകൊണ്ടിരിക്കുമ്പോൾ ത്തന്നെ ഉച്ചഭക്ഷണത്തിനുള്ള ഒരുക്കവും അടുക്കള എന്ന ചായ്പിൽ നടന്നുകൊണ്ടിരുന്നു.

ഉച്ചയ്ക്കുള്ള ദുഹർ നിസ്കാരത്തിന് മുമ്പ് ജോലി നിർത്തിയ ജമാൽ നബി നമസ്കാരത്തിനുശേഷം ആഹാരം കഴിച്ച് വീടിന്റെ വരാന്തയിൽ കിടന്ന് അല്പനേരം മയങ്ങി. വീണ്ടും മൂന്ന് മണിക്ക് ജോലി ആരംഭിച്ച അവൻ തോട്ടത്തിൽ കറങ്ങി നടന്ന് ഓരോ ജോലികളിൽ വ്യാപൃതനായി. അങ്ങനെ ആ വലിയ തോട്ടത്തിന്റെ കാവൽക്കാരനായും ജോലിക്കാര നായും വേഷം കെട്ടിയാടുകയാണ് ജമാൽ നബി ബലൂച്.

അന്തിവെയിലിന്റെ അവസാന ശോഭയും ഈന്തപ്പനകളിൽ നിന്ന് അടർന്നു വീണതോടെ, ജമാൽ നബി തന്നിൽ പറ്റിച്ചേർന്നു കിടന്ന

തോട്ടക്കാരന്റെ കുപ്പായം കുടഞ്ഞെറിഞ്ഞു.

പുതിയ വേഷത്തിനുള്ളിലേക്ക് പ്രവേശിച്ച ജമാൽ നബി കിടക്കമുറിയിലെ പെട്ടിയിൽ സൂക്ഷിച്ചിരുന്ന ലാപ്ടോപ്പ് എടുത്തു. തനിക്കു വന്ന എല്ലാ ഇ-മെയിൽ സന്ദേശങ്ങളും വായിച്ചു. മറുപടി അയയ്ക്കേണ്ടതിന് മറുപടി കുറിച്ചു. അവൻ എഴുതിയ സന്ദേശങ്ങൾ വീണ്ടും വായിച്ചു. സമയമെടുത്ത് മാറ്റങ്ങൾ വരുത്തി. ഒരിക്കൽക്കൂടി വായിച്ചതിനുശേഷമാണ് അവയൊക്കെ അയച്ചത്. ഇന്റർനെറ്റിലൂടെ ആഗോള വാർത്തകളും മുഖ്യധാരാ മാധ്യമങ്ങൾ വിഴുങ്ങിയ ബലൂചിസ്ഥാൻ വാർത്തകളും ലേഖനങ്ങളും മറ്റ് വിശകലനങ്ങളും അവൻ വളരെ സൂക്ഷ്മതയോടെ വായിച്ചു. പതിവുപോലെ അന്നും അത്താഴ ഭക്ഷണം കഴിച്ച് കിടക്കുമ്പോൾ സമയം ഏറെ വൈകിയിരുന്നു. തീർത്തു വയ്ക്കാൻ ഇനിയും ഏറെ കാര്യങ്ങൾ ബാക്കിയുണ്ടെന്ന അറിവോടെ ഉറങ്ങാൻ കിടക്കുമ്പോഴും മനസ്സിൽ കണക്കുകൂട്ടലുകൾ തുടർന്നു കൊണ്ടിരുന്നു. ഇതിനിടയിൽ എപ്പോഴെങ്കിലും അവനുവേണ്ടി അവൻ ഉറങ്ങിക്കഴിഞ്ഞിരിക്കും.

അഞ്ച്

റാസൽഖൈമ മുനിസിപ്പാലിറ്റിയുടെ വാഹന പാർക്കിങ് കേന്ദ്ര ത്തിലെ ഷെഡ്ഡിൽ നിർത്തിയിട്ടിരുന്ന ടാങ്കർ ലോറിയിൽ അതിന്റെ ഡ്രൈവറായ അഹമ്മദ് ജാഫിർ അക്ഷമയോടെ കാത്തിരിക്കുകയായി രുന്നു. വണ്ടിയിൽ ക്ലീനറായി ജോലി ചെയ്യുന്ന അലിക്കുട്ടി വരാൻ വൈകി യതോടെ, അവനോട് തോന്നിയ അമർഷം അഹമ്മദ് ജാഫിറിന്റെ മനസ്സിൽ നിന്ന് ശരീരത്തിലേക്ക് വ്യാപിച്ചു. അവൻ സ്റ്റിയറിങ് വീലിൽ ശക്തിയായി അടിച്ചു. അതിനുശേഷം വണ്ടി സ്റ്റാർട്ടാക്കുന്നതിനായി താക്കോൽ പഴുതിൽ ചാവി കടത്താൻ ശ്രമിച്ചു. മനസ്സിൽ അലിക്കുട്ടിയോടുള്ള അമർഷം നുരഞ്ഞുകൊണ്ടിരുന്നതുകൊണ്ടാകണം അവന് താക്കോൽ സൂക്ഷ്മതയോടെ കടത്താൻ കഴിഞ്ഞില്ല. രണ്ടാമത്തെ ശ്രമത്തിൽ കൃത്യത യോടെ തന്നെ താക്കോൽ സുഷിരത്തിലൂടെ ആഴ്ന്നിറങ്ങി. തിടുക്കത്തിൽ വണ്ടി സ്റ്റാർട്ടുചെയ്ത അഹമ്മദ് ജാഫിർ ഒരു അഭ്യാസിയെപ്പോലെ വളരെ വേഗത്തിൽ വാഹനം ഷെഡ്ഡിൽ നിന്ന് പുറത്തേക്കെടുക്കുകയും വളയ്ക്കുകയും മുന്നോട്ടെടുക്കുകയും ബ്രേക്കിടുകയുമൊക്കെ ചെയ്ത പ്പോൾ ടയർ നീരസത്തോടെ നിലത്തുരഞ്ഞ് ശബ്ദമുണ്ടാക്കി. ഇതിനിട യിൽ ഷെഡ്ഡിനടുത്തെത്തിയ അലിക്കുട്ടി ടയറിന്റെ നിലവിളി കേട്ടു. അഹമ്മദ് ജാഫിർ ദേഷ്യത്തിലാണെന്ന് മനസ്സിലാക്കിയ അലിക്കുട്ടി പെട്ടെന്നുതന്നെ വണ്ടിയിൽ കയറി. ഇരുവർക്കുമിടയിൽ രൂപമെടുത്ത നിശ്ശബ്ദതയ്ക്കിടെ അഹമ്മദ് ജാഫിർ ലോറി മുന്നോട്ടെടുത്തു.

പുറത്തെ കാഴ്ചകളിലേക്ക് നോട്ടമുറപ്പിച്ചിരുന്ന അലിക്കുട്ടിയുടെ മനസ്സ് മന്ത്രിച്ചു.

"ഈ ബലൂചിക്ക് ഇന്നെന്തുപറ്റി?"

താൻ വൈകിപ്പോയതിന്റെ കാരണം അലിക്കുട്ടി വണ്ടിയിലിരുന്നു

വ്യക്തമാക്കി. എന്നാൽ അവന്റെ വാക്കുകൾ കേട്ടിട്ടും ഒന്നും പ്രതികരിക്കാതെ, കേട്ടഭാവം നടിക്കാതെ അഹമ്മദ് ജാഫിർ വണ്ടിയോടിച്ചുകൊണ്ടിരുന്നു. താൻ വരാൻ അല്പം വൈകി എന്നതൊഴിച്ചാൽ സാധാരണ വണ്ടിയെടുക്കുന്ന സമയത്തുതന്നെ ഇന്നും വണ്ടി പുറപ്പെടുകയുണ്ടായി എന്ന് അലിക്കുട്ടിക്ക് പറയണമെന്നുണ്ടായിരുന്നു. എന്നാൽ അവൻ സാരഥിയും താൻ സഹായിയുമാണ്. മാത്രമല്ല അവൻ ഇവിടെ ജനിച്ചു വളർന്ന് അറേബ്യൻ വേഷമായ തൗബ് ധരിക്കുന്ന ബലൂചും. താനോ ഇന്ത്യയിലെ കേരളത്തിൽ നിന്ന് തൊഴിൽ തേടിയെത്തിയ കൂലിയും.

ഇന്നും പതിവുപോലെ എഴുന്നേറ്റ അലിക്കുട്ടി അവൻ ഉണ്ടാക്കിയ പുട്ടും ചായയും കഴിച്ചു. പാൻസും ഉടുപ്പും ഒരുമിച്ചു തുന്നിച്ചേർത്ത നീല ഓവർഓൾ യൂണിഫോമും സേഫ്റ്റി ഷൂവും ധരിച്ച് പുറത്തേക്കിറങ്ങാൻ തുടങ്ങുമ്പോഴായിരുന്നു ആ വിളി വന്നത്. രാവിലെ ഫോണിന്റെ ഡിസ്‌പ്ലേയിൽ വീട്ടിലെ നമ്പർ തെളിഞ്ഞപ്പോൾത്തന്നെ അവന്റെ മനസ്സിൽ ആശങ്ക പടർന്നു. രാവിലെ വരുന്ന വിളികൾ പലപ്പോഴും അശുഭ വാർത്തകളുടേതായിരിക്കും എന്നതാണ് കാരണം. പതിവ് തെറ്റാതെ ബന്ധുവിന്റെ മരണവാർത്തയും അറിയിച്ച് അലിക്കുട്ടിയുടെ ഭാര്യ അങ്ങേത്തലയ്ക്കൽ നിൽക്കുന്നു. മരണ വിവരം ആരാഞ്ഞ് അല്പനേരം ഭാര്യയോടു സംസാരിച്ച അലിക്കുട്ടി ഉച്ചയ്ക്കുശേഷം വിളിക്കാമെന്ന് പറഞ്ഞുകൊണ്ട് .ഫോൺ കട്ടു ചെയ്തു.

ബന്ധുവിന്റെ മരണം അലിക്കുട്ടിക്ക് ജോലിക്ക് പോകാതിരിക്കാനുള്ള കാരണമേ ആയിരുന്നില്ല. ആ മരണ വാർത്ത അവന്റെ മനസ്സിൽ അല്പനേരം തങ്ങിനിന്നു. അത്രമാത്രം. അകലം കൂടുമ്പോൾ വാർത്തയുടെ തീവ്രത കുറയുന്നതുപോലെ, അലിക്കുട്ടിയുടെ മനസ്സിൽ മരണ വാർത്ത വരുത്തിയ ശൂന്യത വളരെ പെട്ടെന്ന് നികത്തപ്പെട്ടു. ബന്ധുവിന്റെ ആ മരണത്തിൽ നിന്ന് അനേകം മരണങ്ങളിലേക്ക് അവന്റെ ചിന്ത കടന്നുപോയി. ഈ ഗൾഫ് ജീവിതത്തിനിടയിൽ ഉറ്റ ബന്ധുക്കളുൾപ്പെടെ എത്രയോ പേർ മരണമടഞ്ഞു. എത്രയോ സുഹൃത്തുക്കൾ മൺമറഞ്ഞു. അവരുടെ അന്ത്യോപചാരങ്ങളിലൊന്നും ഭാഗഭാക്കാകാൻ പറ്റാതെ അവരെക്കുറിച്ചുള്ള ഓർമ്മകളിൽപ്പോലും അല്പനേരം സഞ്ചരിക്കാൻ കഴിയാതെ, ഒരു യാന്ത്രിക ജീവിതമാണ് തന്നെപ്പോലുള്ളവർ ഇവിടെ നയിക്കുന്നതെന്ന് അവൻ ഓർത്തു.

ഇതിനിടയിൽ ടാങ്കർ ലോറി ഒരു പ്രാഥമിക ആരോഗ്യകേന്ദ്രത്തിലെ പ്രധാന മന്ദിരത്തിനു പുറകിലെ സെപ്റ്റിക് ടാങ്കിനുസമീപം എത്തിക്കഴിഞ്ഞിരുന്നു. ടാങ്കർ ലോറിയിൽനിന്ന് പുറത്തിറങ്ങിയ അലിക്കുട്ടി കൈ ഉറകൾ ധരിച്ചശേഷം ടാങ്കറിൽ ഘടിപ്പിച്ചിരുന്ന വലിയ കുഴൽ പുറത്തേക്ക് വലിച്ചിട്ടു. അഹമ്മദ് ജാഫിറിനോട് വണ്ടി കുറച്ചുകൂടി അടുപ്പിച്ചിടാൻ അലിക്കുട്ടി ആവശ്യപ്പെട്ടു. അയാൾ വണ്ടി പുറകോട്ടെടുത്ത് സെപ്റ്റിക് ടാങ്കിനരികിലേക്ക് ചേർത്തുനിർത്തി. അലിക്കുട്ടി ടാങ്കർ ലോറിയിലെ കുഴൽ കക്കൂസ് കുഴിയിലേക്കിറക്കി

വയ്ക്കുമ്പോൾ, പതിവുപോലെ ശ്വാസം അടക്കിപ്പിടിച്ചിരുന്നു. ശരീരത്തിനുള്ളിൽ ഞെക്കിപ്പിടിച്ചു വച്ചിരുന്ന ശ്വാസത്തെ സ്വതന്ത്രമാക്കിയശേഷം അവൻ ടാങ്കറിലെ മോട്ടോർ പ്രവർത്തിപ്പിച്ചു. കുഴൽ പിടച്ചുകൊണ്ട് അതിന്റെ പ്രവർത്തനം തുടങ്ങിയപ്പോൾ, സെപ്റ്റിക് ടാങ്കിലെ മനുഷ്യ വിസർജ്ജ്യവും മറ്റും കലങ്ങി ഒന്നുചേർന്ന് ടാങ്കിനുള്ളിൽ വീണുകൊണ്ടിരുന്നു.

നാട്ടിലെ മരണത്തിൽ നിന്ന് മനസ്സിനെ തിരിച്ചെടുത്ത അലിക്കുട്ടി മോട്ടോർ ഓഫാക്കി വണ്ടിയിൽ കയറി. അഹമ്മദ് ജാഫിർ കക്കൂസ് മാലിന്യം നിറഞ്ഞ ടാങ്കർ ലോറി ഷെമൽ ലക്ഷ്യമാക്കി ഓടിച്ചു. പ്രധാന വീഥിയും ഇടറോഡും കടന്ന് ചെറിയ ഉരുളൻ കല്ലുകളും മണലും ചേർന്ന് രൂപമെടുത്ത പാതയിലൂടെ വണ്ടി നീങ്ങിക്കൊണ്ടിരുന്നു. ആ വഴിയിലൂടെ അധികം വാഹനങ്ങളൊന്നും കടന്നുപോകാറില്ല. ഇടയ്ക്കെപ്പോഴെങ്കിലും ഈന്തപ്പനത്തോട്ടങ്ങളിലേക്ക് പോകുന്ന വണ്ടികളാണ് ആ വഴിയെ വല്ലപ്പോഴും ജീവനുള്ളതാക്കി മാറ്റുന്നത്. നിരത്തിനോട് ചേർന്നുനിൽക്കുന്ന മെസ്ക്കോട്ട് മരങ്ങൾ അതിന്റെ ചില്ലകളെ നീട്ടി വഴി തടസ്സപ്പെടുത്താനുള്ള ശ്രമം നടത്തുന്നുണ്ട്.

വലിയ വൃക്ഷമായിത്തീരാനുള്ള മോഹം ചെറുപ്പത്തിലേ ഉപേക്ഷിച്ച, വരൾച്ചയെ അതിജീവിക്കാനുള്ള കരുത്തു നേടിക്കഴിയുമ്പോൾ, കുറ്റിച്ചെടികളായി മാറുന്ന റാസൽഖൈമയിലെ മറ്റ് മെസ്ക്കോട്ട് മരങ്ങളെപ്പോലെയായിരുന്നില്ല ഷെമലിലെ വൃക്ഷങ്ങൾ. അവ ആഴത്തിൽ വേരോടിക്കാതെ തന്നെ ജലം സംഭരിച്ച് തഴച്ചുവളർന്നു.

നിറയെ മഞ്ഞപ്പൂക്കളും തവിട്ടു നിറമുള്ള വിത്തുകളുമായി നിന്ന ഒരു മെസ്ക്കോട്ട് വൃക്ഷത്തിന്റെ ഓരം ചേർത്ത് അഹമ്മദ് ജാഫിർ ടാങ്കർ ലോറി നിർത്തി. രാവിലെ അലിക്കുട്ടിക്കും ജാഫിറിനുമിടയിൽ രൂപമെടുത്തിരുന്ന പിണക്കം മാറിയിരുന്നതിനാൽ, വണ്ടി നിർത്തിയപ്പോൾ തന്നെ അലിക്കുട്ടി വണ്ടിയിൽ നിന്നിറങ്ങി ടാങ്കറിന്റെ ഹോസ് തുറന്നുവച്ചു. മലിനജലം മെസ്ക്കോട്ട് മരങ്ങളുടെ ചുവട്ടിലേക്കൊഴുകി. അലിക്കുട്ടി വാഹനത്തിൽ കയറി. കക്കൂസ് മാലിന്യം ഒഴുക്കിക്കൊണ്ട് ടാങ്കർ ലോറി മുന്നോട്ട് നീങ്ങി.

മലിനജലം പൂർണ്ണമായി ഒഴുക്കിക്കളഞ്ഞശേഷം ടാങ്കർലോറി ഷെമലിലെ ബലൂച് കോളനി ലക്ഷ്യമാക്കി നീങ്ങി. വണ്ടി കോളനിക്ക് സമീപമെത്തിയപ്പോൾ, അലിക്കുട്ടി ചിരിച്ചുകൊണ്ട് അഹമ്മദ് ജാഫിറിനോടായി പറഞ്ഞു.

"ഞാ... ഇതിനുവേണ്ടിയായിരുന്നു അല്ലേ രാവിലെ ധൃതിപിടിച്ചത്."

അഹമ്മദ് ജാഫിർ മറുപടിയെന്നോണം അലിക്കുട്ടിയെ നോക്കി ചിരിച്ചുകൊണ്ട് പറഞ്ഞു.

"വീട്ടിലെ ഗട്ടർ ടാങ്ക് പൊട്ടിയൊലിക്കാൻ തുടങ്ങിയിട്ട് ദിവസങ്ങളായി."

ഇതിനിടയിൽ വാഹനം പ്രധാന നിരത്തിൽ നിന്ന് ഗലിയിലേക്ക്

കടന്നിരുന്നു. സിമന്റ് പാളി അടർന്ന് അറ്റകുറ്റപ്പണികൾക്ക് കാലമായ ഒരു പഴയ വീടിനു സമീപം ടാങ്കർ ലോറി നിന്നു. വീട്ടുവളപ്പിന് പുറത്ത് ഗലിയിൽത്തന്നെ സ്ഥാപിച്ചിട്ടുള്ള കക്കൂസ് കുഴിയിൽ നിന്ന് മാലിന്യം ടാങ്കറിലേക്ക് മാറ്റിക്കൊണ്ടിരുന്നപ്പോൾ, മൂന്ന് വയസ്സ് പ്രായം തോന്നിക്കുന്ന ഒരു കുട്ടി വാഹനത്തിന് സമീപം നിന്നിരുന്ന അഹമ്മദ് ജാഫിറിനടുത്തേക്ക് ഓടിച്ചെന്നു. അവൻ കുഞ്ഞിനെ എടുത്തുയർത്തി ഉമ്മ കൊടുത്തശേഷം നിലത്തുനിർത്തി. ഇതിനിടയിൽ വീടിന്റെ വാതിലിന് പുറത്തും അകത്തും അല്ലെന്ന നിലയിൽ, ഒക്കത്തൊരു കുഞ്ഞുമായി അവന്റെ ഭാര്യ പ്രത്യക്ഷപ്പെട്ടു. അഹമ്മദ് ജാഫിറിന്റെ വീട്ടിൽ ഇതിനു മുൻപും വന്നിട്ടുള്ള അലിക്കുട്ടിയെ നോക്കി അവൾ സലാം ചൊല്ലി. സലാം മടക്കിയ അലിക്കുട്ടി തിരികെ വണ്ടിയിൽ കയറി. മാലിന്യം ശേഖരിക്കാൻ ഒരിക്കൽക്കൂടി പ്രാഥമിക ആരോഗ്യ കേന്ദ്രത്തിൽ പോകേണ്ടതിനാൽ, അഹമ്മദ് ജാഫിർ വളരെ വേഗത്തിൽ ടാങ്കർ ലോറി ഓടിച്ചു. കക്കൂസ് മാലിന്യശുദ്ധീകരണ പ്ലാന്റിനെ ലക്ഷ്യമാക്കി.

ആറ്

ഇടയ്ക്ക് ഇരുണ്ടും പിന്നെ തെളിഞ്ഞും ഒഴുകിക്കൊണ്ടിരുന്ന ഓർമ്മകളിൽ നിന്ന് അയൂബ് ഖാൻ പുറത്തുകടന്നത് 'ബാബ' എന്ന വിളി കേട്ടാണ്. പെട്ടെന്ന് കാറിന്റെ വാതിൽചില്ലിലൂടെ പുറത്തേക്ക് നോക്കിയ അയൂബ് ഖാൻ തന്റെ മകനോട് വണ്ടിയുടെ വേഗത കുറയ്ക്കാൻ ആവശ്യപ്പെട്ടു...

റാസൽഖൈമയിലെ ഒട്ടുമിക്ക ഇടങ്ങളും സുപരിചിതമായിരുന്നെങ്കിലും, സംശയം രൂപംകൊണ്ട മുഖഭാവത്തോടെ അയൂബ് ഖാൻ നിരത്തിന്റെ ഇരുവശങ്ങളിലേക്കും നോക്കി. ആ പ്രദേശങ്ങൾക്കൊക്കെയും ഒരുപാട് മാറ്റം വന്നിട്ടുണ്ടെന്ന് അയാൾക്ക് തോന്നി. പണ്ട് ചൂടരുവിക്കു സമീപം മാത്രമാണ് രണ്ട് കച്ചവടപ്പുരകൾ ഉണ്ടായിരുന്നതെന്ന് അയാൾ ഓർത്തു. ഇപ്പോൾ ഖത്തിലെത്തുന്നതിനു മുമ്പുതന്നെ നിരവധി ഭക്ഷ്യശാലകളും പലചരക്കുകടകളും മറ്റുമൊക്കെ എത്തിയതിനാൽ, സ്ഥലരൂപം തന്നെ മാറിയതായി അയൂബ് ഖാന് തോന്നി.

മെല്ലെ നീങ്ങിക്കൊണ്ടിരുന്ന കാർ ഖത്തിലെ ചൂടരുവിക്ക് സമീപം എത്തിയപ്പോൾ, പ്രധാന വീഥിവിട്ട് ഉരുളൻ കല്ലുകൾ നിറഞ്ഞ മറ്റൊരു വഴിയിലൂടെ പോകാൻ അയൂബ് ഖാൻ മകനോട് ആവശ്യപ്പെട്ടു. അവരുടെ വാഹനം അതുവഴി ഉള്ളിലേക്ക് ചെന്നപ്പോൾ, കമ്പിവേലികൾ കൊണ്ട് അതിരുകൾ തീർത്ത ചെറുതും വലുതുമായ നിരവധി ഈന്തപ്പന തോട്ടങ്ങൾ ദൃശ്യമായി. തോട്ടങ്ങൾക്കിടയിലെ വെളിമ്പ്രദേശത്തെ മണൽപ്പരപ്പിലൂടെ കാർ മെല്ലെ നീങ്ങിക്കൊണ്ടിരുന്നു. ആ മണൽപ്പാതയിൽ വാഹനങ്ങൾ വീഴ്ത്തിയ രണ്ട് സമാന്തര രേഖകൾ ഒരു വഴിവെളിച്ചമായി അയൂബ് ഖാന് തോന്നി. ആ രേഖയിലൂടെ നീങ്ങിയ അവരുടെ വണ്ടി ചെന്നുനിന്നത് ഒരു വലിയ ഗേറ്റ് വഴിമുടക്കിനിന്ന തോട്ടത്തിന് മുന്നിലായിരുന്നു.

കരീം ഖാൻ കാറിന്റെ ഹോൺ നീട്ടി മുഴക്കി. ഇതിനിടയിൽ അയൂബ് ഖാൻ കാറിൽ നിന്ന് പുറത്തിറങ്ങിക്കഴിഞ്ഞിരുന്നു. ഏറെ സമയം വണ്ടിയിലിരുന്നതുകൊണ്ടും, നടക്കാൻ ബുദ്ധിമുട്ട് നേരിടുന്നതിനാലുമാകണം പുറത്തിറങ്ങിയ അയൂബ് ഖാൻ കാറിൽ അല്പനേരം ചാരിനിന്നു. അപ്പോഴേക്കും കരയുന്ന ശബ്ദത്തോടെ തോട്ടത്തിലെ ഗേറ്റ് അകത്തേക്ക് തുറക്കപ്പെട്ടു. ഗേറ്റ് തുറന്നുകൊടുത്ത യുവാവിനെ അയൂബ് ഖാൻ സൂക്ഷിച്ചു നോക്കി. അവനെ ഇതിനുമുമ്പ് എവിടെയോ വച്ച് കണ്ടിട്ടുള്ളതുപോലെ അയാൾക്ക് തോന്നി. പക്ഷേ, എവിടെ വച്ചാണെന്ന് ഓർക്കാൻ ശ്രമിച്ചെങ്കിലും അതിനു കഴിഞ്ഞില്ല. വേണ്ടത്ര വെള്ളവും വെളിച്ചവും വളവും കിട്ടാത്ത മരത്തിലെ ശുഷ്കിച്ച ഫലത്തെപ്പോലെ തോന്നിച്ച യുവാവിൽ അല്പനേരം അയാളുടെ നോട്ടം തറച്ചുനിന്നു.

ആ കാഴ്ചയെ മറച്ചുകൊണ്ട് ജമാൽ നബി ബലൂച് അവിടേക്ക് ചെന്നു. ആറടിയോളം ഉയരമുള്ള ജമാൽ നബി ബലൂച് അയൂബ് ഖാന് സലാം കൊടുത്ത് ആലിംഗനം ചെയ്തു. സായാഹ്ന കിരണമേറ്റ ജമാൽ നബിയുടെ ഗോതമ്പുവർണ്ണ മുഖം കൂടുതൽ തിളക്കമുള്ളതായി മാറി. കറുപ്പുകലർന്ന ചെമ്പ് നിറത്തോടെയുള്ള കണ്ണുകളും, വെട്ടി ഒതുക്കിയ താടിയും അവന് കൂടുതൽ ഭംഗിയേകി.

അപ്പോഴും കാറിനുള്ളിലെ ഡ്രൈവിങ് സീറ്റിൽ ഇരിക്കുകയായിരുന്ന കരീം ഖാനെ ചൂണ്ടിക്കാണിച്ചുകൊണ്ട് അയാൾ പറഞ്ഞു.

“ഇത് മകനാണ്. കരീം ഖാൻ.”

ജമാൽ നബി ചിരിച്ചുകൊണ്ട്, കൈ ഉയർത്തി സലാം കൊടുത്തു. കൈ ഉയർത്തി സലാം മടക്കിയ കരീം ഖാന്റെ കാറിന്റെ വാതിൽ ചില്ല് താഴ്ത്തി ഹസ്തദാനത്തിനുവേണ്ടി കൈനീട്ടി. ചില്ല് താഴ്ത്തിയപ്പോൾ രൂപപ്പെട്ട ദ്വാരത്തിലൂടെ കൈ അകത്തേക്കിട്ട ജമാൽ നബി സൗഹൃദസൂചകമായി അവന്റെ കൈപിടിച്ച് കുലുക്കിക്കൊണ്ട് അല്പനേരം നിന്നു. അതിനുശേഷം ജമാൽ നബി ബലൂച്, അയൂബ് ഖാനെയും കൂട്ടി ഗേറ്റു കടന്ന് അകത്തേക്ക് പോയി. അപ്പോൾ അവർ ഇരുവരും ഒന്നും സംസാരിച്ചിരുന്നില്ല.

ഒരു കട്ടിലിന്റെ ആഡംബരം മാത്രമുള്ള ആ മുറിയിൽ ഇരിക്കാൻ ഒരു കസേരപോലും ഉണ്ടായിരുന്നില്ല. അയൂബ് ഖാനോട് കിടക്ക ചൂണ്ടിക്കാണിച്ചുകൊണ്ട് ഇരിക്കാൻ പറഞ്ഞശേഷം ജമാൽ നബി അടുക്കളയിലേക്ക് പോയി. പെട്ടെന്നുതന്നെ തിരികെവന്ന ജമാൽ നബി അയാൾക്കരികിലായി കിടക്കയിൽ ഇരുന്നു.

അവർക്കിടയിൽ അറിയാനും അറിയിക്കാനും ഒരുപാട് കാര്യങ്ങൾ ഉണ്ടായിരുന്നെങ്കിലും, അവർ ഒന്നും സംസാരിച്ചില്ല. ഇതിനിടയിൽ മുഹമ്മദ് കൊണ്ടുവന്നു കൊടുത്ത ചായ ഇരുവരും അല്പാല്പമായി കുടിക്കുന്നതിനിടെ അയൂബ് ഖാൻ ചോദിച്ചു. “ചായ കൊണ്ടുവന്ന പയ്യൻ ഏതാ?”

“അതാണ് മുഹമ്മദ്”

ഒരുചെറിയ ചോദ്യത്തിന് അതിലും ചെറിയ ഉത്തരം നൽകിയ ജമാൽ നബി അവനെക്കുറിച്ച് കൂടുതൽ എന്തെങ്കിലും പറയാൻ തയ്യാറായില്ല.

സത്യത്തിൽ അവനെക്കുറിച്ചറിയാനുള്ള ജിജ്ഞാസ ഉണ്ടായിരുന്നെങ്കിലും, അപ്പോൾ ആ ചോദ്യം ചോദിച്ചതിനു പിന്നിൽ കുറച്ചു നേരമായി തുടരുന്ന നിശ്ശബ്ദതയെ മറികടക്കാനുള്ള ശ്രമംകൂടി അയൂബ് ഖാന്റെ ചോദ്യത്തിന് പിന്നിലുണ്ടായിരുന്നു.

അയൂബ് ഖാന്റെ മനസ്സിൽ ജമാൽ നബിയുടെ മറുപടി ഒരിക്കൽക്കൂടി തെളിഞ്ഞു. അയാളുടെ ചോദ്യത്തിനുത്തരമായി മുഹമ്മദ് എന്ന നാമം മാത്രമല്ല ജമാൽ നബി പറഞ്ഞത്. “അതാണ് മുഹമ്മദ്” എന്നായിരുന്നു പറഞ്ഞത്. തീർച്ചയായും ഒരു സാമാന്യലിംഗമായിട്ടായിരുന്നില്ല അത് എന്ന പ്രയോഗം. അതാണ് എന്ന ശബ്ദം അകലത്തുള്ള എന്തിനെയൊക്കെയോ സൂചിപ്പിക്കുന്നതായി അയൂബ് ഖാന് തോന്നി. ആ തോന്നലിൽ നിന്ന് ഉണരുമ്പോൾ പെൻഡ്രൈവിന്റെ ഓർമ്മ തെളിഞ്ഞു വന്നു.

അയൂബ് ഖാൻ തന്റെ കുർത്തയുടെ പോക്കറ്റിൽ സൂക്ഷിച്ചിരുന്ന പെൻഡ്രൈവ് ജമാൽ നബിയെ ഏൽപ്പിച്ചു. തന്റെ യാത്രയുടെ ഉദ്ദേശ്യം പൂർത്തിയാക്കിയ അയൂബ് ഖാന്റെ നോട്ടം മെല്ലെ പുറത്തേക്കു നീണ്ടു. വീടിന്റെ വരാന്തവിട്ട് അകത്തേക്കു കയറാൻ മടിച്ചു നിൽക്കുന്ന മുഹമ്മദിനെപ്പോലെ, കോലായിൽ ചരിഞ്ഞിറങ്ങിയ പ്രകാശകിരണങ്ങളും മുറിക്കുള്ളിൽ കടക്കാൻ മടികാണിക്കുകയാണെന്ന് അയൂബ് ഖാന് തോന്നി. മങ്ങിക്കൊണ്ടിരുന്ന ആ വെളിച്ചത്തെ നോക്കിയിരിക്കുമ്പോൾ അയൂബ് ഖാന്റെ ചിന്തയിലേക്ക് നവറോസ് ഖാന്റെ ഓർമ്മകൾ ഒരിക്കൽക്കൂടി കടന്നുചെന്നു.

അന്ന് നവാബ് നവ്റോസ് ഖാനും കൂട്ടരും പട്ടാളത്തിനു മുന്നിൽ കീഴടങ്ങിയതോടെ, വലിയ സാദ്ധ്യതയാണ് അടച്ചു കളഞ്ഞത്. ഒരു തുടർച്ചയെന്നോണം തന്റെ പിൻഗാമികളിലൂടെ പുതിയ പോർമുഖം തുറക്കാനുള്ള അവസരം അദ്ദേഹം ഇല്ലാതാക്കിയെന്നു മാത്രമല്ല, പ്രധാന നേതാക്കളുൾപ്പെടെയുള്ളവരുടെ കീഴടങ്ങലിലൂടെ സംഘടനതന്നെ ശിഥിലമാകുകയും ചെയ്തു. നവ്റോസ് ഖാനും സംഘവും കീഴടങ്ങുമ്പോഴും ആയിരത്തോളം പോരാളികൾ ബലൂചിസ്ഥാനിലെ വിവിധ സ്ഥലങ്ങളിൽ ഉണ്ടായിരുന്നു. പക്ഷേ, അവരെയൊക്കെ കൂടെനിർത്താനും ആക്രമണങ്ങൾ സംഘടിപ്പിക്കുന്നതിനും ഏകോപിപ്പിക്കുന്നതിനുമൊന്നും ഒരു നേതാവും ഇല്ലാതെപോയി. ക്രമേണ ആ അംഗങ്ങളൊക്കെ ചിതറിപ്പോകുകയും ചെയ്തു.

തന്നോടുതന്നെ സംസാരിക്കുന്നതുപോലെയുള്ള അയൂബ് ഖാന്റെ പിറുപിറുക്കൽ ശ്രദ്ധിച്ച ജമാൽ നബി ചോദിച്ചു.

“എന്താ വിഷയം.”

ജമാൽ നബിയുടെ ചോദ്യം കേട്ട അയൂബ് ഖാൻ ചിരിച്ചു. പിന്നെ

മെല്ലെ പറഞ്ഞു.

"വിഷയമൊന്നുമില്ല. ചില വിഷമങ്ങളാണ്."

ഒന്നു നിർത്തിയശേഷം –

"ഞാൻ ഇങ്ങോട്ടു വരുമ്പോൾ, ബാബുജിയെക്കുറിച്ചായിരുന്നു ചിന്ത."

ഓർത്തെടുത്ത് പറയാനുള്ള തയ്യാറെടുപ്പെന്നപോലെ അയൂബ് ഖാൻ അല്പനേരം മിണ്ടാതിരുന്നു.

"ബലൂചിസ്ഥാനിലെ വിവിധ സംസ്ഥാനങ്ങൾ പിരിച്ചുവിട്ടുകൊണ്ട് 'വൺ യൂണിറ്റ്' നയം പാകിസ്ഥാൻ സർക്കാർ നടപ്പിലാക്കിയതോടെയാണ് നവാബിന്റെ നേതൃത്വത്തിൽ വീണ്ടും ശക്തമായ പ്രതിഷേധമുണ്ടായത്. പ്രതിഷേധം പടിപടിയായി വളരുകയും ഒടുവിൽ ഒളിപ്പോരിലേക്കും മറ്റും മാറുകയും ചെയ്തു."

ജമാൽ നബി തന്റെ വാക്കുകൾ ശ്രദ്ധയോടെ കേൾക്കുന്നുണ്ടെന്ന് മനസ്സിലാക്കിയ അയൂബ് ഖാൻ തുടർന്നു.

"സത്യത്തിൽ രാജകുമാരനായ കരീം ഖാനാണ് എന്റെ നായകൻ. അദ്ദേഹം ഐക്യ ബലൂചിസ്ഥാൻ എന്ന സ്വതന്ത്രരാജ്യമാണ് സ്വപ്നം കണ്ടിരുന്നത്. അതിനുവേണ്ടി അദ്ദേഹം പാകിസ്ഥാൻ ഭരണകൂടത്തിനെതിരെ നിരന്തരം ഒളിപ്പോർ യുദ്ധങ്ങൾ നടത്തി. ഒടുവിൽ സഹോദരന്റെ സമ്മർദ്ദത്താലാണ് പട്ടാളത്തിനു മുന്നിൽ കീഴടങ്ങിയതും ജയിലിൽപ്പോകേണ്ടി വന്നതും.

അല്പനേരത്തെ മൗനത്തിനുശേഷം അയൂബ് ഖാൻ ജമാൽ നബിയെ നോക്കി പറഞ്ഞു.

"എന്റെ മകന് കരീം ഖാൻ എന്ന പേരിട്ടതു തന്നെ ഞങ്ങളുടെ രാജകുമാരന്റെ ഓർമ്മ നിലനിർത്താനായിരുന്നു."

ഇങ്ങനെ പറഞ്ഞു നിർത്തുമ്പോൾ, അയൂബ് ഖാന്റെ മുഖത്ത് പറഞ്ഞറിയിക്കാൻ കഴിയാത്ത വികാരങ്ങൾ മിന്നിമറഞ്ഞു.

ഈ സായാഹ്ന കിരണങ്ങൾ ഇനി അധിക സമയം ഉണ്ടാകില്ലെന്ന അറിവോടെ അയൂബ് ഖാൻ കിടക്കയിൽ നിന്ന് എഴുന്നേറ്റു. ഒപ്പം എഴുന്നേറ്റ ജമാൽ നബി അയാളെ ഒരിക്കൽക്കൂടി കെട്ടിപ്പിടിച്ച് ആശ്ലേഷിച്ചുകൊണ്ട് ഉരുവിട്ടു.

"ഈ സന്ധ്യ മറയുകതന്നെ ചെയ്യും. നാളെ നമുക്കു വേണ്ടി നല്ലൊരു പ്രഭാതം ഉണരുക തന്നെ ചെയ്യും."

ആ വാക്കുകളിലെ ആർജ്ജവം ഏറ്റുവാങ്ങി അയൂബ് ഖാൻ സാവകാശം ഗേറ്റിനരുകിലേക്ക് നടന്നു. നടക്കുന്നതിനിടെ അയാൾ വീണ്ടും മുഹമ്മദിനെ നോക്കി. മുഹമ്മദ് അയാളെയും നോക്കി. അവരുടെ കണ്ണുകൾ പരസ്പരം അറിഞ്ഞു.

ഏഴ്

ശീതീകരണയന്ത്രം ചെറിയമുഴക്കത്തോടെ പ്രവർത്തിച്ചുകൊണ്ടിരുന്നു. യന്ത്രം മുറിയിലേക്കൊഴുക്കിയ തണുത്ത കാറ്റേറ്റുകൊണ്ട് ജമാൽ നബി ബലൂച് കിടന്നു. ശൂന്യമായിരുന്ന അവന്റെ മനസ്സിലേക്ക് ഹിംഗോൾ നദി ഒഴുകി. മഴ മാറിനിൽക്കുമ്പോൾ ഒഴുക്കില്ലാതെ, വെള്ളമില്ലാതെ, ചിലപ്പോഴൊക്കെ അവിടവിടെ കെട്ടിനിൽക്കുന്ന ചെറു കുളങ്ങളായി മാറുന്ന ബലൂചിസ്ഥാനിലെ നദികളിൽ നിന്ന് വ്യത്യസ്തമായി വർഷം മുഴുവൻ പ്രവഹിക്കുന്ന ഹിംഗോൾ നദി ഒഴുകിപ്പരക്കുന്നത് അവൻ ദർശിച്ചു. ഉയർന്ന പാറക്കൂട്ടങ്ങൾക്കിടയിലൂടെ വളഞ്ഞു പുളഞ്ഞൊഴുകിയിറങ്ങി ഹിംഗോൾ താഴ്‌വരയെ പുഷ്ടിയുള്ളതാക്കി മാറ്റിയും, അഞ്ഞൂറ്റി അറുപത് കിലോമീറ്ററോളം ദൈർഘ്യം വരുന്ന തന്റെ ഇരുകരകളേയും ഉർവ്വരമാക്കിയ നിർവൃതിയോടെ ഹിംഗോൾ നദി അറബിക്കടലിൽ ചേരുന്നത് അവൻ കണ്ടു. ഇപ്പോഴും ഒരു കടവിലും കടലിലും എത്തിച്ചേരാൻ കഴിയാതെ ഒഴുകിക്കൊണ്ടേയിരിക്കുന്ന തങ്ങളുടെ അവസ്ഥയെക്കുറിച്ച് ഒരു നിമിഷം അവന്റെ ചിന്ത കടന്നുപോയി. ഉത്തരം കണ്ടെത്താൻ കഴിയാതെ വിചാരപ്പെട്ട് നിൽക്കുമ്പോഴാണ്, അല്പംമുമ്പ് അയൂബ് ഖാൻ തുറന്നുവിട്ട ചോദ്യങ്ങളും പ്രസ്താവങ്ങളും അതിലെ ശരിതെറ്റുകളുമൊക്കെ അവന്റെ മനസ്സിലേക്ക് കടന്നുചെന്നത്. നവാബ് നവ്റോസ് ഖാനെയും പ്രിൻസ് അബ്ദുൽ കരീം ഖാനെയുമൊക്കെ തന്റേതായ കാഴ്ചപ്പാടിൽ നോക്കിക്കാണാനും വിലയിരുത്താനുമാണ് ആ വൃദ്ധമനസ്സ് ശ്രമിച്ചിരുന്നതെന്ന് അവൻ ഓർത്തു.

കലാത്ത് ഒരു രാജ്യമായി തുടരുകയും അതിന്റെ രാജാവായി തന്റെ കുടുംബം വാഴുകയും ചെയ്തിരുന്നപ്പോൾ കരീം ഖാന് പ്രശ്നമില്ലായിരുന്നു. അന്നൊന്നും ജനങ്ങളുടെ ദേശീയബോധത്തെക്കുറിച്ചോ ഐക്യബോധത്തെക്കുറിച്ചോ അയാൾ ചിന്തിച്ചിരുന്നില്ല; ഓർത്തിരുന്നില്ല. മറിച്ച്

പാകിസ്ഥാൻ ഭരണകൂടം കരാറിലേർപ്പെടാൻ പറഞ്ഞപ്പോഴാണ് അദ്ദേഹത്തിന് സ്വതന്ത്ര ഐക്യബലൂചിസ്ഥാൻ എന്ന ബോധം ഉണർന്നത്. എല്ലാം ഓരോരോ താല്പര്യങ്ങളായിരുന്നു. അത്തരം താല്പര്യങ്ങളാണ് അവരെയൊക്കെ നയിച്ചിരുന്നത്. ചരിത്രം പരിശോധിക്കുമ്പോൾ, നവ്റോസ് ഖാനിലും അത്തരം താല്പര്യങ്ങൾ പ്രകടമായിരുന്നുവെന്ന് കാണാൻ കഴിയും. എന്നാൽ ആർക്കും പ്രത്യേക ഇഷ്ടങ്ങൾ തോന്നാതിരുന്ന, ബലൂചിസ്ഥാന്റെ ആദിമ ചരിത്രത്തെക്കുറിച്ച് ജമാൽ നബി ചിന്തിച്ചു.

കളിമണ്ണുകൊണ്ട് പാത്രങ്ങളുണ്ടാക്കിയും ഉഷ്ണമേഖലകളിലെ ആഴമില്ലാത്ത വെള്ളത്തിൽ കാണുന്ന കടൽ ഒച്ചുകളുടെ പുറംതോടുകൾ കൊണ്ട് തിളക്കമുള്ള ആഭരണങ്ങളും റോക്ക് ഫോസ്ഫേറ്റുകൊണ്ട് ആയുധങ്ങളും ഉണ്ടാക്കിയിരുന്ന പാലിയോലിത്തികാലഘട്ടം കടന്ന് വെങ്കലയുഗത്തോടെ ബലൂചിസ്ഥാൻ ഏറെ മുന്നോട്ടുപോയി. സിന്ധു നദീതട നാഗരികതയുടെ പടിഞ്ഞാറെ ഭാഗത്ത് സ്ഥിതി ചെയ്തിരുന്ന ബലൂചിസ്ഥാനിൽ, ജലവിതരണ സംവിധാനമുള്ള, ചുട്ടുപഴുത്ത ഇഷ്ടികകൾ കൊണ്ട് നിർമ്മിച്ച വീടുകളുണ്ടായിരുന്നു. ആ കെട്ടിടങ്ങൾക്കുള്ളിൽ അവർ സുരക്ഷിതരായിരുന്നു. മൺമറഞ്ഞ സിന്ധു നദീതട സംസ്കാരത്തിനു മുകളിൽ ദ്രാവിഡ ഭാഷയായ ബ്രഹൂയി സംസാരിക്കുന്ന ഗോത്ര സംഘങ്ങളും ബലൂചിസ്ഥാനിലെ പർവ്വതങ്ങളുടെ താഴ്വരകളിൽ താമസമുറപ്പിച്ചിരുന്നു. ഏതോ കാലഘട്ടത്തിൽ എന്തോ അജ്ഞാത കാരണത്താൽ ദക്ഷിണേന്ത്യയിൽ നിന്ന് പലായനം ചെയ്ത ഒരുകൂട്ടം ആൾക്കാരായിരുന്നു അവർ. ആ മലമടക്കുകളിൽ താമസമുറപ്പിച്ച ദ്രാവിഡ സംഘം പ്രദേശവാസികളുമായി യോജിച്ചു ജീവിച്ചു. അങ്ങനെയാണ് അവിടെ ദ്രാവിഡ ഭാഷ ഉദയംകൊണ്ടതെന്ന അനുമാനത്തിൽ വിശ്വസിച്ചുകൊണ്ട് ജമാൽ നബിയുടെ ചിന്തകൾ നീണ്ടു.

ഗ്രീക്കുകാർക്കെതിരെയുള്ള യുദ്ധത്തിൽ മൗര്യ സാമ്രാജ്യം വിജയിച്ചതോടെ അവരായി പിന്നെ ബലൂചിസ്ഥാനിലെ അധികാരിവർഗ്ഗം. നൂറ്റാണ്ടുകൾ പിന്നിട്ടപ്പോൾ, അറബ് സൈന്യം ബലൂചിസ്ഥാനിൽ അധിനിവേശം നടത്തി അവിടെ ഇസ്ലാം മതം കൊണ്ടുവന്നു. കീഴ്പ്പെടുത്താൻ ഭൂപ്രദേശങ്ങൾ മുന്നിലുണ്ടായിരുന്നതിനാൽ, അറബ് സൈന്യം ബലൂചിസ്ഥാനിൽ അർദ്ധ സ്വതന്ത്ര ഗോത്രഭരണ സമ്പ്രദായം നടപ്പിലാക്കി. പതിനേഴാം നൂറ്റാണ്ടോടുകൂടി കലാത്തിൽ അഹമ്മദ് സായ് ബലൂച് ഗോത്രമാണ് ബലൂചിസ്ഥാനിൽ ആധിപത്യം പുലർത്തിയിരുന്നത്. പിന്നെയും പോരാട്ടവും തേരോട്ടവും കടന്നുകയറ്റവുമൊക്കെ ഉണ്ടായി.

ബോളൻ ചുരത്തിലൂടെ കടന്നുകയറുന്നവരുമായി ബലൂച് ഗോത്ര സംഘങ്ങൾ നടത്തുന്ന ചെറുത്തുനിൽപ്പിന്റെ കാഴ്ചകൾ കണ്ടുകൊണ്ടിരിക്കുമ്പോൾ, ജമാൽ നബി ബലൂചിന്റെ മനസ്സ് ചരിത്രത്തിൽ നിന്ന് അടർന്ന് ഉറക്കത്തിലേക്ക് വീണു.

എട്ട്

വരാന്തയിലെ കയറ്റുകട്ടിലിൽ മുഹമ്മദ് ഇരുന്നു. വിളവെടുപ്പു കഴിഞ്ഞ ഈന്തപ്പനകൾക്കിടയിലൂടെ ഇടയ്ക്കിടെ കടന്നെത്തിയ നേർത്ത തണുത്ത കാറ്റ് അവനെ തലോടി കടന്നുപൊയ്ക്കൊണ്ടിരുന്നു. ആ ഇളം കാറ്റിന്റെ തഴുകലിൽ അവന്റെ കണ്ണുകൾ ചിമ്മിയടഞ്ഞു. വെളിച്ചത്തിൽ തെളിയുന്ന കാഴ്ചകളേക്കാൾ എത്രയോ നല്ലതാണ് അന്ധകാരം നൽകുന്ന ശൂന്യതയെന്ന് അവനു തോന്നി.

അടഞ്ഞ കണ്ണുകൾ തുറക്കാൻ ശ്രമിക്കാതെ മുഹമ്മദ് കട്ടിലിൽ കിടന്നു. കട്ടിലിന്റെ ഈടുംപാവുമായിരുന്ന കയർ വലിഞ്ഞു താണു. അത് ഞരങ്ങി. കട്ടിൽപ്പടിയിലും കയറിലും അലിഞ്ഞുചേർന്നിരുന്ന മണം അവന്റെ മൂക്കിൽ തുളച്ചുകയറി. കടുകെണ്ണയും മനുഷ്യ വിയർപ്പും മണ്ണും കൂടിക്കലർന്ന ഒരു പ്രത്യേക ഗന്ധം അവന് അനുഭവപ്പെട്ടു. ഇവിടെ പണിയെടുക്കാനെത്തിയിട്ടുള്ള എത്രയോ മനുഷ്യരുടെ ചൂടും ചൂരും ഏറ്റുവാങ്ങിയിട്ടുള്ള കട്ടിൽ, ഇപ്പോൾ എന്റെ വാടയും ഏറ്റുവാങ്ങുന്നു.

ഓരോ ഗന്ധവും ഓരോ സ്മരണകളായാണ് തന്നിൽ നിറയുന്നതെന്ന് മുഹമ്മദ് ഓർത്തു. ദീർഘശ്വാസത്തോടെ, ഒരിക്കൽക്കൂടി ആസ്വദിക്കണമെന്ന തോന്നലോടെ ഉള്ളിലേക്ക് വലിച്ചു കയറ്റാൻ പറ്റിയ ഏതെങ്കിലും ഗന്ധം പിന്നിട്ട വഴികളിലെവിടെയെങ്കിലും തന്നെ ഉണർത്തിയിട്ടുണ്ടോ എന്ന് അവൻ ചിന്തിച്ചു. ഒന്നുമില്ലെന്ന തിരിച്ചറിവോടെ മുഹമ്മദ് തന്റെ അമ്മയെക്കുറിച്ചോർത്തു. ആ അമ്മയുടെ മണം എങ്ങനെ ആയിരിക്കുമെന്ന് ചിന്തിച്ചു. അടുക്കളയിലെ പുകയുടെയും കറികളുടെയും എണ്ണയുടെയും വാട ഏറ്റുവാങ്ങുന്ന ശരീരം എത്തരത്തിലുള്ള ഗന്ധമാകും പരത്തുന്നതെന്ന് അവൻ ചിന്തിച്ചുനോക്കി. എന്നാൽ ഒരിക്കലും പിടികൊടുക്കാത്ത മണമായി അത് അകലെത്തന്നെ നിന്നു.

ഇതിനകം തന്നിൽനിന്ന് കൊഴിഞ്ഞുപോയതും ദീർഘങ്ങളായ മറവിയിലേക്കു മറഞ്ഞുപോയതുമായ മണത്തെക്കുറിച്ചും, മുഹമ്മദ് വൃഥാ ചിന്തിച്ചുപോയി. എന്നാൽ വിസ്മരിക്കാൻ ശ്രമിച്ചുകൊണ്ടിരുന്ന, പാതാളപ്പടിയോളം ആഴത്തിൽ കുഴിച്ചിട്ടിരുന്ന ആ ഗന്ധം പെട്ടെന്ന് ഭൂമി തുരന്ന് നാസാരന്ധ്രത്തിലേക്ക് തുളച്ചുകയറുന്നതായി അവന് അനുഭവപ്പെട്ടു. മുഹമ്മദ് അസ്വസ്ഥതയോടെ കണ്ണുകൾ ഇറുക്കി അടച്ചു. അപ്പോഴേക്കും മനസ്സിലെ ശവക്കുഴി പൊളിച്ച്, ആ ജീർണ്ണിച്ച വായു അവിടമാകെ പരന്നു കഴിഞ്ഞിരുന്നു. അവന്റെ നാസിക അസ്വാസ്ഥ്യത്തോടെ വിടർന്നു. കടുകെണ്ണയുടെ ഗന്ധത്തിനും അപ്പുറം, ആ കെട്ട മണം അവൻ അനുഭവിച്ചു. അത്തറും വിയർപ്പും അലിഞ്ഞുചേർന്ന ആ പ്രത്യേക ഗന്ധം അബ്ദുള്ള ഈസ അൽ സാദിയുടേതാണെന്ന് അവൻ ഓർത്തു. തൗബ് ഊരിമാറ്റിയ, അടിവസ്ത്രങ്ങൾ അഴിച്ചുകളഞ്ഞ അയാളുടെ നഗ്ന ശരീരത്തോട് ചേർത്തു നിർത്തുമ്പോൾ, അബ്ദുള്ള ഈസ അൽ സാദിയിൽ നിന്ന് ഉയർന്നിരുന്ന ആ മണം അവന് അനുഭവപ്പെട്ടു. ചന്തിയിലും ചുണ്ടിലും ഉരസി ഉരസി ഉയർത്തിയ അയാളുടെ ലിംഗത്തിൽ നിന്ന് വമിക്കുന്ന വാടയേറ്റ് അസ്തപ്രജ്ഞനായി നിൽക്കുന്ന അവന്റെ വായിലേക്ക് നിർദ്ദയം തള്ളിക്കയറ്റുന്ന വീർത്ത ജനനേന്ദ്രിയവും, പിന്നാലെ ഓക്കാനം വരുത്തുന്ന ബീജത്തിന്റെ ഗന്ധവും മുഹമ്മദ് അറിഞ്ഞു. ഘ്രാണത്തിന്റെ തീവ്രതയിൽ ഉലഞ്ഞവനെപ്പോലെ മുഹമ്മദിന്റെ കണ്ണുകൾ കൂടുതൽ ഇറുകി അടയുകയും പല്ലുകൾ ഞെരിയുകയും ചെയ്തു. അപ്പോൾ അവന്റെ മുഖപേശികൾ അറപ്പുളവാക്കുന്ന എന്തോ കണ്ടതുപോലെ വലിഞ്ഞു മുറുക്കുകയും തൊണ്ടയിൽ കുരുങ്ങിയ ചവർപ്പ് തുപ്പാനെന്നതുപോലെ ആയുകയും ചെയ്തു.

പനയോലകളെ ഉലച്ചുകൊണ്ട് കടന്നെത്തിയ കാറ്റ് മുഹമ്മദിനെ പുണർന്നപ്പോൾ ത്രസിച്ചുനിന്ന അവന്റെ മാംസപേശികൾ അയഞ്ഞു തുടങ്ങി. മനസ്സിന് ഭാരക്കുറവ് അനുഭവപ്പെട്ടു. നാസികയിൽ നിന്ന് ഗന്ധങ്ങൾ അകന്നുപോയി.

മനുഷ്യൻ എന്ന രണ്ടുകാലി മൃഗത്തോടൊപ്പം ഇണങ്ങി ജീവിക്കുന്ന നാൽക്കാലി മൃഗത്തെപ്പോലെ ഒരു കുറ്റിക്കു ചുറ്റും കറങ്ങാനായിരുന്നു അവന്റെ വിധി. അനുസരണയുള്ള ഒരു മൃഗമായതിനാൽ, കുറ്റിയും പറിച്ചുകൊണ്ട് ഓടാൻ മുഹമ്മദ് ഒരിക്കലും ശ്രമിച്ചിരുന്നില്ല. ഒരു കുറ്റിയിൽ നിന്ന് മറ്റൊന്നിലേക്ക് മാറ്റിക്കെട്ടുമ്പോൾ പോലും അവൻ ഒന്നു കുതറുകപോലുമുണ്ടായില്ല.

മുഹമ്മദിന്റെ മനസ്സ് ഗന്ധമില്ലാത്ത വിചാരങ്ങളിലേക്ക് വെറുതെ നീങ്ങി. ഓർമ്മകളുടെ ഒരു അറ്റത്തുപോലും തെളിയാത്ത ബലൂചിസ്ഥാനിലെ കുട്ടിക്കാലം എങ്ങനെ ആയിരുന്നിരിക്കുമെന്ന് അവൻ ചിന്തിച്ചു. രണ്ടു വയസ്സുകാരന്റെ കുസൃതിയും മാതാപിതാക്കളുടെ തലോടലും അവൻ മനസ്സിൽ കാണാൻ ശ്രമിച്ചു. അപ്പോൾ പണ്ടെന്നോ കണ്ടുമറന്ന ഒരു സിനിമാരംഗമാണ് അവന്റെ ചിന്തയിലൂടെ ഒഴുകിയത്.

വീണ്ടെടുക്കാൻ കഴിയാത്തത്ര ആഴത്തിലേക്ക് ആണ്ടുപോയ അച്ഛനമ്മമാരെക്കുറിച്ച് അവൻ ആലോചിച്ചുപോയി. മുഖമില്ലാത്ത ആ രൂപങ്ങളിൽ നിന്ന് നിയതരൂപമുള്ള അബ്ദുള്ള ഈസ അൽ സാദി, ഖാലിദ് അലി കുർദ് എന്ന ഖാലിദ് ബാവ, ജമാൽ നബി ബലൂച് എന്നീ യജമാനന്മാരുടെ മുഖങ്ങളിൽ തട്ടി അവന്റെ ഓർമ്മ ചെന്നുനിന്നു.

കനത്തു തുടങ്ങിയ ഇരുളിലേക്ക് മുഹമ്മദ് കണ്ണുതുറന്നു. അപ്പോഴും തണുത്ത കാറ്റ് വീശുന്നുണ്ടായിരുന്നു. മുഹമ്മദ് നീട്ടിവച്ചിരുന്ന വലതു കാലിനുമേൽ ഇടതുകാൽ കുറുകെ അമർത്തി വച്ചു. അപ്പോൾ തുടകൾക്കിടയിൽ അവന്റെ ലിംഗം അമർന്നു. പൈജാമയ്ക്കിടയിലൂടെ കൈ കടത്തി തുടകൾക്കിടയിൽ നിന്ന് തളർന്ന ലിംഗത്തെ സ്വതന്ത്രമാക്കുമ്പോൾ, അവന്റെ വിരലുകൾ വൃഷണങ്ങൾ നീക്കപ്പെട്ട സഞ്ചിയിലേക്കും ചെന്നെത്തി. അനേകം തടിച്ച ഞരമ്പുകളും തെന്നിമാറുന്ന മാംസഗ്രന്ഥികളും മാത്രം അവശേഷിച്ചിരുന്ന വൃഷണാവരണം കാലിയായ സഞ്ചിപോലെ തൂങ്ങിക്കിടന്നു. ജീവൻ തുടിക്കാത്ത ബീജകോശസഞ്ചിയും ഉദ്ധരിക്കാത്ത ലിംഗവും തുടകൾക്ക് മുകളിലേക്കെടുത്ത് വയ്ക്കുമ്പോൾ, മുഹമ്മദിന്റെ തലയ്ക്കുള്ളിൽ ഒരിക്കലും മായാത്ത ആ കുളമ്പടിയൊച്ച മുഴങ്ങിക്കൊണ്ടിരുന്നു.

ഒൻപത്

ഓട്ടമത്സരത്തിന് ഒട്ടകത്തെ തയ്യാറാക്കുമ്പോൾ പതിവുപോലെ നിർദ്ദേശങ്ങൾ നൽകിക്കൊണ്ട് അബ്ദുള്ള ഈസ അൽ സാദിയും ഉണ്ടായിരുന്നു. കഴിഞ്ഞ രണ്ടു വർഷത്തെ മത്സര വിജയിയും മികച്ച ട്രാക്ക് റെക്കോർഡുമുള്ള തന്റെ ഒട്ടകത്തെ അഭിമാനത്തോടെ അബ്ദുള്ള ഈസ അൽ സാദി നോക്കിനിന്നു. ഓട്ടമത്സരത്തിൽ മുന്നിലെത്തുമ്പോൾ തന്റെ ഒട്ടകത്തിന് കമ്പോളത്തിൽ ലഭിക്കുന്ന ഉയർന്ന മൂല്യമോ സമ്മാനത്തുകയോ ഒന്നും ആയിരുന്നില്ല അയാളെ മോഹിപ്പിച്ചത്. സമ്മാനം നേടിയ ഒട്ടകത്തിന്റെ ഉടമയെക്കുറിച്ച് രാജകുടുംബത്തിൽ നിന്നുവരെ ഉണ്ടാകുന്ന അന്വേഷണവും, അയാൾക്ക് സമൂഹത്തിലുണ്ടാകുന്ന പ്രശസ്തിയും പദവിയുമൊക്കെയാണ് അബ്ദുള്ള ഈസ അൽ സാദിയെ നയിച്ചത്. തുടർച്ചയായി മൂന്നാം തവണയും തന്റെ ഒട്ടകം സമ്മാനം നേടുന്ന മുഹൂർത്തം മനസ്സിൽ കണ്ട അയാൾ ഒരിക്കൽക്കൂടി ഒട്ടകത്തെ തലോടി.

അപ്പോൾ ഖാലിദ് ഒട്ടകത്തിന്റെ മുതുകിലെ കൂമ്പാരത്തിന് താഴെയായി ഇരിപ്പിടം കെട്ടി ഉറപ്പിക്കുന്ന ജോലിയിൽ വ്യാപൃതനായിരുന്നു. കാഴ്ചയിൽ അഞ്ചു വയസ്സ് പ്രായം തോന്നിക്കുന്ന മുഹമ്മദ് എന്ന ജോക്കി കളങ്കമേൽക്കാത്ത മുഖത്തോടെ അതെല്ലാം നോക്കിനിന്നു. വലുതാകുമ്പോൾ, ഖാലിദിനോളമാകുമ്പോൾ താനും അതെല്ലാം ഒറ്റയ്ക്കു ചെയ്യും എന്ന ഔത്സുക്യത്തോടെയാണ് അവൻ നിന്നിരുന്നത്. ജോക്കി എന്ന വേദനയിൽ നിന്ന് കാര്യക്കാരനിലേക്കുള്ള വളർച്ചയായിരുന്നു അവന്റെ സ്വപ്നം. ആ സ്വപ്നത്തിനപ്പുറം മറ്റൊന്നും അവന്റെ ചിന്തയിൽ കൂടുകൂട്ടിയിരുന്നില്ല.

ഒട്ടകത്തിന്റെ മുതുകിൽ ഇരിപ്പിടം ഉറപ്പിച്ചശേഷം ഖാലിദ് മുഹമ്മദിനെ നോക്കി. പച്ചനിറമുള്ള ജോഗിങ് വസ്ത്രമണിഞ്ഞ് അവൻ

തയ്യാറായിനിന്നു. ഖാലിദ് അവന്റെ തലയിൽ ചെറിയ ഹെൽമറ്റ് കൂടി അണിയിച്ച ശേഷം അവനെ പൊക്കിയെടുത്ത് ഒട്ടകത്തിന്റെ മുതുകിലെ ഇരിപ്പിടത്തിലിരുത്തി. അതിനുശേഷം അവന്റെ അരക്കെട്ടിലും ഇരിപ്പിടത്തിലുമായി മറ്റൊരു കയറുകൊണ്ട് ചുറ്റിവരിഞ്ഞുകെട്ടി. ഒട്ടകത്തിന്റെ കുതിപ്പിൽ തെറിച്ചു പോകാതിരിക്കാനാണ് മുഹമ്മദിനെ അത്തരത്തിൽ വരിഞ്ഞുമുറുക്കി കെട്ടിയത്. അവന്റെ ഇടതുകൈയിൽ കടിഞ്ഞാണും വലതുകൈയിൽ മർദ്ദനോപകരണമായ വടിയും ഖാലിദ് പിടിപ്പിച്ചു.

ഒട്ടകത്തിന്റെ മൂക്കുകയറിനിടയിൽ മറ്റൊരു കയർ കൊരുത്ത ശേഷം അതിൽ പിടിച്ച് വലിച്ചുകൊണ്ട് ഖാലിദ് ഒട്ടകത്തെ മത്സരത്തിന്റെ തുടക്കരേഖയിലേക്ക് നടത്തി. അപ്പോൾ അവരുടെ യജമാനനായ അബ്ദുള്ള ഈസ അൽ സാദി സ്റ്റാർട്ടിങ് പോയിന്റിന് സമീപം പാർക്കു ചെയ്തിരുന്ന വാഹനത്തിനടുത്തേക്ക് നീങ്ങി.

മത്സരത്തിന്റെ തുടക്കരേഖയിൽ ഒട്ടകങ്ങളെ നിർത്തി. അതിന്റെ നീളൻ കഴുത്തുകളിലെ ചെറിയ തലകൾ തുടക്കരേഖയിലെ ഇരുമ്പു മറയിൽ തട്ടിനിന്നു. അപ്പോൾ നീണ്ട കഴുത്തുകളിൽ കറുത്ത മഷികൊണ്ട് അടയാളപ്പെടുത്തിയ നമ്പരുകൾ വ്യക്തമായി കാണാമായിരുന്നു. അബ്ദുള്ള ഈസ അൽ സാദി എന്ന ഉടമസ്ഥന്റെ മൂന്നാം നമ്പർ ഒട്ടകത്തിന്റെ ജോക്കിയായ മുഹമ്മദ് തയ്യാറായി.

ഇനി ഏത് നിമിഷവും വെടി ഉതിരുമെന്നറിയാവുന്ന മുഹമ്മദിന്റെ മനസ്സിൽ അകാരണമായ ഒരു ഭയം വന്നുമൂടി. ആ പേടിയുടെ ആധിക്യത്താലാകണം അവന്റെ കൈയിലെ കടിഞ്ഞാണിൽ പിടിമുറുക്കി. അവൻ ഒരു നിമിഷം കണ്ണുകൾ പൂട്ടി. വെടി മുഴങ്ങി. ഇരുമ്പ് മറ ഉയർന്നു. അവന്റെ ഒട്ടകം ഊക്കോടെ കുതിച്ചു. അപ്പോൾ മുഹമ്മദ് ഉറക്കെ നിലവിളിച്ചു. അവന്റെ ഞെട്ടിപ്പിക്കുന്ന കരച്ചിൽ ഒട്ടകത്തെ ഉത്തേജിപ്പിച്ചു. അത് വളരെ വേഗത്തിൽ പാഞ്ഞു.

പരസ്പരം ഒട്ടാത്ത മൺതരികളുടെ തിട്ടയിൽ ഒട്ടകത്തിന്റെ കുളമ്പുകൾ അമർന്നുപൊങ്ങിയപ്പോൾ, ചെറു മണൽത്തരികൾ അന്തരീക്ഷത്തിൽ പുകമറ സൃഷ്ടിച്ചു. ആ പുകമറയെ കീറിമുറിച്ചുകൊണ്ട് മുന്നേറിയ അവന്റെ ഒട്ടകം തുടക്കത്തിൽത്തന്നെ ലീഡ് നേടി മുന്നേറി.

ഒട്ടകം കുതികുതിച്ചപ്പോൾ മുഹമ്മദ് എന്ന ബാലന്റെ ചന്തി ഒരു സ്പ്രിങ് പോലെ ഒട്ടകത്തിന്റെ മുതുകിലെ ഇരിപ്പിടത്തിൽത്തട്ടി ഉയരുകയും വീണ്ടും താഴുകയും ചെയ്തുകൊണ്ടിരുന്നു. ഒട്ടകത്തിന്റെ വേഗത കൂടിയതോടെ, മിഴി അടച്ചുതുറക്കുന്ന സമയദൈർഘ്യത്തിന്റെ ഇടവേളകൾ പോലുമില്ലാതെ മുഹമ്മദിന്റെ ചന്തിയും വൃഷണവുമൊക്കെ ഇരിപ്പിടത്തിൽ അമർന്നുകൊണ്ടിരുന്നു. വേദനയും അസ്വസ്ഥതയും കടിച്ചമർത്തിയ മുഹമ്മദ് അപ്പോഴും വാറിൽ മുറുകെപ്പിടിച്ചിരുന്നു. ഒട്ടകത്തിന്റെ വേഗത അറുപതു കിലോമീറ്ററിനു മുകളിലേക്കുയർന്നപ്പോൾ, അവന്റെ വിറയാർന്ന ഉടലിന്റെ വേദന ഇല്ലാതായിക്കൊണ്ടിരുന്നു. പിന്നെ മുഹമ്മദിന്റെ ചന്തി ഓരോ തവണ ഒട്ടകത്തിന്റെ മുതുകിൽ അമർന്ന

പ്പോഴും, യാന്ത്രികമെന്നോണം അവന്റെ വലതു കൈയിലെ വടി ഒട്ടകത്തിന്റെ മുതുകിൽ പതിച്ചുകൊണ്ടിരുന്നു.

വെള്ളയും ചുവപ്പും ഇടകലർത്തി ചായം തേച്ച കമ്പിയഴികൾക്കുള്ളിലെ മണൽ ട്രാക്കിലൂടെ ഒട്ടകം ഓടിയപ്പോൾ, അതിന് സമാന്തരമായി നിർമ്മിച്ചിട്ടുള്ള റിങ് റോഡിലൂടെ അബ്ദുള്ള ഈസ അൽ സാദിയും കൂട്ടരും ആർപ്പുവിളികളോടെ അവരുടെ വാഹനത്തിൽ പിന്തുടർന്നു. ഓരോ ഉടമകളും അവരവരുടെ ഒട്ടകങ്ങൾക്കുവേണ്ടി, അവയുടെ കുതിപ്പിനുവേണ്ടി ആരവങ്ങളും വായ്ത്താരികളുമായി അവയോടൊപ്പം പാഞ്ഞു. ഒരേസമയം നിരവധി ഫോർ വീൽ ഡ്രൈവ് വാഹനങ്ങൾ ആ റിങ് റോഡിലൂടെ ഒരേ ദിശയിൽ, മുന്നിലും പിന്നിലുമായി നീങ്ങിക്കൊണ്ടിരുന്നു. അങ്ങനെ ഒരേസമയം ഒട്ടക ട്രാക്കിലും റിങ് റോഡിലുമായി ആ മത്സരം ആവേശകരമായി നീങ്ങിക്കൊണ്ടിരുന്നു.

പൊടുന്നനെ ഏവരെയും ഞെട്ടിപ്പിച്ചുകൊണ്ട് അബ്ദുള്ള ഈസ അൽ സാദിയുടെ ഒട്ടകം വേഗത കുറയ്ക്കുകയും, വെട്ടിത്തിരിഞ്ഞ് എതിർ ദിശയിലേക്ക് ഓടുകയും ചെയ്തു. എതിരെവന്ന മറ്റ് ഒട്ടകങ്ങളെ മറികടന്ന് തുടക്ക രേഖയിലേക്കുതന്നെ ഓടിയ ഒട്ടകത്തെ നിയന്ത്രിക്കാൻ മുഹമ്മദിനായില്ല. മുഹമ്മദിന് കഴിയില്ല. ഓട്ടം ആരംഭിച്ച സ്ഥലത്തേക്കുതന്നെ ഒട്ടകം തിരിഞ്ഞോടിയപ്പോൾ, കുതിരപ്പന്തയത്തിലെ ജോക്കിയെപ്പോലെ അതിന്റെ ചലന സ്വാതന്ത്ര്യത്തിന് കടിഞ്ഞാണിടാൻ അവന് കഴിഞ്ഞില്ല. ഒട്ടക ഓട്ടമത്സരത്തിൽ ജോക്കിക്ക് ഒട്ടകത്തിനുമേൽ നിയന്ത്രണമൊന്നുമില്ല എന്നതാണ് സത്യം. മറിച്ച് അമരക്കാരന്റെ നിയന്ത്രണം തന്റെ മേൽ ഉണ്ടെന്ന വിശ്വാസത്തിലാണ് ഒട്ടകങ്ങൾ ഓടുന്നത്.

ഒട്ടകം തിരിഞ്ഞോടിയതോടെ മുഹമ്മദ് തന്റെ വടികൊണ്ട് അതിനെ ശക്തിയോടെ അടിച്ചു. അടികൊണ്ട ഒട്ടകം വേഗത കൂട്ടിയപ്പോൾ മുഹമ്മദിന്റെ കൈയിൽ നിന്ന് മൂക്കുകയർ നഷ്ടപ്പെട്ടു. അവൻ ഉറക്കെ നിലവിളിച്ചു. അവന്റെ നിലവിളി കേട്ട ഒട്ടകം കൂടുതൽ വേഗത്തിൽ തുടക്ക രേഖയിലേക്ക് പാഞ്ഞു. ഇതിനിടയിൽ മുഹമ്മദിനെ ഒട്ടകവുമായി ബന്ധിപ്പിച്ച് കെട്ടിയിരുന്ന ചരട് അഴിഞ്ഞു. അവന്റെ ഇരിപ്പിടം താഴേക്ക് വഴുതിയിറങ്ങി. ഒട്ടകത്തിന്റെ അടുത്ത കുതിപ്പിൽ മുഹമ്മദിന്റെ ഇരുകൈകളും നിസ്സഹായതയോടെ, പ്രാർത്ഥനാഭരിതമെന്നപോലെ അന്തരീക്ഷത്തിലേക്കുയർന്നു. ഒരു നിമിഷം അന്തരീക്ഷത്തിൽ ഉയർന്നു നിന്ന കൈകൾ അടുത്ത നിമിഷത്തിൽ യാന്ത്രികമെന്നോണം ഒട്ടകത്തിന്റെ മുതുകിലെ കൂമ്പാരത്തിൽ അമർന്നു. മുഹമ്മദ് ഇരു കൈകകളും ഉപയോഗിച്ച് കൂമ്പാരത്തിൽ അള്ളിപ്പിടിച്ചിരിക്കാൻ ശ്രമിച്ചെങ്കിലും, അതിനു കഴിയാതെ അവൻ വഴുതിവീണു. ഒട്ടകത്തിന്റെ പിൻകാലുകളിലൊന്ന് അവന്റെ ജനനേന്ദ്രിയത്തെയും വൃഷണങ്ങളെയും ചതച്ചരച്ചുകൊണ്ടാണ് കടന്നുപോയത്.

പത്ത്

ഇരുട്ട് വീണുതുടങ്ങിയ വീഥിയിൽ തെരുവ് വിളക്കുകൾ മിഴി തുറന്നു. കാറിന്റെ ഹെഡ് ലൈറ്റിനെ വിഴുങ്ങുന്ന തരത്തിൽ നിയോൺ ബൾബുകൾ തുപ്പുന്ന പ്രകാശം നിരത്തിൽ പരന്നൊഴുകിക്കൊണ്ടിരുന്നു. വ്യക്തമായി കാണാമായിരുന്ന പാത ആയിരുന്നിട്ടുകൂടി കരീം ഖാൻ വേഗത കുറച്ചാണ് വണ്ടി ഓടിച്ചിരുന്നത്.

അവർക്കിടയിലെ നിശ്ശബ്ദത മറികടക്കാനെന്നവണ്ണം കരീം ഖാൻ അവന്റെ ബാബയോട് ചോദിച്ചു.

“തോട്ടത്തിൽ വച്ചു കണ്ട ആ മനുഷ്യനാണോ ബാബയുടെയൊക്കെ നേതാവ്?” മറുപടിയെന്നോണം അയൂബ് ഖാൻ ശബ്ദമില്ലാതെ ചിരിച്ചു. എന്നിട്ട് മകനോടായി നേരിയ ഒച്ചയിൽ പറഞ്ഞു.

“അയാൾ നേതാവാണോ അല്ലയോ എന്ന് എനിക്കറിയില്ല.” അങ്ങനെ പറഞ്ഞ് ആ വാചകം അവിടെ നിർത്തുമ്പോഴും, മറ്റെന്തോകൂടി പറയാനുണ്ടെന്നതുപോലെ അയാളുടെ മനസ്സ് വാക്കുകൾക്കുവേണ്ടി അല്പ നേരം മൗനത്തിലേക്കു വീണു.

എന്തായാലും ഒന്നെനിക്കറിയാം. അയാളും ഞാനുമൊക്കെ ഒരേ ചങ്ങലയിലെ കണ്ണികളാണ്. ആ കണ്ണികൾക്കെല്ലാം ഒരേ മുഖവും ഭാവവും ധർമ്മവുമാണുള്ളത്. അതുകൊണ്ടുതന്നെ ഏറ്റക്കുറച്ചിലുകൾ തിരിച്ചറിയാൻ ബുദ്ധിമുട്ടാണ്. പിന്നെ ഇങ്ങനെയൊക്കെ ആയിരിക്കുമ്പോഴും കണ്ണികൾ പൊട്ടിപ്പോകാതെ നോക്കാനും പൊട്ടിയവ വിളക്കിച്ചേർക്കാനും തുരുമ്പെടുത്തത് മാറ്റാനും അങ്ങനെ കണ്ണികളെ നവീകരിച്ചുകൊണ്ടിരിക്കാനും ചിലർ ഉണ്ടാകണം. തീർച്ചയായും അത്തരം ചിലർ ഈ ചങ്ങലയിലും ഉണ്ട്. പിന്നെ..., രഹസ്യമായി പ്രവർത്തിക്കുന്ന ഒരു സംഘടന ആയതുകൊണ്ട്...

ആ സംഭാഷണം അപൂർണ്ണതയിൽ നിർത്തിയ അയൂബ് ഖാൻ കുറച്ചുനേരം പുറത്തേക്ക് നോക്കിയിരുന്നു.

അരനൂറ്റാണ്ടുകാലത്തോളം ദൈർഘ്യമുള്ള തന്റെ സംഘടനാ പ്രവർത്തനത്തിന്റെ വിവിധ ഘട്ടങ്ങൾ അയാളുടെ ചിന്തകളിലൂടെ കടന്നുപോയി. ഇണങ്ങിയും പിണങ്ങിയും നിശ്ശബ്ദനായും സമരസപ്പെട്ടും നീങ്ങിയ കാലങ്ങൾ. പലപ്പോഴും തങ്ങളെപ്പോലുള്ളവരെ, പ്രവാസ ജീവിതം നയിക്കുന്ന ബലൂചികളെ പണത്തിനുവേണ്ടിയാണ് സംഘടന കൂടുതലായി ഉപയോഗിക്കുന്നതെന്ന് അയൂബ് ഖാന് തോന്നിയിട്ടുണ്ട്. ഒരുപക്ഷേ, അത്തരം വിചാരപ്പെടലുകളാകാം തന്നെ സംഘടനയിൽനിന്ന് അകലം പാലിക്കാൻ പ്രേരിപ്പിച്ചിരുന്നതെന്ന് അയാൾ മനസ്സിലാക്കി. ഇപ്പോൾ ഇവിടത്തെ ചുമതലയുള്ള ജമാൽ നബി എന്ന ചെറുപ്പക്കാരൻ കുറെ കാര്യങ്ങൾ ചെയ്യാൻ ശ്രമിക്കുന്നുണ്ടെന്ന് അയൂബ് ഖാന് അറിയാം. അതുകൊണ്ടാണ് പ്രായത്തിന്റെ വൈഷമ്യം മറന്ന് തന്നാൽ കഴിയുന്ന കാര്യങ്ങൾ സംഘടനയ്ക്കുവേണ്ടി ചെയ്യാൻ അയാൾ തയ്യാറായതും.

അയൂബ് ഖാൻ ആരോടെന്നില്ലാതെ പറഞ്ഞു.

"അവന്റെ മനസ്സിൽ ഒരു കനലുണ്ട്. എല്ലാ ബലൂചികളുടെ മനസ്സിലും ഉണ്ടായിരിക്കേണ്ടതുപോലുള്ള കനൽ. ആ കനൽ കെട്ടുപോയാൽ അവൻ തന്നെ ഇല്ലാതാകും."

ബാബ കൂടുതൽ വികാരാധീനനാകുമെന്ന് അറിയാവുന്ന കരീം ഖാൻ ഒന്നും മിണ്ടാതെ വണ്ടി ഓടിച്ചുകൊണ്ടിരുന്നു.

ഈ റാസൽഖൈമയിൽ ജനിച്ചുവളർന്ന നിനക്ക് ഒരുപക്ഷേ, ബലൂച് ജനതയുടെ സ്വാതന്ത്ര്യദാഹം എത്രത്തോളം ഉണ്ടാകുമെന്ന് ഊഹിക്കാൻ പോലും കഴിയില്ല. വാക്കുകൾ തൊണ്ടയിൽ നിന്ന് പുറത്തുകടക്കാൻ വിഷമം നേരിട്ടപ്പോൾ, അയൂബ് ഖാൻ കുറച്ചുസമയം മിണ്ടാതിരുന്നു. കിതപ്പ് വിട്ടകന്നപ്പോൾ അയാൾ പറഞ്ഞു. "അരനൂറ്റാണ്ട് മുമ്പാണ് ഞാൻ ഈ രാജ്യത്ത് എത്തുന്നത്. ഇതിനിടയിൽ ഞാനും ഈ രാജ്യവും ഒരുപാട് മാറിയെങ്കിലും, ഞാൻ ഒരിക്കൽപ്പോലും പൗരത്വത്തിനുവേണ്ടി ശ്രമിച്ചിട്ടില്ല. എന്തുകൊണ്ടെന്നാൽ എന്റെ മനസ്സിലെ കനൽ തവിഞ്ഞു പോകാതിരിക്കാൻ." ബാബയെ അലോസരപ്പെടുത്തേണ്ടെന്നു കരുതി കരീം ഖാൻ നിശ്ശബ്ദനായിരുന്ന് വണ്ടിയോടിച്ചു.

അയൂബ് ഖാൻ ഒരു നെടുവീർപ്പോടെ സീറ്റിലേക്കു ചാഞ്ഞു. കണ്ണുകൾ തെരുവു വിളക്കുകളുടെ വെളിച്ചത്തിനും അപ്പുറമുള്ള ഇരുട്ടിലേക്ക് നീണ്ടു. ആ ഇരുട്ടിൽ, മലമടക്കുകളിൽ നിന്ന് താഴ്‌വാരത്തിലേക്ക് നടന്നിറങ്ങുന്ന നവ്റോസ് ഖാനും കൂട്ടരും തെളിഞ്ഞു. വിശുദ്ധ ഖുറാന്റെ മുന്നിലൂടെ അവർ നടന്നു. വിശുദ്ധ നാമത്തെപ്പോലും വഞ്ചിച്ച പാകിസ്ഥാൻ പട്ടാളം അവരെ തടങ്കലിലാക്കി. പിന്നെ തൂക്കിലേറ്റി. മക്കളും മരുമക്കളും അനുയായികളും നഷ്ടപ്പെട്ട നവ്റോസ് ഖാന്റെ അവസാന കാലത്തെക്കുറിച്ച് അയൂബ് ഖാന്റെ ചിന്ത നീണ്ടു.

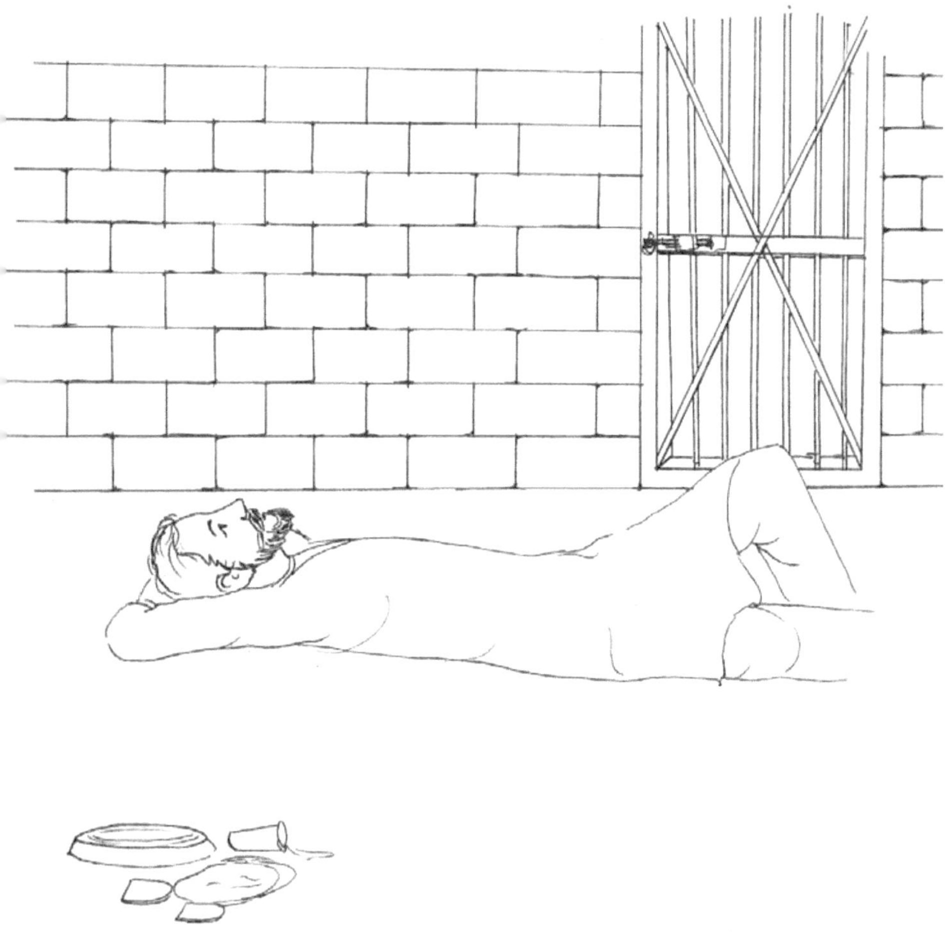

പതിനൊന്ന്

നവാബ് നവ്റോസ് ഖാൻ കോഹ്ലാ ജയിൽ മുറിക്കുള്ളിൽ ശാന്തമായി കിടന്നു. അയാൾക്കു നൽകിയ പ്രഭാത ഭക്ഷണം ഉപേക്ഷിക്കപ്പെട്ടതു പോലെ മുറിയുടെ കോണിൽ തണുത്ത് മരവിച്ചിരുന്നു. എന്നാൽ വെള്ളം കുടിക്കണമെന്ന തോന്നൽ അയാളിൽ വളർന്നുകൊണ്ടിരുന്നു. വരളുന്ന തൊണ്ടയ്ക്ക് നനവേകാൻ കഴിയാതെ നവ്റോസ് ഖാൻ കിടന്നു. ഒരിക്കൽക്കൂടി വെളിച്ചത്തിലേക്ക് തുറന്നു പിടിക്കാൻ ശ്രമിച്ചപ്പോഴും, അതിനുകഴിയാതെ അയാളുടെ കനം തൂങ്ങിയ കൺപോളകൾ അടഞ്ഞു തന്നെ കിടന്നു.

ജീവിതത്തിന്റെ അനിവാര്യതയിലേക്ക് താൻ നീങ്ങിക്കൊണ്ടിരിക്കുകയാണെന്ന് നവ്റോസ് ഖാന് തോന്നി. അയാൾ തന്റെ പ്രാണന്റെ സ്പന്ദനം മന്ദഗതിയിലാകുന്നത് അറിഞ്ഞു. മരണത്തിലേക്ക് നടന്നു പോയ മക്കളേയും മരുമക്കളേയും ബന്ധുക്കളേയും അനുയായികളേയും ഓർത്തു. അടച്ചുപിടിച്ച കണ്ണുകൾക്ക് മുന്നിൽ തളരാത്ത പോരാട്ട വീര്യവുമായി അവരൊക്കെ അണിനിരക്കുന്നതായി നവ്റോസ് ഖാന് തോന്നി. അപ്പോൾ ഒന്നിനുപിന്നാലെ മറ്റൊന്നായി ഓർമ്മകൾ തെളിമയോടെ അയാളെ മൂടിക്കൊണ്ടിരുന്നു.

കലാത്ത്, ലസ്ബേലാ, ഖരൻ, മക്റാൻ എന്നീ നാട്ടുരാജ്യങ്ങൾ നവ്റോസ് ഖാന്റെ മനസ്സിൽ തെളിഞ്ഞു. പരുക്കൻ പർവ്വതങ്ങളും വളക്കൂറില്ലാത്ത സമതലങ്ങളും ഒറ്റപ്പെട്ട് നിൽക്കുന്ന മരങ്ങളും മലനിരകളും മരുഭൂമിയും അടിവാരങ്ങളിലെ കൃഷിയിടങ്ങളും പച്ചപ്പുമൊക്കെ തെളിമയോടെ കൺമുന്നിൽ നിറഞ്ഞു. ചോരച്ചാൽ വീണ ചക്രവാള സീമയിൽ പടുതിരി വെളിച്ചവുമായി സൂര്യൻ നിൽക്കുന്നുണ്ടായിരുന്നു. അപ്പോൾ ഏകാകിയായ നവ്റോസ് ഖാൻ ഒരു വെളിമ്പ്രദേശത്തെ ഒറ്റയടിപ്പാതയിലൂടെ

തെക്കോട്ടേക്ക് നടന്നു. ആ യാത്രയ്ക്കിടയിൽ ഒറ്റപ്പെട്ടു നിന്ന കാട്ടുബദാമും പിസ്തയും അയാൾക്ക് തണലേകി. അവിടത്തെ തണുത്തു വരണ്ട ശൈത്യവും ചൂടും ഊർപ്പമുള്ള വേനൽക്കാലവും മാറിമാറി അയാൾക്ക് അനുഭവപ്പെട്ടുകൊണ്ടിരുന്നു. മലകളും മലമടക്കുകളും താഴ്വാരങ്ങളും സമതലങ്ങളും താണ്ടി നവ്റോസ് ഖാൻ യാത്ര തുടർന്നു.

നവാബ് നവ്റോസ് ഖാന്റെ പിതാമഹനും മുമ്പ്, ഒരു തണുത്ത നവംബറിലായിരുന്നു ആ വെള്ള പട്ടാളം ആദ്യമായി ബലൂചിസ്ഥാനിലെ മലമ്പ്രദേശത്ത് എത്തുന്നത്. ചുരമിറങ്ങിവന്ന ബ്രിട്ടീഷ് പട്ടാളം ആ നാട്ടുരാജ്യങ്ങളെ മെല്ലെ വരുതിയിലാക്കി. ക്രമേണ ആ ഗോത്ര രാജ്യങ്ങളിൽ ഇംഗ്ലീഷുകാർ അധികാരം സ്ഥാപിച്ചു. സെഹ്രി ഗോത്രത്തിൽ നവറോസ് ഖാൻ ജനിക്കുമ്പോൾ, ബ്രിട്ടീഷ് ഭരണം മൂന്ന് പതിറ്റാണ്ട് പിന്നിട്ടിരുന്നു.

ഭിന്നിപ്പിച്ചും പ്രീണിപ്പിച്ചും പീഡിപ്പിച്ചും ഗോത്ര തലവന്മാരെ കൂടെ നിർത്തിയും അകറ്റിയും കോളനി ഭരണം പിന്നെയും പതിറ്റാണ്ടുകൾ പിന്നിട്ടു. ആ ഗോത്ര രാജ്യങ്ങൾക്ക് ചുറ്റിലുമുള്ള പ്രദേശങ്ങളിൽ സ്വാതന്ത്ര്യത്തിനായുള്ള മുറവിളികൾ കേട്ടുതുടങ്ങിയപ്പോൾ, ആ നാട്ടുരാജ്യങ്ങളിലും അതിന്റെ അനുരണനങ്ങൾ ഉണ്ടായി. അഭ്യസ്തവിദ്യർക്കിടയിൽ സ്വാതന്ത്ര്യവാഞ്ഛ ശക്തിപ്രാപിച്ചുവരുന്നത് നവ്റോസ് ഖാൻ മനസ്സിലാക്കി.

വേറിട്ടുനിന്നിരുന്ന ബലൂചികളെയും പഷ്തൂണിനെയും ഒരുമിച്ച് കൊണ്ടുവരുന്നതിനും, അവരുടെ മാതൃരാജ്യത്തിനുവേണ്ടിയുള്ള പോരാട്ടത്തിനുമായി പ്രവിശ്യയിലെ യുവാക്കൾ ചേർന്ന് അഞ്ജുമൻ ഇ ഇത്തിഹാദ് ഇൻ ബലൂചിൻ വാ ബലൂചിസ്ഥാൻ എന്ന സംഘടനയ്ക്കു രൂപം നൽകുമ്പോൾ നവ്റോസ് ഖാന് അമ്പത്തിയേഴ് വയസ്സ് പിന്നിട്ടിരുന്നു. പിന്നീട് മുസ്ലീംലീഗും അഞ്ജുമൻ ഇ വതനും സ്ഥാപിതമാകുമ്പോൾ നവ്റോസ് ഖാൻ അവരോടൊപ്പം നിന്നു. അഞ്ജുമൻ ഇ വതൻ ഇന്ത്യയുടെ പ്രത്യയശാസ്ത്രത്തെ പിന്തുണച്ചു. തുടർന്ന് സംഘടനയുടെ നേതൃത്വം ബലൂചിസ്ഥാനിൽ പ്രതിനിധി സർക്കാർ രൂപീകരിക്കാൻ ശ്രമിച്ചു. എന്നാൽ കലാത്തിലെ ഖാൻ ആവശ്യപ്പെട്ടത് നേപ്പാളിനെപ്പോലെ ഒരു സ്വതന്ത്രരാജ്യമായി കലാത്തിനെ പരിഗണിക്കണമെന്നായിരുന്നു. രാജഭരണം നിലനിർത്താനുള്ള ഒരു തന്ത്രം ആ അഭിപ്രായത്തിൽ ഒളിഞ്ഞിരിക്കുന്നത് നവ്റോസ് ഖാൻ കാണാതിരുന്നില്ല. ഇന്ത്യൻ ഉപഭൂഖണ്ഡത്തിലാകമാനം കോളനി ഭരണത്തിനെതിരെയുള്ള സമരങ്ങൾ കൊടുമ്പിരികൊണ്ടപ്പോൾ, ചെറുതല്ലാത്ത സമരങ്ങൾ ബലൂചിസ്ഥാനിലും കാണാമായിരുന്നു. ഒടുവിൽ ബ്രിട്ടീഷ് ഭരണം നിലനിന്നിരുന്ന ഇന്ത്യൻ ഉപഭൂഖണ്ഡത്തിലെ പ്രവിശ്യകൾക്ക് സ്വാതന്ത്ര്യം നൽകാൻ ഇംഗ്ലീഷ് ഭരണകൂടം തീരുമാനിച്ചു. അങ്ങനെ ഇന്ത്യ, പാകിസ്ഥാൻ, ബലൂചിസ്ഥാൻ എന്നിങ്ങനെ മൂന്ന് രാജ്യങ്ങളെ അംഗീകരിച്ചുകൊണ്ട് ബ്രിട്ടീഷ് സർക്കാർ ഉത്തരവിറക്കുമെന്ന് ഉറപ്പായി. അതോടെയാണ്

മുഹമ്മദാലി ജിന്ന ബലൂചിസ്ഥാന്റെ ചരിത്രത്തിലേക്ക് കടന്നുവരുന്നത്. ബലൂചിസ്ഥാന്റെ സ്വാതന്ത്ര്യ സമരകാലഘട്ടത്തിലൊന്നും, ഒരു നിഴലായിപ്പോലും കടന്നുവരാത്ത ജിന്ന അതോടുകൂടി അവരുടെ സമരത്തിലേക്ക് നുഴഞ്ഞുകയറി.

മുഹമ്മദലി ജിന്നയുടെ കടന്നുവരവും ചരടുവലിയും: അന്തർനാടകവുമൊക്കെ നവറോസ് ഖാൻ അറിയുന്നുണ്ടായിരുന്നു. നാല് നാട്ടുരാജ്യങ്ങളെ ചേർത്ത് കലാത്ത് എന്ന പേരിൽ ഒറ്റ രാജ്യമാക്കാനുള്ള ശ്രമമാണ് ജിന്ന തുടക്കത്തിലേ നടത്തിയത്. ജിന്നയുടെ കരുനീക്കത്തിൽ പന്തികേട് തോന്നിയെങ്കിലും നവറോസ് ഖാൻ ഉൾപ്പെടെയുള്ള ഗോത്രതലവന്മാർ പ്രത്യക്ഷത്തിൽ അതിനെതിരെ തിരിഞ്ഞില്ല. തങ്ങൾ ദേശീയതയ്ക്കെതിരാണെന്ന പ്രചരണം ഉണ്ടാകാതിരിക്കാനായിരുന്നു അവരുടെ നിശ്ശബ്ദത. ബ്രട്ടീഷുകാർ കഷണങ്ങളാക്കി ഭരണം നടത്തിയപ്പോൾ ജിന്ന കൂട്ടിയോജിപ്പിച്ച് തങ്ങളിലേക്കാക്കുന്ന രീതിയാണ് അവലംബിച്ചത്.

പാകിസ്ഥാൻ എന്ന രാജ്യം നിലവിൽവരുന്നതിനും മൂന്ന് നാൾ മുമ്പ് ബലൂചിസ്ഥാന്റെ സ്വാതന്ത്ര്യം അംഗീകരിച്ചുകൊണ്ട്, ബ്രിട്ടനെ ഉദ്ധരിച്ച് ഇന്ത്യൻ റേഡിയോയിൽ വന്ന സ്വാതന്ത്ര്യപ്രഖ്യാപന വാർത്ത നവ്റോസ് ഖാനും കേട്ടിരുന്നു. അതിനുപിന്നാലെ അഹമ്മദ് യാർ ഖാൻ കലാപത്തിന്റെ സ്വാതന്ത്ര്യം പ്രഖ്യാപിച്ചു. മുസ്ലീംലീഗും അതിനോട് യോജിച്ചു. അങ്ങനെ കലാത്ത് കേന്ദ്രമാക്കി ഒരു സ്വതന്ത്ര സർക്കാർ നിലവിൽവന്നു. ഭരണഘടനയും പ്രഭുസഭയും പ്രതിനിധിസഭയും അടങ്ങുന്ന പാർലമെന്റും നിലവിൽ വന്നു. എന്നാൽ കലാത്തിന്റെ പരമാധികാരം അംഗീകരിക്കുമെന്ന മുൻ നിലപാടിൽ നിന്ന് മുഹമ്മദലി ജിന്നയും കൂട്ടരും മെല്ലെ പിൻമാറുന്നതാണ് നവ്റോസ് ഖാൻ കാണുന്നത്.

മുസ്ലീം ഭൂരിപക്ഷപ്രദേശങ്ങൾ കൂട്ടിച്ചേർത്ത് പാകിസ്ഥാന്റെ അതിരുകൾ വർദ്ധിപ്പിക്കുക എന്ന ലക്ഷ്യം മനസ്സിൽ കണ്ടുകൊണ്ടായിരുന്നു മുഹമ്മദലി ജിന്നയുടെ ഓരോ നീക്കവും. എന്നാൽ കലാത്ത് ഭരണകൂടം തന്റെ അഭിലാഷങ്ങൾക്ക് വിലങ്ങുതടിയാകുമെന്ന് ജിന്ന മനസ്സിലാക്കി. അതോടെ ആ നാട്ടുരാജ്യത്തെ കീഴടക്കാനുള്ള പദ്ധതികൾ പാകിസ്ഥാന്റെ പട്ടാളം ആസൂത്രണം ചെയ്തു.

പാകിസ്ഥാന്റെ ചതിക്കുഴി കണ്ടിട്ടും അന്ന് പ്രതികരിക്കാതെ കടന്നുപോയതിലുള്ള നിരാശ നവ്റോസ് ഖാനെ വരിഞ്ഞുമുറുക്കി. അന്ന് ഗോത്രരാജ്യങ്ങളെ സൂത്രത്തിൽ ഒരു കുടക്കീഴിൽ, ഒറ്റരാജ്യമാക്കാനുള്ള നീക്കം നല്ലതിനാവില്ലെന്ന് ഗോത്രനേതാക്കളോട് സൂചിപ്പിച്ചിരുന്ന കാര്യം അയാൾ ഓർത്തു. എന്നാൽ ദേശീയതയുടെ പേരിൽ താനുൾപ്പെടെയുള്ളവർ അന്ന് എതിർക്കാതിരുന്നത് വലിയ നഷ്ടമായിപ്പോയെന്ന് നവ്റോസ് ഖാന് തോന്നി.

കലാത്തിൽ സ്വാതന്ത്ര്യത്തിന്റെ പൊൻവെളിച്ചം പരന്നൊഴുകാൻ തുടങ്ങിയപ്പോൾത്തന്നെ അവിടമാകെ ഇരുൾ വീഴ്ത്തിക്കൊണ്ട് പാകിസ്ഥാന്റെ അന്ത്യശാസനം വന്നു. പാകിസ്ഥാന്റെ പരമാധികാരം

അംഗീകരിച്ചുകൊണ്ട് പാകിസ്ഥാൻ യൂണിയനിൽ ചേരാനായിരുന്നു ജിന്നയുടെ നിർദ്ദേശം. എന്നാൽ പാകിസ്ഥാന്റെ അന്ത്യശാസനം കലാത്ത് തള്ളിക്കളഞ്ഞു. അതോടെ, പകമൂത്ത പാക് പട്ടാളം, മാർച്ച് മാസം അവസാനത്തോടെ കലാത്തിലേക്ക് കടന്നുകയറി. ഒരു മാസത്തോളം നീണ്ടുനിന്ന പോരാട്ടങ്ങൾക്കൊടുവിൽ പാകിസ്ഥാൻ പട്ടാളം കലാത്ത് കീഴടക്കി. അതോടെ ഏഴുമാസം മാത്രം ആയുസ്സുണ്ടായിരുന്ന ആ സ്വതന്ത്ര രാജ്യം ഇല്ലാതായി. തുടർന്ന് അഹമ്മദ് യാർ ഖാൻ പാകിസ്ഥാൻ നീട്ടിയ കരാറിൽ ഒപ്പുവയ്ക്കാൻ നിർബ്ബന്ധിതമായി. അങ്ങനെ കലാത്ത് പാകിസ്ഥാന്റെ പ്രവിശ്യയായി ചുരുങ്ങുകയും ചെയ്തു. എന്നാൽ യാർ ഖാന്റെ സഹോദരങ്ങളായ പ്രിൻസ് അബ്ദുൽ കരീമും മുഹമ്മദ് റഹീമും കരാർ അംഗീകരിക്കാൻ കൂട്ടാക്കാതെ ചെറുത്തുനിന്നു.

ഐക്യബലൂചിസ്ഥാൻ എന്ന സ്വപ്നവും മനസ്സിൽ പേറി പ്രിൻസ് അബ്ദുൽ കരീം ഖാനും സഹോദരനും പാകിസ്ഥാൻ പട്ടാളത്തിനെതിരെ ഗറില്ലാ യുദ്ധം ആരംഭിച്ചു. കരീം ഖാൻ തന്റെ അനുയായികളോടൊപ്പം ചേർന്നു നടത്തിയ ഒളിപ്പോർ യുദ്ധത്തിൽ പാകിസ്ഥാൻ സൈന്യം വശംകെട്ടു. ഒടുവിൽ കരീം ഖാന്റെ സഹോദരൻ യാർ ഖാനെ മുന്നിൽ നിർത്തി ഒത്തുതീർപ്പ് ചർച്ചകൾക്ക് പാകിസ്ഥാൻ പട്ടാളം ശ്രമിച്ചു. സഹോദരന്റെ നിരന്തര പ്രേരണയാൽ കരീം ഖാൻ ഒടുവിൽ കീഴടങ്ങാൻ തീരുമാനിച്ചു.

അബ്ദുൽ കരീം ഖാന്റെ പ്രതിനിധികളും പാകിസ്ഥാൻ പട്ടാളവും തമ്മിൽ നടന്ന ചർച്ചകളുടെ ഫലമായി കരീം ഖാന് സുരക്ഷിതമായി കീഴടങ്ങാനുള്ള കളമൊരുങ്ങി. തുടർന്ന് കരീം ഖാന്റെ പ്രതിനിധികളും പാകിസ്ഥാൻ പട്ടാളവും *ഖുറാനിൽ* തൊട്ട് സത്യപ്രതിജ്ഞ ചെയ്തു കൊണ്ട് ഒരു കരാറിൽ ഒപ്പുവച്ചു. ആ ഉടമ്പടിയുടെ അടിസ്ഥാനത്തിൽ നൂറിൽപ്പരം അനുയായികളുമായി വന്ന കരീം ഖാനെയും കൂട്ടുകാരെയും തന്ത്രത്തിൽ അറസ്റ്റു ചെയ്തു തടവിലാക്കുകയായിരുന്നു പാക് പട്ടാളം.

ഓരോ പാത താണ്ടുമ്പോഴും പിന്നിട്ട വഴികളിലേക്ക് തിരിഞ്ഞു നോക്കുകയും; പിന്നിടാനുള്ള വഴികളുടെ ചരിത്രത്തെക്കുറിച്ച് ബോധവാനാകുകയും വേണം. അപ്പോൾ ആവർത്തിക്കപ്പെട്ട ചരിത്രം നമ്മെ ഓർമ്മപ്പെടുത്തിക്കൊണ്ടിരിക്കും, ഏത് വഴിയാണ് തെരഞ്ഞെടുക്കേണ്ടതെന്ന്. ചരിത്രത്തിന്റെ ഓർമ്മപ്പെടുത്തലുണ്ടായിട്ടും കെട്ടവഴിയാണ് തനിക്ക് തെരഞ്ഞെടുക്കാൻ കഴിഞ്ഞതെന്ന വേദന നവ്റോസ് ഖാനെ ഒന്നുകൂടി വരിഞ്ഞുമുറുക്കി. അയാൾ ജയിൽ മുറിക്കുള്ളിൽ അവസാനശ്വാസത്തിനായി വായ് തുറന്നു. ചരിത്രത്തിൽനിന്ന് പാഠമുൾക്കൊള്ളാതെ ഇസ്ലാമാബാദിന്റെ ഇസ്ലാം കരാർ വിശ്വസിച്ച് കീഴടങ്ങിയതാണ് തന്റെ പരാജയം എന്ന അറിവോടെ നവാബ് നവ്റോസ് ഖാൻ നിശ്ചലമായി.

പന്ത്രണ്ട്

ജമാൽ നബി ബലൂച് സാമൂഹ്യമാധ്യമമായ ടെലഗ്രാമിൽ വന്ന സന്ദേശങ്ങൾ പരിശോധിച്ചുകൊണ്ടിരുന്നു. സന്ദേശ ഗ്രൂപ്പുകളിലൊന്നും അംഗമല്ലാതിരുന്ന ജമാൽ നബിക്ക് അധികം ചാറ്റുകളും ഉണ്ടാകാറില്ല. യു എ ഇയിലെ ഒന്നു രണ്ട് സുഹൃത്തുക്കളും, ചില സംഘടനാ സന്ദേശങ്ങളും പിന്നെ ബലൂചിസ്ഥാനിലെ സീനത് സനയുടെ കുറിപ്പുകളുമാണ് വല്ലപ്പോഴും അവനെത്തേടി എത്തുന്നത്. സീനത് സന രാത്രി പത്തുമണിക്ക് ഓൺലൈനിൽ വരുമെന്നറിയിച്ചിരുന്നതിനാലാണ് അവൻ നെറ്റ് കണക്റ്റുചെയ്ത് അവൾക്കായി കാത്തിരുന്നത്.

സീനത് സനയുടെ മാറ്റംവരുത്തിയ പ്രൊഫൈൽ ചിത്രത്തിൽ അവന്റെ വിരൽസ്പർശമേറ്റപ്പോൾ, അത് കൂടുതൽ വലിയ ചിത്രമായി ഫോണിൽ നിറഞ്ഞു. അവൻ അല്പനേരം ആ ചിത്രത്തിൽ നോക്കിയിരുന്നു. അവൾ ഒടുവിൽ പോസ്റ്റുചെയ്ത ആ വീഡിയോ അവൻ ഒരിക്കൽക്കൂടി കണ്ടു.

ബലൂച് സംസ്കാരം നിറഞ്ഞുനിൽക്കുന്ന സിബി ഉത്സവത്തിന്റെ പശ്ചാത്തലത്തിലെടുത്ത പത്ത് എം ബി മാത്രം ദൈർഘ്യമുള്ള ഒരു വീഡിയോ ഫയലായിരുന്നു അത്. നാഗരികതയുടെ കടന്നുകയറ്റത്തിലും പാരമ്പര്യത്തിന്റെ മണമുള്ള പുല്ലാങ്കുഴൽ വാദനം ആസ്വദിച്ചു നിൽക്കുന്ന സീനത് സന ഫ്രെയിമിനുള്ളിൽ നിറയുന്നതോടെ ആ വീഡിയോ അവസാനിക്കുന്നു. ബലൂചികളുടെ പരമ്പരാഗത വേഷമായ ഷാൽവാറും കമ്മീസുമണിഞ്ഞ്, ദുപ്പട്ടകൊണ്ട് തലമറച്ചുനിൽക്കുന്ന അവൾ ഏറെ സുന്ദരിയായിരിക്കുന്നുണ്ടെന്ന് അവന് തോന്നി.

ബലൂചിസ്ഥാനിൽ ശൈത്യകാലത്തു പെയ്യുന്ന മഞ്ഞുപോലെ അവന്റെ ഉള്ളിലേക്ക് ആ യൗവനദിനങ്ങൾ പെയ്തിറങ്ങി. അവൾ

അരികിലുണ്ടായിരുന്നിട്ടും അവളോടുതോന്നിയ പ്രണയം തുറന്നു പറയാൻ കഴിയാതെ, പൊള്ളുന്ന ഹൃദയവുമായി പരവശനായി നടന്നതും, പിന്നെ വിപ്ലവം തലയ്ക്കു പിടിച്ച് അലഞ്ഞുതിരിഞ്ഞതും, ഒടുവിൽ എല്ലാം പറഞ്ഞ്, എല്ലാം മറന്ന് പിരിയേണ്ടിവന്നതുമൊക്കെ അവനിൽ നിറഞ്ഞുകൊണ്ടിരുന്നു.

കൃത്യം പത്തുമണിക്കുതന്നെ 'ഹായ്' പറഞ്ഞുകൊണ്ട് അവൾ ഓൺലൈനിൽ വന്നു.

"ഹായ്.... നിനക്ക് എങ്ങനെയുണ്ട്?"

'സുഖം' എന്ന രണ്ടക്ഷരത്തിൽ അവൾ മറുപടി ചുരുക്കി. അവളോട് പറയാനും അവളിൽനിന്ന് അറിയാനും മനസ്സുനിറയെ കാര്യങ്ങളുമായാണ് അവൻ കാത്തിരുന്നത്.

എന്നാൽ ഒന്നും പറയാനില്ലാത്തതുപോലെ മനസ്സ് പെട്ടെന്ന് ശൂന്യമാകുന്നതായി അവനു തോന്നി.

പെട്ടെന്ന് ആ വീഡിയോയെക്കുറിച്ച് അവൻ ഓർത്തു. പൊടുന്നനെ അക്ഷരമായി, സന്ദേശമായി അവളിലേക്ക് പറന്നു.

"ആ വീഡിയോ ഞാൻ കണ്ടു. അതിൽ നീ വളരെ സുന്ദരിയായിരിക്കുന്നു."

അവളുടെ മറുപടി വന്നു.

"അത്രയ്ക്ക് സുന്ദരിയാണോ ഞാൻ!"

"എനിക്ക് നീ എന്നും സുന്ദരിയാണ്."

അല്പസമയത്തെ സാവകാശത്തിനുശേഷം അവളുടെ നീണ്ട മറുപടി വന്നു.

"നമ്മുടെ സിബി ഉത്സവത്തിന്റെ ഭാഗമായി അരങ്ങേറുന്ന നാടൻ സംഗീതവും നൃത്തവുമൊക്കെ പരിചയപ്പെടുത്തുന്ന ഒരു ഹ്രസ്വ ചിത്രത്തിന്റെ പണിപ്പുരയിലാണ് ഞാൻ.

ചിത്രത്തിന്റെ ഷൂട്ടിങ്ങിനിടയിൽ ക്യാമറാമാൻ എന്നെ പകർത്തിയ ചിത്രമായിരുന്നു ഞാൻ പോസ്റ്റ് ചെയ്തിരുന്നത്. അതിൽ എന്നെ കാണാൻ അല്പം ഭംഗിയുണ്ടെന്ന് എനിക്കും തോന്നിയിരുന്നു. അതുകൊണ്ടാണ് നിനക്കായി പോസ്റ്റിട്ടതും."

അവൾക്ക് പെട്ടെന്നുതന്നെ മറുപടി കുറിച്ചു.

"സുരക്ഷിത മേഖലയിലൂടെയുള്ള യാത്ര എപ്പോഴും നല്ലതാണ്. ബലൂച് ജനതയുടെ വർണ്ണാഭമായ വശങ്ങൾ കാണിക്കുന്ന ഇത്തരം പരിപാടികൾ ഇനിയും ചിത്രീകരിച്ച് ചാരിതാർത്ഥ്യമടയാം. വേണമെങ്കിൽ ലാവ, ലട്ടി, ഹംബോ തുടങ്ങിയ പരമ്പരാഗത നൃത്തരൂപങ്ങളെക്കുറിച്ചും ഡോക്യുമെന്ററി ചെയ്യാം. ഇതൊക്കെയാണല്ലോ ഭരണകൂടങ്ങളും ഇഷ്ടപ്പെടുന്നത്."

അവളുടെ മറുപടിക്കുവേണ്ടി അവൻ കാത്തിരുന്നു.

"ഇവിടെ നിനച്ചിരിക്കാതെ മഴ പെയ്യുന്നു. മഴയുടെ നനുത്ത കാലൊച്ച കാതുകളിൽ വീണുകൊണ്ടിരിക്കുന്നു. മഴയ്ക്കുശേഷം മാത്രം

വെള്ളം നിറയുന്ന നദികൾ ഇപ്പോൾ ജീവൻ വയ്ക്കാൻ തുടങ്ങിയിരിക്കും. ആഴത്തിൽ നശിച്ച ചരൽ സമതലങ്ങളിലൂടെയും മണ്ണൊലിപ്പുകൊണ്ട് മൈതാനമായിത്തീർന്ന നദികളിലൂടെയും വെള്ളം ഒഴുകുന്നുണ്ടാകും. നിരവധി മലയിടുക്കുകളിലൂടെയും ഇടുങ്ങിയ സമാന്തര വരമ്പുകളിലൂടെയുമൊക്കെ ഒലിച്ചിറങ്ങുന്ന മഴവെള്ളം തരിശിടങ്ങൾക്ക് ജീവനാകട്ടേ. ഭൂരഹിതരായ കർഷകർക്ക് മണ്ണ് ഇളക്കിമറിക്കാൻ കഴിയട്ടേ. നമ്മുടെ പ്രദേശത്തിന്റെ ദാഹത്തിനറുതിവരട്ടേ എന്നും ആശിക്കുന്നു. കബളിപ്പിക്കപ്പെടുന്ന വാർത്തകൾ ജനങ്ങൾ ഇന്നും വായിച്ചിരുന്നിരിക്കാം. പ്രസിദ്ധീകരിക്കാൻ കഴിയാത്ത വാർത്തകൾ നിലവിളികളോടെ എന്നെ പിൻതുടരുന്നുണ്ട്.

ഞാനിപ്പോഴും മാധ്യമപ്രവർത്തകയായി പണിയെടുക്കുന്നു. അപ്രത്യക്ഷരായ മനുഷ്യരുടെ കണക്കെടുക്കുന്നു. ഇതിനിടയിൽ എന്റെ നിലവിളി എനിക്ക് കേൾക്കാൻ കഴിയുന്നുണ്ട്. അതുകൊണ്ട് ഞാനുണ്ട്, ജീവനോടെ..," ജമാൽ നബി അവൾ കുറിച്ച വരികൾ രണ്ടു തവണ വായിച്ചു. താൻ എഴുതിയ മറുപടി അവളെ വേദനിപ്പിച്ചുവെന്ന് മനസ്സിലാക്കിയ ജമാൽ നബി ഉടൻതന്നെ മറുപടി എഴുതി.

'ക്ഷമി'ക്കടോ... എന്റെ വാക്കുകൾ അല്പം പരുഷമായിപ്പോയി. തീർച്ചയായും നിന്നോടുള്ള ഇഷ്ടക്കൂടുതൽകൊണ്ടാണ് എന്റെ വാക്കുകൾക്ക് മൂർച്ച കൂടിയത്. പിന്നെ നിന്നെപ്പോലുള്ള ഒരു മാധ്യമപ്രവർത്തക പൈങ്കിളിയിലേക്കും മറ്റും വഴിമാറിയോ എന്നുള്ള തോന്നലും എനിക്കുണ്ടായി."

ജമാൽ നബിയുടെ കുറിപ്പിന് അവളുടെ മറുപടി വൈകിയില്ല.

"ഒരു നാടിന്റെ, ഒരു ദേശത്തിന്റെ, സംസ്കാരത്തെക്കുറിച്ച് പറയുന്നതാണോ പൈങ്കിളി." ജമാൽ നബിയുടെ മറുപടി.

"ഹൊ... എന്റെ പൊന്നേ... വിട്ടുകള... നിന്റെ ഹ്രസ്വചിത്രം ഞാൻ കണ്ടിട്ടില്ലല്ലോ.... കണ്ടതിനുശേഷം അഭിപ്രായം പറയാം."

സീനത് സന എഴുതി.

"അങ്ങനെ വഴിക്കുവാ..."

അവന്റെ മറുപടി.

"വരാമേ..."

അവളുടെ മറുപടി സന്ദേശം വരുന്നതുവരെ അവന്റെ ചിന്ത അവളെക്കുറിച്ചായിരുന്നു. തന്റെ സഹപാഠിയായ, കൂട്ടുകാരിയായ, കാമുകിയായ സീനത് സന ഒരുപാട് മാറിയിരിക്കുന്നുവെന്ന് അവന് തോന്നി. ഒരുപക്ഷേ, അവളെ ഞാൻ ഇപ്പോഴും ആ പഴയ പെൺകുട്ടിയായി മാത്രം കാണുന്നതുകൊണ്ടാകാമെന്ന് ജമാൽ നബിക്ക് തോന്നി. പഠനകാലത്ത് അധികമൊന്നും ആരോടും സംസാരിക്കാതെ തന്നിലേക്കുതന്നെ ഒതുങ്ങിക്കൂടി നടന്നുപോയ പെൺകുട്ടിയായിരുന്നു.

അവളുടെ മറുപടി എത്തി.

"ഈ അടുത്തിടെ നമ്മുടേതന്നെ മാധ്യമത്തിൽ ജോലി ചെയ്തിരുന്ന

സാഹിർ ബലൂച് എന്ന മാധ്യമ സുഹൃത്തിനെ കാണാതാകുകയും, കുറച്ചു ദിവസങ്ങൾക്കുശേഷം റോഡരുകിൽ അവന്റെ മൃതദേഹം കണ്ടെത്തുകയും ചെയ്തു. അവന്റെ ശരീരഭാഗങ്ങൾ ചുട്ടുപൊള്ളിച്ചിരുന്നു. നഖങ്ങൾ പിഴുതുമാറ്റിയിരുന്നു. തലയിൽ ഡ്രില്ലിങ് മെഷീൻ ഉപയോഗിച്ചിട്ട ദ്വാരങ്ങളും കാണാമായിരുന്നു. ഇപ്പോൾ ഐ എസ് ഐയും ഫ്രോണ്ടിയർ കോർപ്സും ചേർന്ന് നടത്തുന്ന ക്യാമ്പെയ്നാണ്.

'കിൽ ആന്റ് ഡംബ്.' "

ജമാൽ നബി അവളുടെ കുറിപ്പ് വായിച്ചു. മറുപടി എഴുതാൻ കഴിയാതെ നെറ്റിയിൽ വിരലോടിച്ചിരിക്കുമ്പോൾ, അവളുടെ സന്ദേശം വീണ്ടും വന്നു.

"നാളെ ഞാനും റോഡരുകിലെ പ്രേതമായി മാറാം. അവരുടെ രഹസ്യ ക്യാമ്പുകളിൽ കാമകേളികൾക്ക് കിടന്നുകൊടുക്കേണ്ടിവരും എന്റെ ശരീരത്തിന്. എങ്കിലും പ്രാണൻ വെടിയുംവരെ ഞാൻ ചെറുത്തുനില്ക്കും. ഇനി ഒന്നും എനിക്ക് എഴുതാൻ കഴിയുമെന്ന് തോന്നുന്നില്ല. മറ്റൊരവസരത്തിൽ വീണ്ടും ഞാൻ വരുകതന്നെ ചെയ്യും."

ഏറെനേരം ജമാൽ നബിയുടെ കണ്ണുകൾ അവളുടെ സന്ദേശത്തിൽ തറഞ്ഞിരുന്നു.

പതിമൂന്ന്

അബ്ദുള്ള ഈസ അൽ സാദി ഞെട്ടലോടെ ഉണർന്നു. എവിടെയോവച്ച് മുറിഞ്ഞുപോയ സ്വപ്നത്തിന്റെ ശേഷിപ്പുകൾ മുഖത്ത് അവശേഷിപ്പിച്ചു കൊണ്ടാണ് അയാൾ കണ്ണുകൾ തുറന്നത്. മുഖപേശികൾ അയഞ്ഞ്, പൂർവ്വസ്ഥിതിയിലേക്ക് മാറിയതോടെ അയാളുടെ കണ്ണുകൾ പഴയ വീടിന്റെ മേൽക്കൂരയിൽ ഉടക്കിനിന്നു. ഇരു ചുവരുകൾക്കിടയിൽ കുറുകെ വച്ചിരുന്ന നീളൻ കഴുക്കോലിൽ ഉറപ്പിച്ചിരുന്ന പ്ലൈവുഡുകൾ വെടിച്ച് പാളികൾ ഇളകിമാറിയിരിക്കുന്നു. പണ്ടെങ്ങോ പെയ്ത മഴയിൽ ചോർ ന്നൊലിച്ച് മേൽക്കൂരയിൽ തങ്ങിനിന്ന മഴത്തുള്ളികൾ അവശേഷിപ്പിച്ചു പോയ അടയാളങ്ങളിൽ കണ്ണുകൾ ഉടക്കി നിന്നപ്പോഴും അബ്ദുള്ളയുടെ മനസ്സ് ഇന്നലെകളിലെ ആഡംബരത്തിലും ഇന്നിന്റെ യാഥാർത്ഥ്യത്തിലും മാറി മാറി നീങ്ങിക്കൊണ്ടിരുന്നു.

വിജയത്തിന്റെയും ആഘോഷത്തിന്റെയും നാളുകൾ. കടന്നുപോയ സീസണിലെ ഒട്ടുമിക്ക മത്സരങ്ങളിലും, ഏറക്കുറെ എല്ലാ വിഭാഗങ്ങളിലും തന്റെ ഒട്ടകമാണ് കിരീടം നേടിയതെന്ന് അയാൾ ഓർത്തു. അബുദാബിയിലെ പുതിയ പരിശീലന കേന്ദ്രത്തിൽ, പുതിയ പരിശീലകന്റെ കീഴിൽ പുതിയ ദൂരങ്ങൾ കണ്ടെത്തിയപ്പോൾ, തനിക്ക് കൂടുതൽ പണവും പ്രശസ്തിയും കൈവന്നു. അതോടെ തന്റെ ജീവിതം ഏറെ മാറിമറിയുകയായിരുന്നുവെന്ന് അബ്ദുള്ള ഈസ അൽ സാദി ഓർത്തെടുത്തു. ജീവിതരീതികൾ മാറുകയും സൗഹൃദവലയങ്ങൾ വിപുലപ്പെടുകയും ചെയ്തു. ഒന്നിൽ നിന്ന് മറ്റൊന്നിലേക്ക് വിജയക്കുതിപ്പ് നടത്തുമ്പോഴും, മറഞ്ഞിരിക്കുന്ന അജ്ഞാതവസ്തുവിനെ ആർത്തിയോടെ കൈവശപ്പെടുത്താനെന്നപോലെ താൻ വൃഥാ പായുകയായിരുന്നില്ലേ എന്ന് അയാൾക്ക് തോന്നി.

ഒരു സന്ധ്യ ഇരുണ്ടുവെളുത്തപ്പോൾ, എല്ലാ മത്സരങ്ങളിൽനിന്നും തന്റെ ശരീരം പിൻവാങ്ങിയിരിക്കുന്നത് അയാൾ അറിഞ്ഞു. ഗർവ്വോടെ രാത്രി ഉറങ്ങാൻ കിടന്ന തന്നെ ആലക്തികഭാവത്തോടെ പക്ഷാഘാതം പിടികൂടി. കീഴടക്കി. തളർന്ന ശരീരത്തെ ആശുപത്രി കിടക്കയിൽ നിന്ന് വീട്ടിലേക്കു കൊണ്ടുപോകേണ്ടതില്ലെന്ന് മക്കൾ തീരുമാനിച്ചു. പകരം വൃദ്ധരെ പാർപ്പിക്കുന്ന സർക്കാർ മന്ദിരത്തിലേക്ക് മാറ്റാൻ തീരുമാനിച്ചെങ്കിലും, തന്റെ കുഴഞ്ഞ നാവുകൊണ്ടുള്ള അപേക്ഷയ്ക്ക്, അന്ത്യാഭിലാഷത്തിന് സമ്മതം മൂളുകയായിരുന്നു മക്കൾ. അങ്ങനെയാണ് ചലിക്കാത്ത ശരീരത്തെയും താങ്ങി അവർ തോട്ടത്തിലെത്തിയത്. അവിടത്തെ ശുദ്ധവായുവും വെളിച്ചവും ആസ്വദിക്കാൻ തനിക്ക് അവസരമൊരുക്കിയപ്പോൾ, ഓട്ടമത്സരങ്ങളിൽ ഒന്നാമനായി ലെക്സസ് കാറുകൾ നേടിത്തന്ന ഒട്ടകവും കൂട്ടിനുണ്ടായത് വിധിവൈപരീത്യമാകാം. തന്റെ ദുഷ്കൃത്യങ്ങൾ ആ ഒട്ടകം ഓർമ്മപ്പെടുത്തുകയാണെന്ന് അയാൾ മനസ്സിലാക്കി. അന്നത്തെ തിരിഞ്ഞോടലിനുശേഷം ട്രാക്കുകാണാത്ത ഒട്ടകം ഒരു സൂചകമാണെന്ന് അയാൾക്ക് തോന്നിയിട്ടുണ്ട്. അബ്ദുള്ളയുടെ വിചാരങ്ങൾ ഈവണ്ണം നീങ്ങിയപ്പോഴും, വികാരാധീനനാകാതെ, എന്നാൽ അല്പം ദുർബ്ബലമായ ശബ്ദത്തിൽ അയാൾ വിളിച്ചു.

"മുഹമ്മദ് ... മുഹമ്മദ് ... മുഹമ്മ...!"

പഴയ വീടിന്റെ വരാന്തയിൽ വിരിച്ചിരുന്ന നിറം മങ്ങിയ പരവതാനിയിൽ ഇരിക്കുകയായിരുന്ന ഖാലിദ് ആ വിളി കേട്ടു. അയാൾ അബ്ദുള്ള കിടക്കുന്ന മുറിയിലേക്കു ചെന്നു.

"അബ്ദുള്ളാ ... മുഹമ്മദ് പോയി."

അല്പസമയം ഖാലിദിനെത്തന്നെ മിഴിച്ചുനോക്കിയ അബ്ദുള്ള, എന്തോ ഓർത്തെടുത്തപോലെ

"ങാ...." എന്ന് ഉരുവിട്ടു.

അബ്ദുള്ളയുടെ മകൻ ഇബ്രാഹിം അവനെ പറഞ്ഞുവിട്ടു. അവനിപ്പോൾ മറ്റൊരു തോട്ടത്തിലാ."

"അപ്പോൾ... അവൻ ഇനി ഇങ്ങോട്ട് വരുമോ?"

വരുമെന്നോ വരില്ലെന്നോ ഖാലിദ് പറഞ്ഞില്ല.

അബ്ദുള്ള ഈസ അൽ സാദിയുടെ മനസ്സിൽ മുഹമ്മദിനെക്കുറിച്ചുള്ള ഓർമ്മകൾ നിറഞ്ഞു. ഒരു കുട്ടിയുടെ പരിഗണനപോലും അവന് നൽകാതെ തന്റെ വിഷയാസക്തിയെ ശമിപ്പിക്കാൻ നടത്തിയ പരാക്രമങ്ങളൊക്കെ വേദനയോടെ കടന്നുചെന്നു. തന്റെ വഴിവിട്ട രതിവൈകൃതങ്ങൾക്കു മുന്നിൽ നിസ്സംഗതയോടെ നിന്നുതരുകയല്ലാതെ, ഒരിക്കൽപ്പോലും മുഹമ്മദിൽ നിന്ന് എതിർപ്പിന്റെ സ്വരം കേട്ടിരുന്നില്ലെന്ന് അബ്ദുള്ള ഓർത്തു. ഒരുപക്ഷേ, അത് പേടി കൊണ്ടായിരുന്നിരിക്കാം. അതല്ലെങ്കിൽ, തന്റെ നിലവിളി എത്ര ഉച്ചത്തിലായാലും അത് കേൾക്കാൻ ആളുണ്ടാകില്ലെന്ന അറിവുകൊണ്ടാകാം. എന്തായാലും മുഹമ്മദിനുമേൽ നടത്തിയ അരുതായ്മകളൊന്നും അവൻ പുറത്ത് ആരോടും പറഞ്ഞില്ലെന്നുവേണം കരുതാൻ.

എല്ലാ അടിമത്തവും ഏറ്റുവാങ്ങിയ മുഹമ്മദിനോട് ഒരിക്കൽപ്പോലും നീതികാട്ടാൻ കഴിഞ്ഞില്ലല്ലോ എന്ന വേദന അബ്ദുള്ള ഈസ അൽ സാദിയിൽ തീവ്രമായി. ഓർത്തു നോക്കുമ്പോൾ താൻ വീഴ്ത്തിയ നിഴലിന്റെ തണൽ പോലും അവന് അന്യമായിരുന്നുവെന്ന് അബ്ദുള്ള മനസ്സിലാക്കി. ഇപ്പോൾ തന്റെ വയ്യായ്കയിൽ അവനെ അന്വേഷിക്കുന്നതിലെ കാപട്യം തന്നോടുതന്നെയുള്ള വഞ്ചനയാണെന്ന് അബ്ദുള്ളയ്ക്ക് തോന്നി.

ശരീരം തളർന്ന് കിടപ്പിലായ അബ്ദുള്ള ഈസ അൽ സാദിയെ പരിചരിച്ചിരുന്നത് മുഹമ്മദായിരുന്നു. ആരുടെ നിർദ്ദേശവും ഇല്ലാതെ, ഒരു വിളിക്കും കാത്തുനിൽക്കാതെ അബ്ദുള്ളയുടെ എല്ലാ കാര്യങ്ങളും ചെയ്തിരുന്നതിനാൽ ഖാലിദിന് ആ മുറിയിൽത്തന്നെ കയറേണ്ടിവന്നിട്ടില്ല. എന്നാൽ മുഹമ്മദ് പോയതോടെ അബ്ദുള്ള ഈസ അൽ സാദിയുടെ ശുശ്രൂഷ ഖാലിദിന്റെ ജോലിയായി മാറി.

ചലനശേഷി നഷ്ടപ്പെട്ട അബ്ദുള്ള ഈസ അൽ സാദിയുടെ ശരീരത്തെ കിടക്കയിൽ ചാരിയിരുത്തുമ്പോഴും, ആഹാരം നൽകുമ്പോഴുമൊന്നും അവർ പരസ്പരം സംസാരിച്ചിരുന്നില്ല. എന്തുകൊണ്ടോ അവർക്കിടയിൽ അകാരണമായ ഒരു അകൽച്ച നിഴൽ വീഴ്ത്തിയിരുന്നു. ദിവസങ്ങൾ കഴിയുന്തോറും ആ അകൽച്ചയുടെ നിഴലിന് വലിപ്പം വച്ചിരുന്നുവെങ്കിലും, അബ്ദുള്ളയുടെ പരിചരണത്തിൽ ഒരു കുറവും ഖാലിദ് വരുത്തിയില്ല. ഖാലിദ് തന്റെ ജോലികൾ യാന്ത്രികമെന്നോണം ചെയ്തുകൊണ്ടിരുന്നു.

ഖാലിദ് അബ്ദുള്ളയെ കിടക്കയിൽ ചാരിയിരുത്തി. ചിറിയിലൂടെ ഒലിച്ചിറങ്ങിയ ഉമിനീർ തുടച്ചുനീക്കി. ഫിൻജാലിൽ പകർന്ന് ഗാവ നൽകി. റൊട്ടിയും പഴങ്ങളും നൽകി. മലവും മൂത്രവും നീക്കം ചെയ്തു. ശരീരം തുടച്ച് വൃത്തിയാക്കി. അബ്ദുള്ള പറയാതെതന്നെ ജനൽപ്പാളികൾ തുറന്നിട്ടു. തുറന്ന ജാലകപ്പഴുതിലൂടെ വെളിച്ചം അകത്തേക്കു കടക്കുകയും, അബ്ദുള്ള ഈസ അൽ സാദിയുടെ ജീർണ്ണിച്ച ഗന്ധം മുറിവിട്ട് പുറത്തേക്കൊഴുകുകയും ചെയ്തു.

തുറന്നുകിടന്ന ജാലക അഴികൾക്കിടയിലൂടെ അബ്ദുള്ള ഈസ അൽ സാദിയുടെ കണ്ണുകൾ പുറത്തേക്കു നീണ്ടു. വളരെ അകലെയല്ലാതെ വൃത്താകൃതിയിൽ നിർമ്മിച്ചിരിക്കുന്ന കമ്പിയഴിക്കൂടിനുള്ളിൽ കിടക്കുന്ന ഒട്ടകത്തെ തട്ടി ആ നോട്ടം ചലനമറ്റു. വിജയക്കുതിപ്പിനിടയിൽ, പാതിവഴിയിൽ മത്സരം അവസാനിപ്പിച്ച് തുടക്കരേഖയിലേക്കുതന്നെ തിരിഞ്ഞോടിയ, പരാജിതനായ ഒട്ടകത്തെ നോക്കി അബ്ദുള്ളയിരുന്നു.

നിരവധി മത്സരങ്ങളിൽ വിജയപ്പതക്കം നേടിയിട്ടും, ഒടുവിൽ അറിയപ്പെട്ടതോ, വിജയപാതയിൽ നിന്ന് തിരിഞ്ഞോടിയ ഒട്ടകമെന്ന പേരിലും. അന്നത്തെ ആ മത്സരത്തിനുശേഷം ട്രാക്കിലിറക്കിയിട്ടില്ലാത്ത ഒട്ടകം, കൂട്ടിക്കെട്ടിയ കാലുകളോടെ കൂടിനുള്ളിലായി.

കമ്പിവേലികൊണ്ട് ചുറ്റിമറച്ച വളപ്പിനുള്ളിൽ നിന്നിരുന്ന കാഫ് മരത്തിന്റെ ഞാന്നുകിടന്ന ഇല തന്റെ നീളൻ കഴുത്തുയർത്തി പറിച്ചെടുക്കാൻ ശ്രമിക്കുന്ന ഒട്ടകത്തിലേക്ക് അബ്ദുള്ളയുടെ നോട്ടം മാറി. ഒട്ടകം

അതിന്റെ കഴുത്ത് ഉയർത്താൻ കഴിയുന്ന പരിധിക്കുള്ളിലെ എല്ലാ ഇലകളും ഇതിനകം തിന്നുതീർത്തിരുന്നതിനാൽ വൃത്താകൃതിയിൽ വെട്ടിയൊരുക്കിയതുപോലെ കാണപ്പെട്ട ആ മരത്തിൽ നിന്ന് മറ്റൊരു ഇലയും പറിച്ചെടുക്കാൻ അതിന് കഴിഞ്ഞില്ല. വൃക്ഷത്തിന്റെ മറ്റൊരു ഭാഗത്തേക്കു നീങ്ങിയ ഒട്ടകം ഒന്നുരണ്ടു ശ്രമങ്ങൾ കൂടി നടത്തിയശേഷം ഇല പൊട്ടിച്ചെടുക്കാനുള്ള ശ്രമം ഉപേക്ഷിച്ചു. തളർന്ന കാലുകളോടെ ഒട്ടകം കിടന്നു. അയവെട്ടാൻ ആഹാരം അവശേഷിച്ചിട്ടില്ലായിരുന്നെങ്കിലും ഒട്ടകം വെറുതെ ചവച്ചുകൊണ്ടിരുന്നു. പല്ലുകൊഴിഞ്ഞ മുത്തശ്ശി മുറുക്കാൻ ചവയ്ക്കുന്നപോലെയായിരുന്നു അപ്പോൾ ഒട്ടകം അയവെട്ടിയിരുന്നത്.

ഒട്ടകത്തിന്റെ നോട്ടം അബ്ദുള്ളയിലേക്ക് നീണ്ടു. അബ്ദുള്ളയുടെ കണ്ണുകൾ അതിന്റെ നേരെയും. അപ്പോൾ ആ നാലു കണ്ണുകളുടെ അനുഭവങ്ങൾക്കിടയിലൂടെ ഒരു കാലഘട്ടം മെല്ലെ മിഴി തുറന്നു. അവിടെ മുന്നോട്ട് കുതിച്ച അബ്ദുള്ള ഈസ അൽ സാദിയും തിരിഞ്ഞോടിയ ഒട്ടകവും ഒപ്പമായി ഒഴുകി.

ജനാലയിലൂടെ സന്ധ്യ കടന്നെത്തുന്നതുവരെ അബ്ദുള്ള പുറം കാഴ്ചകളിൽ നോട്ടമുറപ്പിച്ചിരുന്നു.

പതിനാല്

മാമോറയിൽ ടാക്സിയിൽ വന്നിറങ്ങിയ ജമാൽ നബി ബലൂച് കരീം ഖാൻ പറഞ്ഞുകൊടുത്ത ഇടറോഡിലൂടെ നടന്നു. ഇടറോഡിൽ നിന്ന് ഗലിയിലേക്ക് നോക്കുമ്പോൾ നിരനിരയായി നിൽക്കുന്ന വീടുകൾക്കും ഗലികൾക്കുമൊക്കെ ഒരേ മുഖമാണെന്ന് ജമാൽ നബിക്ക് തോന്നി. അതുകൊണ്ടുതന്നെ വഴി തെറ്റാനുള്ള സാദ്ധ്യതയും ഏറെയാണെന്ന് അവൻ മനസ്സിലാക്കി. വെള്ളിയാഴ്ച ആയിരുന്നിട്ടുകൂടി ഗലികളിലൂടെ കാൽനടക്കാരെ ആരെയും അവൻ കണ്ടില്ല. ഇന്ത്യക്കാർ താമസിക്കുന്ന വീടുകൾക്കിടയിലെ വഴിയിലൂടെ ജമാൽ നബി നടന്നു.

ഗലിയുടെ ഇരുവശവുമുള്ള വീടുകളിൽ വിവിധ ദേശക്കാരാണ് താമസിക്കുന്നതെങ്കിലും, ഒരു പൊതുസ്വഭാവം പോലെ വീടുകളെല്ലാം മൂടിക്കിടന്നു. ഗലികളുടെ മുന്നിലേക്ക് തുറക്കുന്ന വാതിലുകളും ജനാലകൾ പോലും അടഞ്ഞുകിടന്നു.

കരീം ഖാൻ പറഞ്ഞ അടയാളങ്ങൾവച്ച് ജമാൽ നബി മുന്നോട്ടു നടന്നപ്പോൾ, ആ വലിയ പുളിമരം അവൻ കണ്ടു. അതിനോടു ചേർന്ന് തകരഷീറ്റുകൊണ്ട് മറച്ച കാർഷെഡ് കൂടിയായപ്പോൾ, അവനുറപ്പായി അത് കരീം ഖാന്റെ വീടുതന്നെയെന്ന്.

പ്രതികൂല സാഹചര്യങ്ങളായിട്ടുകൂടി അതിനെയൊക്കെ അതിജീവിച്ച്, പച്ചവിരിച്ച് നിൽക്കുന്ന ആ കൂറ്റൻ പുളിമരച്ചുവട്ടിൽ അവൻ കുറച്ചുനേരം നിന്നു. കത്തുന്ന ചൂടിൽ ശുഷ്കിച്ചുപോയ ഫലം കൊഞ്ചുപോലെ ചുരുണ്ട് തൂങ്ങിക്കിടക്കുന്നത് അവന്റെ ശ്രദ്ധയിൽപ്പെട്ടു. അതിജീവനത്തിന്റെ വേരുകൾ ഫലഭൂയിഷ്ഠമല്ലാത്ത മണ്ണിൽ ആഴ്ത്തിയിറക്കി ജീവന്റെ വളം അത് നേടുന്നുണ്ടാകും. ഒരുപക്ഷേ, അതിന്റെ വംശം നിലനിർത്താനുള്ള പോരാട്ടത്തിൽ ആ വൃക്ഷം പരാജയപ്പെട്ടേക്കാം. എങ്കിലും അത് വർഷാ

വർഷം പൂവിടും, വിത്തായി വളരും, ശുഷ്കിക്കാത്ത ഫലമായി, വാളൻ പുളിയായി തീരാൻ മോഹിക്കും. പ്രകൃതി കനിഞ്ഞാൽ, സാഹചര്യങ്ങൾ അനുകൂലമായാൽ അത് പൂർണ്ണ വളർച്ചയെത്തിയ ഫലമായി മാറുക തന്നെ ചെയ്യും.

ജമാൽ നബി പുളിമരത്തിൽ നിന്ന് കണ്ണുകൾ അടർത്തിമാറ്റി. വീടിന്റെ വാതിലിനടുത്തേക്ക് നടന്നു. വാതിലിനോട് ചേർത്ത് സ്ഥാപിച്ചിട്ടുള്ള ബെല്ലിൽ വിരലമർത്തി കാത്തുനിന്നു. ഏറെ താമസിയാതെ കരീംഖാൻ തന്നെ വന്നു വാതിൽ തുറന്നു. അവൻ ചിരിച്ചുകൊണ്ട് സലാം പറയുകയും ആലിംഗനം ചെയ്യുകയും ചെയ്തു.

അവർക്കുതമ്മിൽ സംസാരിക്കാൻ വിഷയങ്ങളില്ലാത്തതിനാൽ അവർ ഇരുവരും വീടിനുള്ളിലേക്ക് നിശ്ശബ്ദം നടന്നു. ഇടനാഴിവിട്ട് ഹാളിലേക്ക് കടക്കുമ്പോൾ, ശീതീകരണ യന്ത്രത്തിന്റെ നേരിയ മുഴക്കം കേൾക്കാമായിരുന്നു. ഹാളിലെ സോഫയിൽ, ശീതീകരണയന്ത്രം നൽകുന്ന തണുപ്പേറ്റ് ജമാൽ നബി ഇരുന്നു. അവനോടൊപ്പം സോഫയിലിരുന്ന കരീം ഖാൻ പറഞ്ഞു.

"ബാബ ഉറങ്ങുകയാണ്. പിന്നെ ബാബയ്ക്ക് ഉറക്കം കിട്ടുന്നില്ലെന്ന പരാതിയേയില്ല. സാധാരണപ്രായമായവർ ഉറക്കമില്ലായ്മയെ പഴിപറയുകയാണ് പതിവ്. എന്തായാലും ഈ അവസ്ഥയിലും ബാബയെ ഉറക്കം ഏറെ അനുഗ്രഹിക്കുന്നുണ്ട്. അതൊരു ഭാഗ്യംതന്നെയാണ്. ദൈവത്തിന്റെ കൃപതന്നെയാണ്."

ഒരുവേള കരീം ഖാന്റെ മുഖം കൃതാർത്ഥതയോടെ മുകളിലേക്കുയർന്നു.

"നമുക്കൊരു ചായകുടിക്കാം. അപ്പോഴേക്കും ബാബ ഉണരും."

ശരി എന്ന അർത്ഥത്തിൽ ജമാൽ നബി ബലൂച് മന്ദഹസിച്ചു. മറ്റൊന്നും പറയാനില്ലാതിരുന്ന ജമാൽ നബിയുടെ നോട്ടം നിലത്ത് വിരിച്ചിരുന്ന കാർപ്പറ്റിലേക്ക് നീണ്ടു. ആ നോട്ടം ടെലിവിഷനിലേക്കും അവിടെ നിന്ന് ചുവരിലേക്കും മെല്ലെ ഘടികാരത്തിലേക്കും ചെന്നെത്തി. പുറമെനിന്ന് കാണുന്നതുപോലെയല്ലെന്നും, വീടിനുൾവശം വെടിപ്പോടെ സൂക്ഷിച്ചിട്ടുണ്ടെന്നും അവന് തോന്നി.

കരീം ഖാന്റെ ഭാര്യ കൊണ്ടുവന്ന ചായയും മധുരപലഹാരങ്ങളും കഴിച്ചശേഷം അവർ ഇരുവരും അയൂബ് ഖാൻ കിടക്കുന്ന മുറിയിലേക്ക് ചെന്നു. അവർ ചെല്ലുമ്പോൾ അയൂബ് ഖാൻ മൂടിപ്പുതച്ച് കിടക്കുകയായിരുന്നു. പുതപ്പിനിടയിലൂടെ പുറത്തേക്ക് നീണ്ടുകിടന്ന വെളുത്ത ട്യൂബിന്റെ അറ്റത്തെ മൂത്രസഞ്ചി കട്ടിൽപ്പടിയിൽ തൂങ്ങിക്കിടപ്പുണ്ടായിരുന്നു. മൂത്രം നിറഞ്ഞ് പഞ്ചസാരച്ചാക്കുപോലെ വീർത്തുനിന്ന സഞ്ചിയിലേക്ക് ജമാൽ നബിയുടെ നോട്ടം ഉടക്കിനിന്നപ്പോൾ, കരീം ഖാൻ തന്റെ ബാബയെ തട്ടിവിളിച്ചുകൊണ്ട് പറഞ്ഞു.

"ബാബാ.... ബാബാ... കണ്ണുതുറന്നേ... ഇത് ആരാ വന്നു നിൽക്കുന്നതെന്ന് നോക്കിയേ.."

ബാബ എന്ന ആവർത്തിച്ചുള്ള വിളി കേട്ടതുകൊണ്ടായിരിക്കണം കണ്ണുകൾ തുറക്കാതെതന്നെ വിളികേട്ടു എന്ന അർത്ഥത്തിൽ അയാൾ മൂളി. കരീം ഖാൻ വീണ്ടും വിളിക്കുകയും കണ്ണുകൾ തുറക്കാൻ ആവശ്യപ്പെടുകയും ചെയ്തതോടെ അയൂബ് ഖാൻ തന്റെ കനം തൂങ്ങിയ കൺപോളകൾ മെല്ലെ വിടർത്തി. വിടർന്ന കണ്ണുകളിൽ ജമാൽ നബി ബലൂച് പ്രതിഫലിച്ചു. ആ മുഖത്തേക്ക് നോട്ടമുറപ്പിച്ചുകൊണ്ട് ഓർമ്മകളിൽ പരതിക്കൊണ്ടിരുന്ന അയൂബ് ഖാന്റെ മനസ്സിൽ ആ മുഖം തെളിഞ്ഞു. അപ്പോൾ അയാളുടെ കണ്ണുകൾ പ്രകാശമാനമായി. ചുണ്ടിൽ ചിരി വിടർന്നു. അയൂബ് ഖാൻ ആയാസപ്പെട്ട് തന്റെ വലതുകൈ പുതപ്പിനു വെളിയിലേക്ക് നീട്ടി. അയൂബ് ഖാന്റെ കൈ ഗ്രഹിച്ചുകൊണ്ട്, കട്ടിലിനോട് ചേർന്ന് കിടന്ന കസേരയിൽ ജമാൽ നബി ഇരുന്നു. അവർക്കിടയിൽ മൗനം കനംവച്ചു തുടങ്ങിയപ്പോൾ, അവർ ഇരുവർക്കും ഒരുപാട് സംസാരിക്കാനുണ്ടാകുമെന്ന് മനസ്സിലാക്കിയ കരീം ഖാൻ മുറിവിട്ട് പുറത്തിറങ്ങി.

ജമാൽ നബി ബലൂച് അയൂബ് ഖാന്റെ വാടിയ കൈത്തലം അവന്റെ കൈവെള്ളയിലാക്കി മെല്ലെ അമർത്തി കുലുക്കി. താൻ കരുതലുണ്ട് എന്ന് പറയുന്നതുപോലെയായിരുന്നു ആ അമർത്തൽ. അവനെത്തന്നെ നോക്കിയിരിക്കുകയായിരുന്ന അയൂബ് ഖാന്റെ മുഖത്ത് ശോകം ഒളിപ്പിച്ച ചിരി വിരിഞ്ഞു. എല്ലാം ശരിയാകുമെന്ന തരത്തിൽ ജമാൽ നബിയും ചിരി വരുത്തി.

അയൂബ് ഖാൻ നേർത്ത ശബ്ദത്തിൽ പറഞ്ഞു.

"ഉറങ്ങാത്തപ്പോഴും കണ്ണടച്ചാണ് ഞാനിപ്പോൾ കിടക്കുന്നത്. ഉറങ്ങാതെ കണ്ണടച്ചു കിടക്കുമ്പോൾ ഒരു സുഖം തോന്നും. ആ സുഖത്താൽ ചിലപ്പോൾ ഉറക്കത്തിലേക്ക് വീഴുകയും ചെയ്യും."

അല്പസമയം അയൂബ് ഖാന്റെ കണ്ണുകൾ മച്ചിൽ ഉടക്കി നിന്നു. കാഴ്ചയെ അടർത്തിമാറ്റാതെ തന്നെ പറഞ്ഞു.

"കണ്ണടച്ചു കിടക്കുമ്പോഴൊക്കെ എന്നെ കൊണ്ടുപോകാൻ മലക്കുകൾ ആകാശത്തുവന്ന് നിൽക്കുന്നത് ഞാൻ കാണാറുണ്ട്."

അയൂബ് ഖാൻ മൗനത്തിലേക്കു വീണു. മച്ചിൽ ഉടക്കിനിർത്തിയിരുന്ന ദൃഷ്ടികൾ പറിച്ചുമാറ്റി. ഒന്നും കാണാൻ ശക്തിയില്ലാത്തവനെപ്പോലെ കണ്ണുകൾ പൂട്ടി. ആരോടെന്നില്ലാതെ മന്ത്രിച്ചു.

"സ്വാതന്ത്ര്യത്തിന്റെ വെളിച്ചമേറ്റ് കബറിലേക്ക് യാത്രയാകണമെന്നായിരുന്നു മോഹം." എല്ലാം ശരിയാകുമെന്ന തരത്തിൽ അയൂബ് ഖാന്റെ കൈകൾ ഒന്നുകൂടി അമർത്താൻ മാത്രമേ ജമാൽ നബി ബലൂചിന് കഴിഞ്ഞുള്ളു. അവിടെ രൂപപ്പെട്ട മൗനത്തിനിടയിൽ ജമാൽ നബി പറഞ്ഞു.

"അങ്ങയെപ്പോലുള്ളവരുടെ തളരാത്ത മനസ്സാണ് ഞങ്ങളുടെയെല്ലാം ഊർജ്ജം."

പടികടന്നുപോയ ഓർമ്മകളെ തിരിച്ചുവിളിച്ച്, ആ ഓർമ്മകളെയൊക്കെ തന്നിലേക്ക് ചേർത്തുനിർത്താൻ ശ്രമിച്ചുകൊണ്ട് അയൂബ്

ഖാൻ മെല്ലെ മന്ത്രിച്ചു.

"ബാബുവും കൂട്ടരും കീഴടങ്ങാനായി മലയിറങ്ങി. മറുവശത്തുകൂടി ഞങ്ങളും മലയിറങ്ങി. അതൊരു വഞ്ചനയായിരുന്നു. തികഞ്ഞ ചതി.

തിക്കാ ഖാൻ വിരിച്ച വലയിൽ ബാബുവും കൂട്ടരും വീഴുകയായിരുന്നു. അവരുടെ കീഴടങ്ങലോടെ...."

കുറച്ചു നേരത്തെ ശൂന്യാവസ്ഥയ്ക്കുശേഷം അയൂബ് ഖാൻ വാക്കുകൾ പെറുക്കി വയ്ക്കുന്നതുപോലെ വീണ്ടും സംസാരിച്ചു തുടങ്ങി. ഓരോ വാക്കുകൾക്കിടയിലും ഉരുണ്ടുകൂടിയ നിശ്ശബ്ദതയിൽനിന്ന് മറ്റൊരു വാക്ക് ഉയിർകൊള്ളുന്നതുപോലെയായിരുന്നു ആ സംസാരം.

"കീഴടങ്ങിയത് നൂറ്റൻപതോളം പേർ. അതിലും എത്രയോ ഇരട്ടിയായിരുന്നു കീഴടങ്ങാത്തവർ... തിക്കാ ഖാന്റെ നരനായാട്ടായിരുന്നു പിന്നെ. ഒളിഞ്ഞും തെളിഞ്ഞും കടലിലും കരയിലും മലമുകളിലും സമതലങ്ങളിലുമൊക്കെ ജീവിച്ച്... നിൽക്കക്കള്ളിയില്ലാതെ ഒടുവിൽ ഇറാനിലേക്ക് കടന്നു."

ഒരു ദീർഘനിശ്വാസത്തിനു ശേഷം;

"മെല്ലെ മെല്ലെ .... ഓരോരുത്തരായി പിരിഞ്ഞു."

ആ വേർപെടലിന്റെ ഓർമ്മകളിൽ നിന്ന് ഉണർന്നു.

"ഒടുവിൽ ചെറിയ കുടിലുകളുടെ തലസ്ഥാനമായ റാസൽ ഖൈമയിലെത്തി."

അല്പനേരം മൗനത്തിലേക്കുവീണ അയൂബ് ഖാൻ കണ്ണുകളുയർത്തി ജമാൽ നബിയുടെ മുഖത്തേക്ക് നോക്കി മൃദുവായി ഉച്ചരിച്ചു.

"ജമാലേ... ഇപ്പോഴും ഞാൻ ഈ രാജ്യത്തെ പൗരനല്ല. എവിടത്തെയും പൗരനല്ല.

ദൈവത്തിന്റെ കണക്കു പുസ്തകത്തിൽ മാത്രമേ എന്റെ പേരുള്ളൂ. ആ പേരും വെട്ടാറായി."

ശ്വാസമെടുക്കാൻ ബുദ്ധിമുട്ടനുഭവപ്പെട്ട അയൂബ് ഖാൻ അല്പനേരം മിണ്ടാതിരുന്നശേഷം അവനോടായി ചോദിച്ചു.

"ജമാലേ... നിന്നോടൊപ്പം താമസിക്കുന്ന ആ പയ്യൻ എന്റെ ഓർമ്മയിലേക്ക് ചിലപ്പോഴൊക്കെ കടന്നുവരും. അവനെ എനിക്ക് ഓർക്കാൻ കഴിയുന്നില്ലെങ്കിലും എനിക്കറിയാം... അവനെ ഞാൻ എവിടയോ വച്ച് കണ്ടിട്ടുണ്ട്."

മുഹമ്മദിന്റെ കാര്യമാണ് ചോദിക്കുന്നതെന്ന് ജമാൽ നബിക്ക് മനസ്സിലായി.

"അബ്ദുള്ള ഈസ അൽ സാദി എന്ന അറബിയുടെ തോട്ടത്തിലെ പണിക്കാരനായിരുന്നു മുഹമ്മദ്. പണ്ട് ഒട്ടക ജോക്കിയായിരുന്നു. നമ്മുടെ നാട്ടുകാരനായ ഖാലിദ് എന്ന മനുഷ്യനാണ് അവനെ നമ്മുടെ തോട്ടത്തിലേക്കു കൊണ്ടുവന്നത്."

"ഓ... അതാണ്. ഇപ്പോൾ മനസ്സിലായി. ആ ഖാലിദ്... അവനെയും എനിക്കറിയാം. അവന്റെ ബാബ യൂസഫ് അലി കുർദ് ഉണ്ടായിരുന്ന

പ്പോൾ ഇടയ്ക്കൊക്കെ അവിടെ പോകുമായിരുന്നു. യൂസഫ് അലി കുർദിന്റെ മരണം കഴിഞ്ഞ്, ഏറെ നാളുകൾക്കു ശേഷം ഒരിക്കൽക്കൂടി ഞാൻ അവിടെ പോയിരുന്നു. ഖാലിദിനെ നമ്മുടെ സംഘടനയോട് ചേർത്തുനിർത്തുന്നതിനും മറ്റുമായിരുന്നു ആ യാത്ര. അന്നായിരുന്നു ഞാൻ ആ പയ്യനെ കാണുന്നത്."

അയൂബ് ഖാനെ കൂടുതൽ സംസാരിപ്പിക്കണ്ടെന്നു കരുതിയ ജമാൽ നബി തനിക്ക് ഖാലിദുമായി പരിചയമുള്ള കാര്യം അയൂബ് ഖാനോട് പറഞ്ഞില്ല. മുമ്പ് പറഞ്ഞ കാര്യങ്ങളുടെ തുടർച്ചയല്ലാതെ അയൂബ് ഖാൻ വീണ്ടും സംസാരിച്ചു.

"ജമാലേ ... ഇവിടെ എനിക്ക് എല്ലാമുണ്ട്. പക്ഷേ, ഒന്നുമില്ല. എനിക്കെന്റെ ആകാശം നഷ്ടപ്പെട്ടു. എന്റെ വായുവും വെള്ളവും നഷ്ടപ്പെട്ടു. മലനിരകളും ഉറവകളും നഷ്ടപ്പെട്ടു. ഒടുവിൽ ഭൂമിതന്നെ നഷ്ടപ്പെട്ട എനിക്ക് ജീവിതവും കൈമോശം വന്നു."

അയൂബ് ഖാന്റെ ജീവൻ നഷ്ടപ്പെട്ട കണ്ണുകളിലേക്ക് നോക്കിയിരുന്ന ജമാൽ നബി, ഒന്നും പറയാൻ കഴിയാതെ അയാളെ കേൾക്കുകമാത്രം ചെയ്തു. അടുക്കും ചിട്ടയുമില്ലാതെ എത്തിയ ഓർമ്മകളും, വർത്തമാന കാല വിഹ്വലതകളും മരണഭീതിയുമൊക്കെ ഇടകലർന്നെത്തിയ അയൂബ് ഖാന്റെ വാക്കുകൾ ജമാൽ നബിയെ ആകുലനാക്കി.

പെട്ടെന്ന് അയൂബ് ഖാന്റെ കൈ ആശ്രയത്തിനായെന്നതുപോലെ ജമാൽ നബിയുടെ കരങ്ങളിൽ മുറുകി.

"മലക്കുകൾ എന്നെ സ്വാഗതം ചെയ്യാനായി ഇറങ്ങി വരുന്നു... അവർ എന്നോട് പറയുന്നുണ്ട്... സമാധാനമായി വന്നോളൂ എന്ന്... അവർ... അവർ... എന്റെ മുന്നിലെ കർട്ടൻ മാറ്റുകയാണ്... ഞാൻ വേറൊരു ലോകത്തേക്ക് പോകുന്നു." അയൂബ് ഖാന്റെ ശബ്ദം.

നേർത്തുനേർത്ത് ഒരു ചുണ്ടനക്കമായി മാറി. കണ്ണുകൾ കൂമ്പിയടഞ്ഞു. അയാൾ ഉറക്കത്തിലേക്ക് വീണുകൊണ്ടിരുന്നപ്പോൾ, ജമാൽ നബി ബലൂച് മുറിവിട്ട് പുറത്തിറങ്ങി.

പതിനഞ്ച്

അഹമ്മദ് ജാഫിർ വൈകുന്നേരം വീട്ടിൽ നിന്ന് പുറത്തിറങ്ങിയപ്പോൾ, അവന്റെ ഭാര്യ റസിയ അവനെത്തന്നെ നോക്കി നിൽക്കുകയായിരുന്നു. ജാഫിറിന് കൊമോറസ് പാസ്പോർട്ട് ലഭിച്ചതുമുതൽ അറബികളുടെ പരമ്പരാഗത വേഷമായ തൗബും ശിരോവസ്ത്രവും അലങ്കാര ഹെഡ് ബാന്റുമൊക്കെ ധരിച്ചായിരുന്നു പുറത്തിറങ്ങിയിരുന്നത്. എന്നാൽ ഇന്ന് പതിവിന് വിപരീതമായി ബലൂചികളുടെ പരമ്പരാഗത വേഷമായ കുർത്തയും പൈജാമയും ധരിച്ചാണ് ജാഫിർ ഇറങ്ങിയത്. സാധാരണ വെളിയിലേക്ക് പോകുമ്പോൾ എന്തെങ്കിലും വാങ്ങേണ്ടതുണ്ടോ എന്നും മറ്റും അവൻ ഭാര്യയോട് ചോദിക്കുമായിരുന്നു. എന്നാൽ ഇന്ന് അത്തരത്തിലുള്ള ഒരു ചോദ്യവും അവനിൽ നിന്ന് ഉണ്ടായില്ല.

കുർത്തയും പൈജാമയും ധരിച്ച് കാറിനടുത്തേക്ക് നടന്നുനീങ്ങിയ ജാഫിറിനെ അവൻ നോക്കിനിന്നു. ഒന്നും ഉരിയാടാതെ നടന്നുപോകുന്ന ജാഫിറിനെ നോക്കിനിൽക്കുമ്പോൾ റസിയയിൽ വല്ലാത്ത ഉൽക്കണ്ഠ വളരാൻ തുടങ്ങി. കഴിഞ്ഞ കുറെ നാളുകളായി തന്റെ ഭർത്താവിനെ എന്തോ അലട്ടുന്നുണ്ടെന്ന് അവൾക്കറിയാം. എന്നാൽ ഒരു കാരണത്തിലേക്കെത്താൻ അവൾക്ക് കഴിഞ്ഞിട്ടില്ല. അതുകൊണ്ടുതന്നെ ഇന്നലെകളിൽ നടന്ന സംഭവങ്ങളെയൊക്കെ പല പല അംശങ്ങളായി വേർതിരിച്ചു നിർത്തി നോക്കിയിട്ടുകൂടി ഒരു ഉത്തരത്തിലേക്കെത്താൻ ഇതുവരെ അവൾക്ക് സാധിച്ചില്ല.

പുറത്തെ വാതിലടച്ച് വീടിനുള്ളിലേക്ക് നടക്കുമ്പോൾ, കുറച്ചുദിവസങ്ങൾക്ക് മുമ്പ് ജാഫിർ പറഞ്ഞ വാക്കുകൾ റസിയയുടെ മനസ്സിലേക്കോടിയെത്തി. മുനിസിപ്പാലിറ്റിയിലെ ജോലി വിട്ട് ആർ എ കെ സിമന്റ് കമ്പനിയിൽ ജോലിക്കു കയറുന്ന കാര്യമായിരുന്നു അന്ന് സംസാരിച്ചിരുന്നത്.

എന്നാൽ നിലവിലെ ശമ്പളത്തേക്കാൾ കുറവായതിനാൽ പുതിയ ജോലിക്കു പോകുന്നതിൽ നിന്ന് ഭർത്താവിനെ താൻ നിരുത്സാഹപ്പെടുത്തുകയായിരുന്നുവെന്ന് അവൾ ഓർത്തു. ജോലി സംബന്ധമായോ അവിടത്തെ ഓഫീസുമായോ എന്തോ പ്രശ്നം ഉണ്ടായിട്ടുണ്ടെന്ന നിഗമനത്തിലേക്ക് അവൾ എത്തിച്ചേർന്നു.

റസിയയുടെ മനസ്സിൽ വീണ ആശങ്കയുടെ കരിനിഴൽ വീണ്ടും വളരാൻ തുടങ്ങി. തൊഴിൽപരമായ പ്രശ്നം മാത്രമാണെങ്കിൽ വസ്ത്രധാരണത്തിലും മറ്റും ഉണ്ടായ മാറ്റം എന്തിനായിരുന്നു എന്ന ചോദ്യം അവളെ വീണ്ടും ആകുലപ്പെടുത്തി. അടുത്തിടെയായി തന്റെ ഭർത്താവ് ഏതോ സംഘടനയിൽ ചേർന്ന് രഹസ്യമായി പ്രവർത്തിക്കുന്നുണ്ടെന്ന സംശയത്തിന് ബലമേകുന്ന ഒന്നായി അഹമ്മദ് ജാഫിറിന്റെ പുതിയ വസ്ത്രധാരണ രീതിയെ അവൾ കണ്ടു. അവൻ സുഹൃത്തുക്കളുമായി നടത്തിയിട്ടുള്ള ചില ഫോൺ സംഭാഷണങ്ങൾകൂടി റസിയയുടെ ഓർമ്മയിലേക്ക് കടന്നുചെന്നു. എന്തായാലും ഒരുകാര്യത്തിൽ റസിയയ്ക്ക് ഉറപ്പുണ്ടായിരുന്നു; തന്റെ ഭർത്താവിനെ എന്തോ കാര്യമായി അലട്ടുന്നുണ്ട് എന്ന കാര്യത്തിൽ.

റസിയ കിടക്കമുറിയിലേക്കു ചെന്നു. കുട്ടികൾ അപ്പോഴും ഉറക്കത്തിലായിരുന്നു. അവരെ വിളിച്ചുണർത്താനായി കിടക്കയ്ക്കരികിലേക്കു ചെന്നെങ്കിലും, വീണ്ടുവിചാരമെന്നപോലെ അതിനു തുനിയാതെ തിരികെ നടക്കുകയായിരുന്നു. കിടക്കമുറിവിട്ട് പുറത്തിറങ്ങിയ റസിയ മനസ്സിലെ ഭാരം ഇറക്കിവയ്ക്കാനെന്നപോലെ ഹാളിലെ സോഫയിൽ കിടന്നു. അപ്പോൾ കഴിഞ്ഞ ദിവസം രാത്രി ഉണ്ടായ സംഭവം വേദനയോടെ അവളുടെ ഓർമ്മയിലേക്ക് കടന്നുചെന്നു. രാത്രി ഏറെ സമയം ടി വി കണ്ടുകൊണ്ടിരുന്ന അഹമ്മദ് ജാഫിർ കിടക്കമുറിയിലെത്തുമ്പോൾ റസിയ ഉറങ്ങാതെ കിടക്കുകയായിരുന്നു. അവൻ കട്ടിലിൽ അവൾക്കരികിലായി കിടന്നപ്പോൾ, റസിയ താല്പര്യത്തോടെ അവനെ പുണർന്നു. ജാഫിർ അവളുടെ കൈ വിടുവിച്ച് തിരിഞ്ഞുകിടന്നു. എല്ലാ ചിന്തകളും ആശങ്കയോടെ മുന്നിൽ വന്നപ്പോൾ റസിയയ്ക്ക് തന്റെ ദേഹം തളരുന്നതായി തോന്നി.

പതിനാറ്

സായാഹ്നത്തെ മറച്ചുകൊണ്ട് സന്ധ്യപരന്നൊഴുകാൻ തുടങ്ങിയപ്പോൾ, പ്രധാന വീഥിയോട് ചേർന്ന തുറസ്സായ സ്ഥലത്ത് കാർ പാർക്ക് ചെയ്തശേഷം അഹമ്മദ് ജാഫിർ ഹോട്ടലിലേക്ക് നടന്നു. നേരിയ തണുത്ത കാറ്റ് അവനെ തഴുകി കടന്നുപൊയ്ക്കൊണ്ടിരുന്നു. കാറ്റിൽ ഇളകിയാടിയ കുർത്ത പെട്ടെന്ന് അവന്റെ ദേഹത്തോട് പറ്റിച്ചേർന്നു. പഴക്കമുള്ളതാണെങ്കിലും അവന് പാകമായിരുന്നു ആ കുപ്പായം.

റോഡ് മുറിച്ചുകടന്ന് ഹോട്ടലിലേക്ക് കയറുമ്പോൾ ജാഫിർ ചുറ്റും കണ്ണോടിച്ചു. പഴയ ഓർമ്മകളുടെ വെളിച്ചത്തിൽ, ഹോട്ടലിന്റെ ഇടനാഴിയിലൂടെ ധൃതിയിൽ നടന്ന ജാഫിർ അകത്തെ ഹാളിലേക്ക് പ്രവേശിച്ചു. അരണ്ട വെളിച്ചത്തിന്റെ തണലിൽ ആലസ്യത്തോടെ അങ്ങിങ്ങ് നാലഞ്ചുപേർ ഇരിക്കുന്നത് ജാഫിർ കണ്ടു. ഏറ്റവും പിന്നിലായി ആളൊഴിഞ്ഞ മേശയെ ലക്ഷ്യമാക്കി അവൻ നടന്നു. ഹാളിന്റെ വിവിധ ഭാഗങ്ങളിൽ നിന്നെത്തിയ മണം ആസ്വദിച്ചുകൊണ്ട് മെല്ലെ നീങ്ങിയ ജാഫിർ പിന്നിലെ കസേരകളിലൊന്നിൽ ഇരുന്നു. ജാഫിർ കസേരയിൽ അമർന്നിരിക്കുന്നതിന് മുമ്പുതന്നെ അവന്റെ മേശയ്ക്കരികിലേക്ക് അവൾ കടന്നുചെന്നു. തന്റെ വരവ് പ്രതീക്ഷിച്ച് എവിടെയോ മറഞ്ഞു നിന്നിരുന്നവളെപ്പോലെയാണ് അവന് അവളുടെ വരവ് അനുഭവപ്പെട്ടത്.

അവന്റെ മുന്നിൽ നിന്ന പെൺകുട്ടി നിശ്ശബ്ദയായി അവനെ നോക്കിനിന്നപ്പോൾ, ഇടത് കൈവിരൽ ഉയർത്തി ഒന്ന് എന്ന് ആംഗ്യം കാണിച്ചുകൊണ്ട് ബഡ്വൈസർ' എന്ന് പറഞ്ഞു. വളരെ പെട്ടെന്നുതന്നെ കുപ്പിയും ഗ്ലാസും ചോളപ്പൊരിയുമായി അവൾ തിരികെവന്നു. കുപ്പിയും ഗ്ലാസും ശബ്ദം കേൾപ്പിക്കാതെ മേശപ്പുറത്തുവച്ചു. അവൾ തന്റെ കോട്ടിന്റെ പോക്കറ്റിൽ സൂക്ഷിച്ചിരുന്ന ഓപ്പണർ പുറത്തെടുത്ത്

കുപ്പിയുടെ വായ് തുറക്കുമ്പോൾ അതിലെ ദ്രാവകം ഒന്നു കുലുങ്ങിയതു പോലുമില്ല.

അവൾ മേശയ്ക്കരുകിൽ നിന്ന് പോകുമ്പോൾ ജാഫിർ അവളെ നോക്കി. അവൾ ഒരു ഫിലിപ്പിനോയാണെന്ന തോന്നലോടെ ജാഫിർ ഗ്ലാസിലേക്ക് ദ്രാവകം പകർന്നു. സ്വർണ്ണവർണ്ണത്തിൽ നിറഞ്ഞ പാനീയം ഒരു കവിൾ കുടിച്ച് ഗ്ലാസ് മേശമേൽ വയ്ക്കുമ്പോൾ, ചുണ്ടുകൾ വായ്ക്കുള്ളിലാക്കി അമർത്തി ആ ചവർപ്പ് ഒന്നുകൂടി നാവുകൊണ്ടാസ്വദിച്ച് ചോളപ്പൊരി വായ്ക്കുള്ളിലേക്കിട്ടു.

മങ്ങിയ പ്രകാശത്തിൽ, കനംതൂങ്ങിയ കണ്ണുകളോടെ അഹമ്മദ് ജാഫിർ ചുറ്റും നോക്കി. ഒട്ടുമിക്ക മേശകൾക്ക് ചുറ്റിലും ആളുകൾ ഇരിക്കുന്നുണ്ടായിരുന്നു. സുഹൃത്തുക്കളുമായി വന്നവർ മേശയ്ക്കു ചുറ്റിലുമിരുന്ന് കുഴഞ്ഞ നാവാൽ സംസാരിക്കുന്നു; തർക്കിക്കുന്നു; ചിരിക്കുന്നു. ജാഫിറിനെപ്പോലെ ചില ഏകാകികൾ സിരകളിൽ അരിച്ചുകയറുന്ന ലഹരി നുണഞ്ഞുകൊണ്ട് മൗനത്തിലേക്കാണ്ടു.

കഴിഞ്ഞ കുറെ നാളുകളായി അഹമ്മദ് ജാഫിറിൽ വളർന്നുകൊണ്ടിരുന്ന അപകർഷതാബോധം അവനെത്തന്നെ വരിഞ്ഞുമുറുക്കിക്കൊണ്ടിരുന്നതിനാൽ, എല്ലാത്തിനോടും, എല്ലാവരോടും അകാരണമായ ഒരു വിദ്വേഷം അവന് തോന്നിയിരുന്നു.

യു എ ഇ പൗരത്വത്തിന്റെ ചവിട്ടുപടിയായി കരുതുന്ന കൊമോറസ് പാസ്പോർട്ട് ലഭിച്ച് വർഷങ്ങൾ പിന്നിട്ടിട്ടും, യു എ ഇയുടെ പൗരത്വ രജിസ്റ്ററിൽ അംഗമാകാൻ കഴിയാത്തതിലുള്ള വേദന അഹമ്മദ് ജാഫിറിനെ മഥിച്ചുകൊണ്ടിരുന്നു. ആകാംക്ഷയും പ്രത്യാശയുമായി എത്രയോ തവണ ആഭ്യന്തര വിദേശകാര്യ മന്ത്രാലയങ്ങളിൽ കയറിയിറങ്ങിയിരിക്കുന്നു. പ്രാദേശികമായി പുറത്തിറക്കിയിരിക്കുന്ന കുടുംബ പുസ്തകവുമായി ചെല്ലാനാണ് ദേശീയ ഐഡന്റിറ്റി അതോറിറ്റി ആവശ്യപ്പെട്ടിരിക്കുന്നത്. എന്നാൽ ഒരിക്കലും ലഭിച്ചിട്ടില്ലാത്ത കുടുംബ പുസ്തകത്തിന് ആരുടെ വാതിൽ മുട്ടണമെന്നും, ആരുടെ കാൽ നക്കണമെന്നും അഹമ്മദ് ജാഫിറിന് അറിയില്ല.

അഹമ്മദ് ജാഫിറിന്റെ ചിന്തയിലേക്ക് പുതിയ ചില യാഥാർത്ഥ്യങ്ങൾക്കൂടി കടന്നുചെന്നു. വാസ്തവത്തിൽ യു എ ഇയിൽ ജനിച്ച്, ഇവിടെ വളർന്ന് ഇവിടെ താമസിക്കുന്ന ഞങ്ങൾക്ക്, ഒരു സുപ്രഭാതത്തിൽ മറ്റൊരു രാജ്യത്തിന്റെ പാസ്പോർട്ട് ഇവിടത്തെ ഭരണകൂടം നൽകുന്നു. വളരെ വിചിത്രമായ അവസ്ഥ. ഇന്ത്യൻ മഹാസമുദ്രത്തിലെ ദ്വീപ് രാജ്യങ്ങളിലൊന്നായ കൊമോറസ് എന്ന രാജ്യത്തിന്റെ പാസ്പോർട്ടാണ് എന്നെപ്പോലെ ബലൂചികളായ പതിനായിരങ്ങൾക്ക് യു എ ഇ സർക്കാർ വിതരണം ചെയ്തിരിക്കുന്നത്. ലോകത്തിലെ ഏറ്റവും ദരിദ്രരാജ്യങ്ങളിലൊന്നായ കൊമോറസുമായി യു എ ഇ സർക്കാർ ഉണ്ടാക്കിയ കരാറിന്റെ അടിസ്ഥാനത്തിലായിരുന്നു ഉത്തരം പാസ്പോർട്ട് വിതരണം. മുമ്പ് ഒരിക്കൽപ്പോലും കേട്ടിട്ടില്ലാത്ത, ഒരിക്കൽപ്പോലും അവിടെ താമസിക്കുന്ന

തിനോ പൗരത്വത്തിനോ അവകാശമില്ലാത്ത ഒരു രാജ്യത്തിന്റെ പാസ് പോർട്ടാണ് ഞങ്ങളെപ്പോലുള്ളവരുടെ കൈകളിലിരിക്കുന്നതെന്ന് അഹമ്മദ് ജാഫിറിന് അറിയാം.

ഗ്ലാസിൽ അവശേഷിച്ച അവസാന തുള്ളിയും അകത്താക്കിയ ശേഷം അഹമ്മദ് ജാഫിർ കസേരയിൽ ചാരിയിരുന്നു. താൻ ആരാണെന്ന ചോദ്യത്തോടൊപ്പം തന്റെ ഇടം എവിടെയാണെന്ന ചോദ്യവും ജാഫിറിന്റെ മുന്നിലേക്കുവന്നു. ഉത്തരം തേടിയുള്ള അവന്റെ യാത്ര ഒടുവിൽ ബി എൽ ഒ എന്ന സംഘടനയിൽ അവസാനിച്ചു.

ഒഴിഞ്ഞ ഗ്ലാസിനരികിൽ അവൾ ചെന്നു. ഒരു കുപ്പികൂടി ഓർഡർ കൊടുത്തശേഷം അവൻ വീണ്ടും കസേരയിൽ ചാഞ്ഞു. കഴിഞ്ഞ കുറെ നാളുകളായി താൻ റസിയയെ പൂർണ്ണമായി അവഗണിക്കുന്നു എന്ന കുറ്റബോധം ജാഫിറിൽ ഒരു നീറ്റലായി ഉയർന്നു. ആ വേദനയ്ക്ക് ആശ്വാസമേകുന്നപോലെ അവൾ ഒരു കുപ്പികൂടി അവന്റെ മുന്നിൽവച്ചു. കുപ്പിയുടെ അടപ്പു തുറന്ന യുവതി, ജാഫിർ ആവശ്യപ്പെടാതെതന്നെ അത് ഗ്ലാസിലേക്കു പകർന്നു. ചരിച്ചു പിടിച്ച ഗ്ലാസിലേക്ക് മഞ്ഞ ദ്രാവകം പതയാതെ ഒഴുകിക്കൊണ്ടിരുന്നപ്പോൾ, കലങ്ങിയ കണ്ണാൽ ജാഫിർ അവളെ നോക്കിയിരുന്നു. അപ്പോൾ അവൾ അവനെ നോക്കി മന്ദഹ സിച്ചു. അവനും ചിരിച്ചു. അവൾ പോയതിനുശേഷവും ആ ചിരി അവിടെ തങ്ങിനിൽക്കുന്നതായി ജാഫിറിന് തോന്നി.

ആ കുപ്പികൂടി കാലിയാക്കി മടങ്ങാൻ എഴുന്നേറ്റപ്പോൾ, അവൻ ആ ഫിലിപ്പിനോയെ ചുറ്റും നോക്കി. മറ്റൊരു ടേബിളിൽ സെർവ്വ് ചെയ്തു കൊണ്ടിരുന്ന അവൾ അവനെ നോക്കി. ജാഫിർ കണ്ണുകൾ കൊണ്ട് അവളെ വിളിച്ചു. അവൾ പെട്ടെന്ന് അവന്റെ അരികിലേക്കു ചെന്നു. അവൻ അമ്പത് ദർഹം അവൾക്കു കൊടുത്തു. അതിനുശേഷം പുറത്തെ വാതിൽ ലക്ഷ്യമാക്കി നടന്നു. അയഞ്ഞ കാൽവയ്പുകളോടെ നീങ്ങിയ ജാഫിറിന്റെ ഉള്ളിലേക്ക് ആ വാക്കുകൾ തികട്ടിവന്നു. ആ തികട്ടൽ അവൻ ഒട്ടും ഇഷ്ടപ്പെട്ടിരുന്നില്ലെങ്കിലും, അനിവാര്യതപോലെ അത് പുറത്തേക്ക് തള്ളി.

“ഈ തീട്ടവണ്ടി ഓടിക്കുന്ന ബലൂചികൾക്കൊക്കെ പൗരത്വം കൊടുത്തു തുടങ്ങിയാൽ...?”

പതിനേഴ്

അഹമ്മദ് ജാഫിർ ഏറെ വൈകിയാണ് വീട്ടിലെത്തിയത്. വീടിന് പുറത്തുള്ള ഷെഡ്ഡിൽ കാർ നിർത്തിയശേഷം, അല്പനേരം കൂടി അയാൾ വണ്ടിയിൽത്തന്നെ ഇരുന്നു. പകുതി തുറന്ന ഡോറിൽ പിടിച്ചു കൊണ്ട്, എന്തോ ഓർത്തെടുക്കാൻ ശ്രമിക്കുന്ന മുഖഭാവത്തോടെ അയാൾ കണ്ണുകൾ പൂട്ടി. അല്പസമയം അങ്ങനെ ഇരുന്ന ജാഫിറിന് തല കറങ്ങുന്നതായി അനുഭവപ്പെട്ടു. അതോടെ കനംതൂങ്ങിയ കൺപോളകളെ ബലമായി തുറന്നുപിടിച്ചുകൊണ്ട് സീറ്റിൽ നിന്ന് എഴുന്നേറ്റു. കാറിന്റെ ഡോർ അടയ്ക്കാൻ തുടങ്ങുമ്പോൾ, പെട്ടെന്ന് ഓർത്തെടുത്തപോലെ ഗിയർ ലിവറിനോട് ചേർന്നുള്ള അറയിൽ നിന്ന് ഒരു പൊതിയെടുത്ത് കൂർത്തയുടെ പോക്കറ്റിലിട്ടു.

ഉറയ്ക്കാത്ത കാൽവയ്പുകളോടെ മുന്നോട്ട് നടന്ന ജാഫിർ പെട്ടെന്ന് തിരിഞ്ഞുനിന്ന് വണ്ടിയുടെ താക്കോൽ സെൻസറിൽ വിരലമർത്തി. ഇരുവശങ്ങളിലെയും ലൈറ്റുകൾ മിന്നി അണഞ്ഞുകൊണ്ട് കാറിന്റെ ലോക്കുകൾ വീണു.

വീടിന് മുന്നിലൂടെ പോകുന്ന പാതയിലേക്ക് തുറക്കുന്ന പ്രവേശന കവാടത്തിന് മുന്നിലെ കോളിങ് ബെല്ലിൽ വിരലമർത്തിക്കൊണ്ട് ജാഫിർ നിന്നു. ആ മണിനാദത്തിന് കാത്തിരുന്നതുപോലെ, ബെല്ലിന്റെ ഒച്ച കേട്ടയുടൻ ജാഫിറിന്റെ ഭാര്യ വാതിൽ തുറന്നു. അവൻ മുന്നിലും അവൾ പിന്നിലുമായി വീട്ടിനുള്ളിലേക്ക് നടന്നു.

അവർ പരസ്പരം ഒന്നും മിണ്ടിയില്ല. ജാഫിർ കുഴഞ്ഞകാലുകളാൽ ഹാളിലേക്ക് കടക്കുമ്പോൾ, മദ്യത്തിന്റെ ഗന്ധം അവൾക്ക് അനുഭവപ്പെട്ടു. അവൾ തന്റെ ഭർത്താവിനെ സൂക്ഷിച്ചുനോക്കി. ആ നോട്ടത്തെ എതിരിടാൻ കഴിയാതെ, രക്ഷപ്പെടാനെന്നപോലെ അവൻ അവളുടെ മുഖത്ത്

നോക്കാതെ പറഞ്ഞു. "എനിക്ക് റൊട്ടി വേണ്ട. ഞാൻ പുറത്തുനിന്ന് കഴിച്ചു."

അവൻ കിടക്ക മുറിയിലേക്കു പോയി. കുറച്ചുസമയം കൂടി ഹാളിൽ ത്തന്നെ നിന്നശേഷം അവൾ മുറിയിലേക്ക് ചെന്നു. കട്ടിലിൽ അവന്റെ അരികിലായി അവൾ കിടന്നു. ജാഫിർ കണ്ണടച്ചിരുന്നെങ്കിലും ഭാര്യ തന്റെ അരികിൽ കിടക്കുന്നത് അവൻ അറിഞ്ഞു. അവർ പരസ്പരം ഒന്നും ഉരിയാടിയില്ല. മെല്ലെ അവർക്കിടയിൽ വല്ലാത്തൊരു ശൂന്യത വന്നു നിറഞ്ഞു.

മുറിയിലെ ശീതീകരണയന്ത്രത്തിന്റെ മുരൾച്ചയിലും തന്റെ ഭാര്യയുടെ നെടുവീർപ്പ് ജാഫിർ കേട്ടു. അവൻ പെട്ടെന്ന് അവളെ തന്റെ ദേഹത്തോടു ചേർത്തുപിടിച്ചു. ജാഫിറിന്റെ കരവലയത്തിനുള്ളിലേക്ക് ചേർന്ന റസിയ അവന്റെ പിടി വിടുവിക്കാൻ ശ്രമിച്ചു. അപ്പോൾ അവൻ റസിയയെ തന്നിലേക്ക് കൂടുതൽ അടുപ്പിച്ചു. അവൾ നീരസം മാറ്റി അവനിലേക്കമർന്ന പ്പോൾ, അവനിലെ മദ്യത്തിന്റെ ഗന്ധം റസിയയെ അലോസരപ്പെടുത്തി ക്കൊണ്ടിരുന്നു.

ജാഫിറിന്റെ ശരീരാവയവങ്ങൾ, അതുവരെയുള്ള രീതിവിട്ടു മറ്റൊരു തരത്തിൽ പെരുമാറാൻ തുടങ്ങി. പിഴയ്ക്കാത്ത താളത്തോടെ അവ ചലിച്ചുതുടങ്ങിയപ്പോൾ, സുരതത്തിനുള്ള ആവേശം അവളിലും പടർന്നു. കൊട്ടിക്കലാശത്തിന് മുമ്പ്, ജാഫിർ കുർത്തയുടെ പോക്കറ്റിൽ നിന്ന് ആ പൊതി പുറത്തെടുത്തു. റസിയ ആ പൊതിയിൽ ആകാംക്ഷയോടെ നോക്കി നിൽക്കുമ്പോൾ, ജാഫിർ പൊതി പൊളിച്ച് അതിനുള്ളിൽ നിന്ന് ഉറ പുറത്തെടുത്തു. ആ ഉറ പ്രത്യേക രീതിയിൽ ചുരുട്ടി ചെറുതാക്കിയ ശേഷം അവന്റെ ഉദ്ധരിച്ച ലിംഗത്തിലേക്ക് കടത്തി. അതുവരെ കണ്ടിട്ടി ല്ലാത്ത കാഴ്ചയിൽ, അവൾ അത്ഭുതപ്പെട്ടു. ജാഫിർ ദ്രുതതാളത്തിൽ കൊട്ടിക്കയറുമ്പോൾ, അവന്റെ മനസ്സ് മന്ത്രിച്ചുകൊണ്ടിരുന്നു.

'ഇനി ഒരു കുഞ്ഞിനും ജന്മം നൽകില്ലെന്ന്.'

ഒടുവിൽ സ്വരഭേദത്തോടെ താളം നിലച്ചു. അവരുടെ ശ്വാസോച്ഛ്വാസം ക്രമേണ മന്ദഗതിയിലായി. അവർ കിടക്കവിട്ടെഴുന്നേൽക്കാതെ ആലസ്യ ത്തോടെ കിടന്നു. അവൾ അവനോട് ചോദിച്ചു.

"കുറച്ചു ദിവസമായി ഞാൻ ശ്രദ്ധിക്കുന്നു. നിങ്ങൾക്ക് എന്തുപറ്റി?"

അവളുടെ ചോദ്യത്തിന് മറുപടി പറയാതെ, കണ്ണുകൾ മേൽത്ത ട്ടിലുറപ്പിച്ച് അവൻ ആലസ്യത്തോടെ കിടന്നു. അല്പസമയം അങ്ങനെ തന്നെ കിടന്ന ജാഫിർ പതിഞ്ഞ ശബ്ദത്തിൽ റസിയയോടായി പറഞ്ഞു.

"ഞാൻ ഈ ജോലി ഉപേക്ഷിക്കുകയാണ്."

ജാഫിറിന്റെ വാക്കുകൾ അവളെ സ്തബ്ധയാക്കി. മെല്ലെ വാക്കുകൾ വീണ്ടെടുത്തുകൊണ്ട്, ആകുലതയോടെ അവൾ ചോദിച്ചു.

"സത്യത്തിൽ നിങ്ങൾക്ക് എന്തുപറ്റി...? അവിടെ ഓഫീസിൽ എന്തെ ങ്കിലും പ്രശ്നമുണ്ടോ?"

നീണ്ട മൗനത്തിലൂടെ അവളുടെ ചോദ്യത്തെ മറികടക്കാനാണ്

അവൻ ആദ്യം ശ്രമിച്ചത്. തന്റെ വാക്കുകൾ റസിയ എങ്ങനെ മനസ്സിലാക്കുമെന്നുള്ള ആശങ്ക ഉണ്ടായിരുന്നെങ്കിലും, ഒടുവിൽ ജാഫിർ അവളോടായി പറഞ്ഞു.

"നമുക്ക് പാസ്പോർട്ട് കിട്ടി. പക്ഷേ, അത് മറ്റൊരു രാജ്യത്തിന്റേതാണ്. നാം ഇപ്പോഴും പൗരത്വ രജിസ്റ്ററിന് വെളിയിലാണ്. അവരുടെ ബുക്കിൽ നമ്മുടെ പേരുകൾ ഉണ്ടാകില്ല. നാം ഇപ്പോഴും അവർക്ക് ബലൂചികളാണ്. എന്നും അങ്ങനെതന്നെയായിരിക്കും. അവരുടെ മുന്നിൽ ഞാൻ ഇപ്പോഴും തീട്ടവണ്ടി ഓടിക്കുന്ന ബലൂചി തന്നെയാണ്. ഇനി പൗരത്വം ലഭിച്ചാലും അതിന് മാറ്റമുണ്ടാകില്ല."

അവന്റെ ഉള്ളിലെ വേദനയും അമർഷവും നിസ്സഹായതയുമൊക്കെ അലിഞ്ഞുചേർന്ന ആ വാക്കുകൾ അവളിലേക്കും പടർന്നുകയറി. ജാഫിറിനോട് കൂടുതൽ പറ്റിച്ചേർന്നുകിടന്ന റസിയ തന്റെ കരം അവന്റെ നെഞ്ചോടു ചേർത്തുവച്ചുകൊണ്ട്, ആശ്വസിപ്പിക്കുന്ന തരത്തിൽ പറഞ്ഞു.

"എല്ലാം ശരിയാകും."

"എന്ത് ശരിയാകാൻ ... സത്യത്തിൽ നമ്മളൊക്കെ ഇപ്പോഴും അഭയാർത്ഥികളാണ്. ഓരോ അഭയകേന്ദ്രം തേടിക്കൊണ്ടിരിക്കുന്നവർ. ഇപ്പോൾ ഒരു പാസ്പോർട്ട് കിട്ടിയിട്ടുണ്ട്. എന്ത് പ്രയോജനം? അതുകൊണ്ട് ഇവിടത്തെ സർക്കാർ ആശുപത്രിയിൽ പോകാൻ പറ്റുമോ? അതിന് വേറെ പണം കണ്ടെത്തണം. അതുകൊണ്ടുകൂടിയാണ് ഇനി കുട്ടികൾ വേണ്ടെന്ന് തീരുമാനിച്ചത്. പിന്നെ വെറുതെ എന്തിനാ രാജ്യമില്ലാത്ത ഒരു കുട്ടിയെക്കൂടി ജനിപ്പിക്കണം. ഈ കോളനിയിൽ നിന്ന് മാറി, സ്വന്തമായി ഒരു തുണ്ട് ഭൂമി വാങ്ങാൻ കഴിയുമോ?

അതിനും നമുക്ക് അവകാശമില്ല. പിന്നെ എന്തിനാണ് ഈ പാസ്പോർട്ട്? യഥാർത്ഥത്തിൽ നമ്മളൊക്കെ ഒരുപാട് അകലെയാണ്. അടുത്ത കാലത്തൊന്നും നമ്മുടെ ജീവിതത്തിലേക്ക് വെളിച്ചം തെളിയുമെന്ന് തോന്നുന്നില്ല."

തന്റെ ഭർത്താവ് ഇന്നലെവരെ സംസാരിക്കാത്ത ഭാഷയിലാണ് ഇപ്പോൾ സംസാരിക്കുന്നതെന്ന് റസിയയ്ക്ക് തോന്നി. ഒന്നും മനസ്സിലാകാത്തതുപോലെ അവൾ അവനെത്തന്നെ നോക്കിക്കിടന്നു.

അഹമ്മദ് ജാഫിർ താൻ അംഗമായി ചേർന്ന ബലൂചികളുടെ സംഘടനയെക്കുറിച്ച് റസിയയോട് പറയാൻ തുനിഞ്ഞെങ്കിലും എന്തോ വീണ്ടുവിചാരമെന്നപോലെ വേണ്ടെന്നുവച്ചു.

പതിനെട്ട്

ഗേറ്റിലെ കൊളുത്ത് മാറ്റിയ മുഹമ്മദ് ഒരു വശത്തെ ഇരുമ്പ് പാളികൾ ശക്തിയായി അകത്തേക്ക് തള്ളി. അപ്പോൾ ഒരു ഞരക്കത്തോടെ വാതിൽ അല്പം വിടർന്നു. ആ വിടവിലൂടെ മുഹമ്മദ് തന്റെ ചെറിയ ശരീരത്തെ അകത്തേക്കു കടത്തി. തോട്ടത്തിനുള്ളിൽ കടന്ന മുഹമ്മദിന്റെ നോട്ടം നിരനിരയായി നിന്ന ഈന്തപ്പനകളിലേക്ക് നീണ്ടു. പനകളിൽ പലതും വെള്ളം കിട്ടാതെ, പരിചരണമില്ലാതെ കരിഞ്ഞുണങ്ങിയിരുന്നു. ചില പനകളുടെ മണ്ടതന്നെ ഒടിഞ്ഞിരിക്കുന്നതും അവന്റെ കണ്ണിൽ പതിഞ്ഞു. ധ്യാനത്തിലെന്നപോലെ നിശ്ചലമായി നിന്ന പനകൾക്കിടയിലൂടെ നീങ്ങിയ അവന്റെ കാഴ്ച ഖാലിദിനെ തിരഞ്ഞുകൊണ്ടിരുന്നു.

ഒരു ചെറു നെടുവീർപ്പോടെ മുഹമ്മദ് ഈർപ്പം വറ്റിയ മണലിലൂടെ പതുക്കെ നടന്നു. പനകളുടെ ചുവട്ടിലെ തടങ്ങൾ അപ്പോഴും ഉയർന്നു നിൽക്കുന്നത് അവന് കാണാമായിരുന്നു. തടഞ്ഞുനിർത്താൻ വെള്ളമില്ലാത്ത മൺതിട്ട തന്റെ ജീവിതം പോലെ വ്യർഥമാണെന്ന് മുഹമ്മദിന് തോന്നി. അല്പനേരംകൂടി അവിടെ നിന്ന മുഹമ്മദ് തോട്ടത്തിലെ വീടിനെ ലക്ഷ്യമാക്കി നടന്നു.

വീടിനുമുന്നിലെത്തിയ മുഹമ്മദ്, അതിന്റെ പടികൾ ചവിട്ടാതെ അല്പനേരം മുറ്റത്തുതന്നെ നിന്നു. എന്തോ ഓർത്തെടുക്കുന്നപോലെ നിന്ന മുഹമ്മദ് സാവകാശം ആ പഴയ വീടിന്റെ തിണ്ണയിൽ കയറി. അബ്ദുള്ള ഈസ അൽ സാദി എന്ന യജമാനൻ വിജയരഥത്തിൽ നിന്ന് ജീവിതത്തിന്റെ യാഥാർത്ഥ്യത്തിലേക്ക് കൂപ്പുകുത്തിയ ഇടം. അവൻ ആ മുറിയുടെ വാതിൽ തള്ളിത്തുറന്നു. പുറത്തെ വെളിച്ചം അകത്തുകടന്നിട്ടും മുറിയിലെ ഉരുൾ നീങ്ങിയില്ല. ആ ഇരുട്ടിലേക്കു കടന്നുചെന്ന മുഹമ്മദിനെ, അത്തറും വിയർപ്പും കൂടിക്കലർന്ന ഗന്ധം എതിരേറ്റു. ആ മണ

ത്തെ കീഴടക്കിക്കൊണ്ട് ജീർണ്ണിച്ച ശരീരത്തിന്റെ വാട അവനെ ചുറ്റി വരിയാൻ തുടങ്ങി.

എയർ ബെഡിൽ ഒരു നേർത്ത പൊങ്ങുതടിയെപ്പോലെ കിടന്ന അബ്ദുള്ള ഈസ അൽ സാദിയുടെ ശരീരത്തെ ദിനവും നനവുള്ള പേപ്പർ ബാത്ത് ടവ്വൽ കൊണ്ട് തുടച്ചിരുന്നപ്പോൾ ,അയാളുടെ തുടകൾക്കിടയിലെ ഇടുക്കിൽനിന്നും, വൃഷണസഞ്ചിയിൽനിന്നും അതിനോടു ഒട്ടിച്ചേർന്നു കിടന്ന തളർന്ന ലിംഗത്തിൽ നിന്നുമൊക്കെ പുറത്തേക്കുവന്ന പുളിച്ച നാറ്റവും മുഹമ്മദിന് അനുഭവപ്പെട്ടു. അയാളുടെ സോറിയാസിസ് ബാധിച്ച ശരീരത്തിൽ നിന്ന് ശല്കം പോലെ അടർന്നുവീണുകൊണ്ടിരുന്ന ചർമ്മ തൂളികൾ മുറിനിറയെ പറക്കുന്നതായും അവനു തോന്നി. മുഹമ്മദിന് അബ്ദുള്ളയുടെ അദൃശ്യ സാന്നിദ്ധ്യം അനുഭവപ്പെട്ടു. അവൻ പെട്ടെന്ന് മുറിവിട്ട് പുറത്തിറങ്ങി.

അബ്ദുള്ളയുടെ ദുരിതപൂർണ്ണമായ അവസാന നാളുകളെക്കുറിച്ചോർത്തപ്പോൾ, അവന് പ്രത്യേകിച്ച് ഒരു വികാരവും തോന്നിയില്ല. ഇന്ന് അബ്ദുള്ള ഇല്ലാത്ത ഈ ലോകത്തിരുന്നുകൊണ്ട് ചിന്തിക്കുമ്പോൾ, അയാളോട് ഒരു വിദ്വേഷവും തനിക്ക് തോന്നുന്നില്ലെന്ന് മുഹമ്മദ് മനസ്സിലാക്കി. തന്നെ ലൈംഗികമായി പീഡിപ്പിച്ചതിലുള്ള വെറുപ്പുപോലും അലിഞ്ഞ് ഇല്ലാതായിക്കൊണ്ടിരിക്കുകയാണെന്ന് അവൻ തിരിച്ചറിഞ്ഞു.

ഒരിക്കൽ ജമാൽ നബി ഏതോ സന്ദർഭത്തിൽ അവനോട് പറഞ്ഞ വാചകം വളരെ തെളിമയോടെ മുഹമ്മദിന്റെ ഓർമ്മയിൽ വന്നു. ആ വാക്കുകളുടെ അർത്ഥബോധം വ്യക്തമായിരുന്നില്ലെങ്കിലും, എന്തുകൊണ്ടോ ആ വാചകം മുഹമ്മദിന്റെ മനസ്സിൽ അന്നേ തറഞ്ഞിരുന്നു.

മുറ്റത്ത് മൂടിയില്ലാതെ വച്ചിരിക്കുന്ന അമ്ലം പോലെയാണ് വൈരം. ഓരോ ഇരവിലും ഇറ്റുവീഴുന്ന ഹിമകണങ്ങൾ അതിനെ നേർപ്പിച്ചുകൊണ്ടേയിരിക്കും. ഒടുവിൽ അതിന് അതിന്റെ അമ്ലത്വം തന്നെ നഷ്ടപ്പെടുന്ന ദിവസം വരും.

യഥാർത്ഥത്തിൽ ഒരു പേരുപോലും സ്വന്തമായി ഇല്ലാതിരുന്ന താൻ ഒരു ചരക്കുമാത്രമായിരുന്നു. കമ്പോളത്തിൽ വിൽപ്പനയ്ക്കു വച്ചിരുന്ന കേവലം ഒരു ഉല്പന്നം. വിൽപ്പന കാത്തിരുന്ന എന്നെ നല്ല വില കൊടുത്ത് വാങ്ങിയതാകട്ടേ അബ്ദുള്ള ഈസ അൽ സാദിയും. ഉപഭോക്താവായ അയാൾ മുഹമ്മദ് എന്ന ഉല്പന്നത്തെ പരമാവധി പ്രയോജനപ്പെടുത്താൻ ശ്രമിച്ചു. എല്ലാ അർത്ഥത്തിലും ഉപയോഗിക്കുകയും ചെയ്തു. ഒരുപക്ഷേ, കമ്പോളത്തിലെ വിലപേശലുകൾക്കിടയിൽ മുഹമ്മദ് എന്ന ഉല്പന്നത്തെ വാങ്ങുന്നത് മറ്റൊരാളായിരുന്നെങ്കിലും, തന്റെ ജീവിതത്തിൽ ഇതൊക്കെ തന്നെയാകും സംഭവിക്കുക എന്ന് മുഹമ്മദിനറിയാം.

ആ ശിഥില ചിന്തകളുടെ കയത്തിൽ നിന്ന് മുഹമ്മദിനെ ഉണർത്തിയത്, അവന്റെ അരികിലേക്ക് പാഞ്ഞെത്തിയ ഖാലിദിന്റെ സലാം

ചൊല്ലിയുള്ള കെട്ടിപ്പിടിക്കലായിരുന്നു. ഖാലിദ് അവനെ ആശ്ലേഷിച്ചപ്പോൾ, അവൻ ഒരു കുഞ്ഞിനെപ്പോലെ ഖാലിദിന്റെ നെഞ്ചോടു ചേർന്നുനിന്നു. അപ്പോൾ ഓട്ടപ്പന്തയത്തിലെ ഒട്ടകത്തിന്റെ കുളമ്പടി ഒച്ചപോലെ ഖാലിദിന്റെ ഹൃദയമിടിപ്പ് മുഹമ്മദിന്റെ കാതുകളിൽ വീണുകൊണ്ടിരുന്നു.

പത്തൊൻപത്

അവർ ഇരുവരും ആ പഴയ വീടിന്റെ കോലായിൽ ഇരുന്നു. ഏറെ ക്കാലത്തിനുശേഷമുള്ള ആ കൂടിച്ചേരലിൽ ഒട്ടധികം കാര്യങ്ങൾ അവർക്ക് പറയാനുണ്ടായിരുന്നു. എന്നാൽ ഒന്നും പറയാതെ, അർത്ഥമുള്ളതായി കരുതി ഉച്ചരിക്കപ്പെടുന്ന വാക്കുകളുടെ അന്തസ്സാരശൂന്യത ഓർത്തു കൊണ്ടെന്നപോലെ അവർ തങ്ങളുടെ ശബ്ദങ്ങളെ തങ്ങളിലേക്കുതന്നെ ഒളിപ്പിച്ചു. കണ്ണിന്റെ അനുഭവത്തിനും അപ്പുറമുള്ള മനസ്സിന്റെ കാഴ്ച കളിലൂടെ അവർ തങ്ങളുടെ തന്നെ ഭൂതകാലങ്ങളിലേക്ക് മടങ്ങി.

കടന്നുപോയ കാലത്തിന്റെ കുളമ്പടി ഒച്ച കൂടിയും കുറഞ്ഞും അവരുടെ അന്തരംഗങ്ങളിലൂടെ കടന്നുപൊയ്ക്കൊണ്ടിരുന്നു. അങ്ങനെ അവർ ഇരുവരും അവരുടേതായ കാഴ്ചകളിലൂടെ ഭൂതകാലം ദർശിച്ച പ്പോഴും, അതിലൊക്കെ ഒരു ഏകതാനത പലപ്പോഴും കാണാമായിരുന്നു.

പഴയ ഓർമ്മകളിൽ കുടുങ്ങി എത്ര സമയം അവർ അങ്ങനെ ഇരുന്നുവെന്ന് അറിയില്ല. ഒടുവിൽ ഉണങ്ങിയ പനയോലകളെ കുലുക്കി എറിയാൻ ശ്രമിച്ചുകൊണ്ട് കടന്നെത്തിയ കാറ്റ് അവരെ ചിന്തകളിൽ നിന്ന് ഉണർത്തി. അങ്ങനെ ഓർമ്മകളിൽ നിന്ന് വിടുതൽ വാങ്ങിയ അവർ കുറച്ചുനേരംകൂടി അങ്ങനെതന്നെ ഇരുന്നു. വിദൂരതയിൽ നിന്ന് അടർത്തിയെടുത്ത കണ്ണുകൾ മുഹമ്മദിലേക്ക് നീട്ടിക്കൊണ്ട് ഖാലിദ് ചോദിച്ചു.

"മുഹമ്മദ് നീ ആകെ മാറിയിരിക്കുന്നല്ലോ?"

അതിനുള്ള ഉത്തരം എന്നപോലെ അവന്റെ ചുണ്ടുകളിൽ ശബ്ദമില്ലാത്ത ഒരു വിളറിയ ചിരി രൂപപ്പെട്ടു. പൊടുന്നനെ ആ ചിരിയെ മായ്ച്ചുകൊണ്ട് അവൻ ഖാലിദിനോടായി പറഞ്ഞു.

"ബാബ ഒരുപാട് ക്ഷീണിച്ചു. കാഴ്ചയിൽ ഒരു വൃദ്ധനെപ്പോലെയായി. വയ്യെങ്കിൽ ഇനി പനകളിലൊന്നും കയറാൻ നിൽക്കണ്ട."

അവന്റെ വാക്കുകൾ ശരിവയ്ക്കുന്ന തരത്തിൽ ഖാലിദ് സംസാരിച്ചു.

"ഇപ്പോൾ പതിവായി അങ്ങനെ പനയിലൊന്നും കയറാറില്ല. ശരീര സുഖം തോന്നുന്ന ദിവസം ഒന്നോ രണ്ടോ പനയിൽ കയറി വൃത്തിയാക്കും; അത്രമാത്രം. നോക്കൂ... ഇപ്പോൾ തന്നെ വൈകി. പനകളിൽ പലതിലും കൂമ്പു വന്നുതുടങ്ങി. ഇനിയിപ്പോൾ വൃത്തിയാക്കലൊന്നും നടക്കില്ല. പിന്നെ അബ്ദുള്ള മരിച്ചശേഷം ഇബ്രാഹിമിന്റെ വരവും കുറഞ്ഞു. ഇവിടെ ഉണ്ടായിരുന്ന ഒട്ടകങ്ങളെയൊക്കെ അബുദാബിയിലേക്ക് കൊണ്ടുപോകുകയും ചെയ്തു.

ഇപ്പോൾ തോട്ടം തന്നെ അനാഥമായ അവസ്ഥയിലാണ്."

ഒന്നു നിർത്തിയശേഷം ഒരു നെടുവീർപ്പോടെ ഖാലിദ് തുടർന്നു.

"നമ്മുടെ ആ പഴയ കരുത്തൻ, അന്നത്തെ പന്തയത്തിൽ പിന്നോട്ടോടി പരാജയം ഏറ്റുവാങ്ങിയവൻ; മറ്റൊരു തരത്തിൽ പറഞ്ഞാൽ നിന്നെ അപകടത്തിൽപ്പെടുത്തിയവൻ. അവൻ മാത്രമുണ്ട്; എന്റെ കാവൽക്കാരനെപ്പോലെ."

അന്നത്തെ ആ ഭീതിദമായ ഓർമ്മകൾ മുഹമ്മദിന്റെ മനസ്സിലൂടെ കടന്നുപോയെങ്കിലും, അവൻ നിർവ്വികാരനായി കാണപ്പെട്ടു.

ശൂന്യാവസ്ഥയ്ക്കുശേഷം ഖാലിദ് വീണ്ടും ഉരുവിട്ടു.

"അബ്ദുള്ളയ്ക്ക് അവനെ ഏറെ ഇഷ്ടമായിരുന്നു. അയാൾ ചലനശേഷി നഷ്ടപ്പെട്ട് കിടപ്പിലായിരുന്നപ്പോഴും, ജനൽപ്പാളിയിലൂടെ അവനെ നോക്കി കിടക്കുമായിരുന്നു. ഒടുവിലൊടുവിൽ ജനൽപ്പാളികൾ അടയ്ക്കാൻ തന്നെ അയാൾ സമ്മതിക്കില്ലായിരുന്നു. അവസാനകാലത്ത് ആ ഒട്ടകം കഴിഞ്ഞാൽ പിന്നെ നിന്നോടായിരുന്നു സ്നേഹം. അബ്ദുള്ള മരിക്കുന്നതുവരെ, ഇടയ്ക്കൊക്കെ നിന്നെ തിരക്കുമായിരുന്നു.'

ഒരു ദീർഘശ്വാസം ഉള്ളിലേക്കെടുത്ത്, അതേ വേഗതയിൽ പുറന്തള്ളിയ ശേഷം ഖാലിദ് കുറച്ചു നിമിഷം മൗനത്തിലേക്കാണ്ടു.

ഒടുവിൽ ഒരു ദിവസം ഒട്ടകത്തെ നോക്കിയിരുന്നുകൊണ്ടു തന്നെ മരണത്തിലേക്ക് പോകുകയും ചെയ്തു.

പണ്ടെപ്പോഴോ ചോദിക്കേണ്ടിയിരുന്ന ആ ചോദ്യം പെട്ടെന്ന് മുഹമ്മദിൽ നിന്നുണ്ടായി.

"ബാബാ... അബ്ദുള്ളയ്ക്ക് ഈ ഒട്ടകത്തിനോട് അത്രമാത്രം സ്നേഹം ഉണ്ടായിരുന്നെങ്കിൽ, എന്തുകൊണ്ടാണ് അതിനെ പിന്നെ ഒരിക്കൽപ്പോലും പന്തയത്തിന് കൊണ്ടുപോകാതിരുന്നത്?"

ദീർഘമായ ഒരു വിശദീകരണം നടത്തുന്നതിന് മുമ്പുള്ള മുഖഭാവത്തോടെ ഒരുനിമിഷം നിശ്ശബ്ദനായശേഷം ഖാലിദ് പറഞ്ഞു.

"ഒരിക്കൽ പരാജയപ്പെട്ട ഒട്ടകത്തെ നമുക്ക് വീണ്ടും ധൈര്യമായി മത്സരത്തിനിറക്കാം. അപ്പോൾ അത് പുതിയ വേഗത കണ്ടെത്തിയെന്നുമിരിക്കും. പക്ഷേ, അതുപോലെയല്ല തിരിഞ്ഞോടിയ ഒട്ടകം. അതിനെ വീണ്ടും മത്സരത്തിനിറക്കുന്നത് അല്പം വെല്ലുവിളിയാണ്. ഇതിനൊക്കെ ഉപരി വിജയവഴിയിൽ നിൽക്കുന്ന ഒരു ഒട്ടകം തിരിഞ്ഞോടുമ്പോഴുണ്ടാ

കുന്ന വാർത്താപ്രാധാന്യം, അത് പരിശീലകനെയും ഉടമയേയുമൊക്കെ മാനസികമായി ഉലയ്ക്കുകയും ചെയ്യും."

ഒന്നു നിർത്തിയശേഷം ഖാലിദ് തുടർന്നു.

"പിന്നെ നമ്മൾ കാണുന്ന ഓട്ടപ്പന്തയങ്ങൾക്കപ്പുറം, കോടികൾ മറിയുന്ന മറ്റൊരു മത്സരം കൂടി അവിടെ നടക്കുന്നുണ്ട്. വിജയികളാക്കുന്ന ഒട്ടകങ്ങളെ കരസ്ഥമാക്കാനുള്ള മത്സരം. കോടികൾ മറിയുന്ന മത്സരം. സമ്മാനം നേടുന്ന ഒട്ടകങ്ങളുടെ വില ഒരു ദിവസംകൊണ്ട് കോടികളിലേക്ക് ഉയരും."

സ്വാഭാവികമായും ഉണ്ടാകാവുന്ന ഒരു സംശയം മുഹമ്മദിലും ഉടലെടുത്തു.

"അങ്ങനെയെങ്കിൽ അന്നുതന്നെ ഒട്ടകത്തെ മുന്തിയ വിലയ്ക്കു വിൽക്കാമായിരുന്നില്ലേ? ഈ കൂട്ടിനകത്തിട്ട് എന്തിന് വെറുതെ തീറ്റ കൊടുക്കണം?"

ഒരു സൂത്രക്കാരനെപ്പോലെ ഖാലിദ് മെല്ലെ ചിരിച്ചു. പൊടുന്നനെ മുറിച്ചുമാറ്റിയതുപോലെ ചിരി നിർത്തിയ ഖാലിദ് പറഞ്ഞു.

"മികച്ച വേഗത കുറിച്ചിട്ടുള്ള ഒട്ടകമാണ് നമ്മുടേത്. നമ്മൾ അതിനെ അപ്പോൾ വിറ്റാൽ, തൊട്ടടുത്ത സീസണിൽ അവൻ ഉറപ്പായും മത്സരത്തിനു കാണും. തിരിഞ്ഞോടുക എന്നത് ഒരു സാദ്ധ്യതമാത്രമാണ്. നമ്മൾ വിറ്റ ഒട്ടകം മുന്നോട്ടു കുതിച്ച് സമ്മാനം നേടിയാലോ? പിന്നെ വേഗതയുടെ കാര്യത്തിൽ തൊട്ടടുത്തു നിൽക്കുന്ന ഒട്ടകവും നമ്മുടേതായിരുന്നു. ഇതെല്ലാം മുന്നിൽ കണ്ടുകൊണ്ടുള്ള കളിയാണ് അബ്ദുള്ള നടത്തിയത്. പിന്നെ ഇവിടത്തെ ഭരണാധികാരികളും പൗരന്മാരും തുല്യനിലയിൽ മത്സരിക്കുന്ന ഏക പരിപാടിയാണ് ഒട്ടക ഓട്ടമത്സരങ്ങൾ. ഒരു പൗരനായ അബ്ദുള്ള ഈസ അൽ സാദിക്ക് ഭരണാധികാരിയെ പരാജയപ്പെടുത്താനുള്ള ഏക വഴിയും ഈ ഓട്ടപ്പന്തയമാണ്."

എല്ലാം പറഞ്ഞുകഴിഞ്ഞു എന്ന തരത്തിൽ ഖാലിദും, ഇനി ഈ മനസ്സിൽ ചോദ്യങ്ങളൊന്നും അവശേഷിക്കുന്നില്ല എന്ന ഭാവത്തിൽ മുഹമ്മദും ഇരുന്നു. അല്പസമയംകൂടി അവിടെ ഇരുന്ന മുഹമ്മദ് തന്റെ ഇരിപ്പിടത്തിൽ നിന്ന് എഴുന്നേറ്റു. ഒട്ടകത്തിനരികിലേക്ക് നടന്നു. കാഫ് മരച്ചുവട്ടിലെ തണൽപറ്റിക്കിടന്ന ഒട്ടകത്തെ അവൻ നോക്കി. അയവെട്ടിക്കൊണ്ട് കിടന്ന ഒട്ടകം അവനെയും നോക്കി. ഒട്ടകം അവനെ നോക്കുമ്പോഴും, കീഴ്ച്ചുണ്ടിനിരുവശവും തടിച്ചുകൊഴുത്ത് ഞാന്നുകിടന്ന മാംസളഭാഗത്തെ ഒരു പ്രത്യേക താളത്തിൽ ചലിപ്പിച്ചുകൊണ്ട് അത് അയവെട്ടുന്നുണ്ടായിരുന്നു.

ഭൂതകാലത്തെപ്പോഴോ വിഴുങ്ങിയ ആഹാരം ഓർമ്മകളെപ്പോലെ തികട്ടി തികട്ടി വീണ്ടും വരുത്താനുള്ള ശ്രമമാണ് ഒട്ടകത്തിന്റേതെന്ന് മുഹമ്മദിന് തോന്നി. അങ്ങനെ ഉള്ളിൽക്കിടന്ന, ദഹിക്കാത്ത അസുഖകരമായ ഓർമ്മകൾ കുറേശ്ശെ കൊണ്ടുവന്നപ്പോഴായിരിക്കണം, അതിന്റെ വായിൽ നിന്ന് കൊഴുത്ത ഉമിനീർ നിലത്ത് ഇറ്റുവീണത്.

കമ്പി അഴികളിൽ പിടിച്ച് ഒട്ടകത്തെ നോക്കിനിൽക്കുമ്പോൾ, അന്നത്തെ ആ ദിനവും ആർപ്പുവിളികൾക്കിടയിലും ഉയർന്നുകേട്ട കുളമ്പടി ഒച്ചയും അന്തരീക്ഷത്തിൽ ഉയർന്ന നേർത്ത മണൽത്തരികളുടെ മറയും മുഹമ്മദിന്റെ മനസ്സിൽ ഇന്നലത്തെപ്പോലെ കടന്നുവന്നു.

ഇരുപത്

മലനിരകളുടെ താഴ്വാരത്തെ റോഡിലൂടെ ജമാൽ നബി ബലൂച് കാറോടിച്ചുകൊണ്ടിരുന്നു.

ബി എൽ ഒ എന്ന ചുരുക്കപ്പേരിലറിയപ്പെടുന്ന ബലൂച് ലിബറേഷൻ ഓർഗനൈസേഷന്റെ മദ്ധ്യപൂർവ്വേഷ്യൻ തലവൻ മെഹ്റാൻ നസർ മാരി കൗതുകപൂർവ്വം ആ മലയുടെ മടക്കുകളും ചരിവുകളുമൊക്കെ കാറിന്റെ മുൻസീറ്റിലിരുന്ന് കാണുകയായിരുന്നു.

പുഴയൊഴുകുന്ന വഴികളിൽ മണലും കളിമണ്ണുമൊക്കെ ചേർന്ന് അടരടരായി കാണപ്പെടുന്നതുപോലെയാണ് ആ മലയുടെ രൂപമെന്ന് മെഹ്റാൻ നസർ മാരിക്ക് തോന്നി. സ്ഥാനം തെന്നിമാറിയ അട്ടിപോലെ പാളികൾ മുന്നോട്ട് ഉന്തിയും അകത്തേക്ക് വലിഞ്ഞും കാണപ്പെട്ട മലനിരകൾ അടുത്ത മഴയിൽ അടർന്നു വീഴുമെന്ന് തോന്നിക്കുന്ന തരത്തിലാണ് ഉയർന്നു നിന്നിരുന്നത്.

കാറിന്റെ വേഗതയ്ക്കും കണാനുള്ള ശക്തിക്കുമിടയിൽ വിട്ടുപോയ ഒരു ദൃശ്യം കാണാനെന്നപോലെ മെഹ്റാൻ നസർ മാരി ഡോറിന്റെ ചില്ലുജാലകത്തിലൂടെ പിന്നോട്ട് നോക്കി. അപ്പോൾ കാറിന്റെ വേഗത അല്പംകൂടി കുറച്ചുകൊണ്ട് ജമാൽ നബി അഭിപ്രായപ്പെട്ടു...

“യു എ ഇയിലെ തന്നെ ഏറ്റവും ഉയരം കൂടിയ ഹജാർ പർവ്വത നിരകളുടെ ഭാഗമാണിത്. ഇവിടത്തെ ഏറ്റവും ഉയരംകൂടിയ കൊടുമുടിയായ ജേബെൽ ജെയ്സ് ഇന്ന് സഞ്ചാരികളുടെയും മലകയറ്റക്കാരുടെയുമൊക്കെ കേന്ദ്രമായി മാറിയിട്ടുണ്ട്.”

മെഹ്റാൻ നസർ മാരി പുറംകാഴ്ചകൾ വിട്ട് ജമാൽ നബിയെ നോക്കുകയും, അവന്റെ വാക്കുകൾ കേട്ടുകൊണ്ട് തലയാട്ടുകയും ചെയ്തു.

"എഴുപത് ദശലക്ഷം വർഷങ്ങൾക്ക് മുൻപ് രൂപപ്പെട്ടതെന്ന് കരുതുന്ന ഈ പർവ്വതനിരയ്ക്ക് സമുദ്രനിരപ്പിൽനിന്ന് ഏകദേശം രണ്ടായിരം മീറ്ററോളം ഉയരമുണ്ട്."

മലനിരകൾ പിന്നിട്ടതോടെ ജമാൽ നബി ബലൂച് വാഹനത്തിന്റെ വേഗത കൂട്ടി. അൽ റാസ് എന്ന ചെറുപട്ടണത്തിലേക്ക് വാഹനം കടന്നപ്പോൾ, എന്തോ ഓർത്തിട്ടെന്നപോലെ മെഹ്റാൻ നസർ മാരി പറഞ്ഞു.

"ജമാലേ... നാളത്തെ റാസൽഖൈമ അൽ ഹംറയിലെ യോഗം വേണ്ടെന്ന് വയ്ക്കണം. അത് പിന്നീട് ഒരവസരത്തിൽ നടത്താം. ഇന്നത്തെ മീറ്റിങ് കഴിഞ്ഞാൽ, ദുബായിലേക്ക് പോകാനാണ് നിർദ്ദേശം."

നിരാശയോടെയാണെങ്കിലും മറിച്ചൊന്നും പറയാതെ ജമാൽ നബി 'ശരി' എന്ന് തലയാട്ടി. വിശദീകരണമെന്നപോലെ മെഹ്റാൻ നസർ മാരി സംസാരിച്ചു.

"മസ്കറ്റിൽനിന്ന് വിമാനമാർഗ്ഗം റാസൽഖൈമയിൽ എത്താനായിരുന്നു മുമ്പ് തീരുമാനിച്ചിരുന്നത്. എന്നാൽ ഒമാനിലെ നമ്മുടെ പോരാളിയെ കാണുന്നതിനുവേണ്ടിയാണ് യാത്ര കരമാർഗ്ഗമാക്കിയത്. പിന്നെ ജമാലിനോടൊപ്പമുള്ള പോരാളി മുഹമ്മദ് ഇന്നത്തെ മീറ്റിങ്ങിൽ എത്തുമല്ലോ?"

"അതേ അവൻ എത്തും." ജമാൽ നബി മറുപടി പറഞ്ഞു.

അസർ നമസ്കാരത്തിനുള്ള സമയമായെന്ന് മനസ്സിലാക്കിയ ജമാൽ നബി ബലൂച് റോഡിനോട് ചേർന്ന് കഫ്തേരിയയും ഗ്രോസറിയുമൊക്കെയുള്ള ഒരു കവലയിൽ കാർ നിർത്തി. സ്വല കഴിഞ്ഞ് വരാമെന്ന് പറഞ്ഞ് ജമാൽ നബി അടുത്തുള്ള പള്ളിയെ ലക്ഷ്യമാക്കി നടന്നു. കുറച്ച് സമയം കാറിൽ തന്നെ ഇരുന്ന മെഹ്റാൻ നസർ മാരി പുകവലിക്കാനായി കാറിൽനിന്ന് പുറത്തിറങ്ങി. ഉടുപ്പിന്റെ പോക്കറ്റിൽനിന്ന് സിഗരറ്റിന്റെ പായ്ക്കറ്റും പാൻസിന്റെ കീശയിൽനിന്ന് ലൈറ്ററുമെടുത്തശേഷം, സിഗററ്റ് കവർ ഒരു പ്രത്യേക തരത്തിൽ ചരിച്ചു കുടഞ്ഞു. അപ്പോൾ പുറത്തേക്ക് ഉന്തിവന്ന സിഗററ്റിനെ ചുണ്ടുകൊണ്ടുതന്നെ കടിച്ചെടുത്ത് ചുണ്ടിൽ പിടിപ്പിക്കുകയും ഒപ്പം തീ കൊളുത്തുകയും ചെയ്തു. മെഹ്റാൻ നസർ മാരി കാറിൽ ചാരിനിന്ന് ആസ്വദിച്ച് പുക വലിച്ചു. അന്തരീക്ഷത്തിലേക്ക് ഊതിവിട്ട പുക ചുരുളുകളായി ഉയർന്നുപോകുന്നത് അയാൾ നോക്കി നിൽക്കവേ, നമാസിനു പോയിരുന്ന ജമാൽ നബി തിരികെ വന്നു.

വീണ്ടും യാത്ര തുടരാൻ വണ്ടിയിൽ കയറുന്നതിനിടെ ജമാൽ നബി ബലൂച് മെഹ്റാൻ നസർ മാരിയോടു പറഞ്ഞു.

"മുമ്പ് റാസൽഖൈമയിൽ വാങ്ക് വിളി ഉയരുമ്പോൾ കടകൾ നിർബ്ബന്ധമായി അടയ്ക്കണമായിരുന്നു. ഇപ്പോൾ അതൊക്കെ മാറി."

മെഹ്റാൻ നസർ മാരിയിൽനിന്ന് പ്രത്യേകിച്ച് പ്രതികരണമൊന്നും ഉണ്ടാകാത്തതുകൊണ്ടാകണം നേരത്തെ പറഞ്ഞ വാചകം പൂർത്തിയാക്കുന്ന തരത്തിൽ ജമാൽ നബി തുടർന്നു.

"എന്തായാലും മാറിയ കാലത്തിനനുസരിച്ച്, ഇത്തരം മാറ്റങ്ങൾ

ആവശ്യമാണ്."

അവന്റെ വാക്കുകൾ ശരിവയ്ക്കുന്ന തരത്തിൽ തലയാട്ടിക്കൊണ്ട് മെഹ്റാൻ നസർ മാരി സീറ്റ് ബെൽറ്റ് ധരിച്ചു. മെല്ലെ സീറ്റിൽ അമർന്നു കൊണ്ട് അയാൾ പറഞ്ഞു.

"ജമാൽ ... കഴിഞ്ഞ ഒരു ദശാബ്ദമായി നാം നിശ്ശബ്ദമായി പ്രവർത്തിക്കുകയായിരുന്നു. ചില ചെറിയ സ്ഫോടനങ്ങൾ ഓർക്കാതെയല്ല ഞാൻ പറയുന്നത്. എന്നാൽ പറയത്തക്ക ഒരു ഫലവും ഉണ്ടാക്കാൻ കഴിഞ്ഞില്ല എന്നതാണ് സത്യം. അതുതന്നെയാണ് നേതൃത്വത്തിന്റെ വിലയിരുത്തലും."

ഒന്നു നിർത്തിയശേഷം മെഹ്റാൻ നസർ മാരി തുടർന്നു.

"അതുകൊണ്ടാണ് ഭരണകൂടത്തിന് ശക്തമായ ഒരു ആഘാത മേൽപ്പിക്കാനുള്ള, താക്കീത് നൽകാനുള്ള തീരുമാനമെടുത്തത്."

ജമാൽ നബി ബലൂചിന് അതിനോട് യോജിക്കാൻ കഴിഞ്ഞില്ല.

"എനിക്ക്, വ്യക്തിപരമായി ആ തീരുമാനത്തോട് യോജിക്കാൻ ഇനിയും കഴിയുന്നില്ല.

എന്തിന്റെ പേരിലാണെങ്കിലും നിരപരാധികളായ മനുഷ്യരെ കൊന്നൊടുക്കുക എന്നു പറഞ്ഞാൽ..."

"ജമാലേ... നമ്മുടെ മുന്നിൽ ഒരു രാഷ്ട്രീയ ലക്ഷ്യമുണ്ട്. ആ ലക്ഷ്യത്തിലേക്ക് മുന്നേറുമ്പോൾ, ചില സന്ദർഭങ്ങളിൽ അവിടത്തെ ജനങ്ങളെ കൊല്ലേണ്ടിവരും. അത്തരം കൊലക്കളങ്ങളുടെ അന്തരീക്ഷത്തിൽ നിന്നു കൊണ്ട് മാത്രമേ ഭരണകൂടങ്ങളെ സമ്മർദ്ദത്തിലാക്കാൻ കഴിയൂ."

അല്പനേരം മൗനത്തിലാണ്ടിരുന്ന ജമാൽ നബി സംസാരിച്ചു.

"ബലൂചിസ്ഥാനിൽ നിന്ന് നമ്മുടെ സഹോദരങ്ങളുടെ നിലവിളി കേൾക്കുമ്പോൾ എനിക്ക് അമർഷവും പകയുമൊക്കെ തോന്നാറുണ്ട്. അപ്പോഴും എന്റെ മനസ്സ് പറയാറുള്ളത് നമ്മുടെ തത്ത്വസംഹിത, നമ്മുടെ ആവശ്യം മുന്നോട്ടുവയ്ക്കാനുള്ള മാർഗ്ഗം മറ്റുള്ളവരുടെ ജീവനെ മറവച്ചാകരുത് എന്നാണ്."

പെട്ടെന്ന് മെഹ്റാൻ നസർ മാരി വളരെ ഉച്ചത്തിൽ, ദേഷ്യത്തോടെ പറഞ്ഞു.

"പാകിസ്ഥാൻ ഭരണകൂടവും ഭരണാധികാരികളും പട്ടാളവുമൊക്കെ നമ്മുടെ ബഹുജന പ്രക്ഷോഭങ്ങളെയൊക്കെ ദേശവിരുദ്ധമായി മുദ്രകുത്തുകയല്ലേ ചെയ്തിട്ടുള്ളത്. സത്യത്തിൽ അവരുടെ, ഭരണകൂട ഭീകരതയെ ന്യായീകരിക്കാനല്ലേ നമ്മളെ ഭീകരവാദികളായി മുദ്ര കുത്തുന്നത്. നാളിതുവരെ സമാധാനപരമായ സമരങ്ങളല്ലേ നമ്മൾ നയിച്ചിട്ടുള്ളൂ. നമ്മളെ ഭീകരവാദികളായി അടയാളപ്പെടുത്തുന്ന ഭരണകൂടത്തിനെതിരെ പിന്നെ നാം എന്താണ് ചെയ്യേണ്ടത്. നമ്മുടെ എത്രയോ അംഗങ്ങൾ തെരുവുകളിൽ വികൃതമാക്കപ്പെട്ട അനാഥപ്രേതങ്ങളായി. എത്രയോ പേർ എന്നെന്നേക്കുമായി അപ്രത്യക്ഷരായി. ഇതൊക്കെ ഭരണകൂടത്തിന്റെ അറിവോടെയല്ലേ നടക്കുന്നത്." വികാരവിക്ഷോഭത്തോടെ പറഞ്ഞുനിർത്തുമ്പോൾ,

മെഹ്റാൻ നസർ മാരി കിതയ്ക്കുന്നുണ്ടായിരുന്നു. പെട്ടെന്ന് തന്റെ പോക്കറ്റിൽനിന്ന് സിഗററ്റ് പുറത്തെടുത്തുകൊണ്ട് അയാൾ ജമാൽ നബിയെ നോക്കി. ആ നോട്ടത്തിന് ഒരർത്ഥമേ ഉണ്ടായിരുന്നുള്ളൂ. എന്നോട് ക്ഷമിക്കുക. എനിക്കൊന്ന് വലിക്കണം. ജമാൽ നബി ചിരിച്ചുകൊണ്ട് തല ഒരു വശത്തേക്ക് ചലിപ്പിച്ച് സമ്മതം കൊടുത്തശേഷം വണ്ടിയിലെ എ സി ഓഫാക്കുകയും ഇരുവശങ്ങളിലെയും ഗ്ലാസുകൾ താഴ്ത്തുകയും ചെയ്തു.

മെഹ്റാൻ നസർ മാരി സിഗററ്റ് ആഞ്ഞുവലിച്ച ശേഷം പുക പുറത്തേക്ക് ഊതി വിടുന്നതിനോടൊപ്പം അതിന്റെ ചാരവും വെളിയിലേക്ക് തട്ടിക്കളഞ്ഞുകൊണ്ടിരുന്നു. പുക ഉള്ളിൽ ചെന്നതോടെ ശാന്തനായി കാണപ്പെട്ട അയാളോട് ജമാൽ നബി പറഞ്ഞു.

"ഒരു സംഘടന ഭീകരവാദത്തിലേക്ക് കടന്നുകഴിഞ്ഞാൽ, അതിന്റെ ലക്ഷ്യം പലപ്പോഴും മാറിക്കൊണ്ടിരിക്കും. അതിന്റെ തത്ത്വസംഹിതയ്ക്ക് പുതിയ വ്യാഖ്യാനങ്ങളുണ്ടാക്കും. ഒടുവിൽ, ചിലപ്പോൾ മതത്തിനു വേണ്ടി ചെയ്യുന്ന പോരാട്ടങ്ങളായി, ജിഹാദുകളായി ചുരുങ്ങുകയും ചെയ്യും."

ആലോചനയ്ക്കുശേഷം മെഹ്റാൻ നസർ മാരിയുടെ മറുപടി.

"ജമാലേ നിനക്കും അറിയാവുന്നതാണ്. നമ്മുടെ സംഘടനയ്ക്ക് ചില രാജ്യങ്ങളിൽനിന്ന് സാമ്പത്തിക സഹായം ലഭിക്കുന്നുണ്ടെന്ന കാര്യം. ഇപ്പോൾ നമുക്ക് ഏറെ സഹായങ്ങൾ നൽകിക്കൊണ്ടിരിക്കുന്ന അയൽ രാജ്യത്തിന്റെ സമ്മർദ്ദവുമുണ്ട്. അതൊക്കെ പരിഗണിച്ചാണ് സൈനിക കേന്ദ്രങ്ങൾ ഉൾപ്പെടെയുള്ള വിവിധ സ്ഥലങ്ങളിൽ ചാവേർ ആക്രമണങ്ങൾ ആസൂത്രണം ചെയ്തിരിക്കുന്നത്."

വിജനമായ പ്രദേശം പിന്നിട്ട് വാഹനം അപ്പോൾ ഷമലിലേക്ക് കടന്നിരുന്നു. ബലൂച് ജനത കൂടുതലായി താമസിക്കുന്ന പ്രദേശത്തേക്ക് വാഹനം കടന്നപ്പോൾ ജമാൽ നബി വണ്ടിയുടെ വേഗത കുറച്ചു.

സമ്പന്നമായ നഗരക്കാഴ്ചകളിൽനിന്ന് ചെറിയ വീടുകൾ ചിതറിക്കിടക്കുന്ന ചേരികളിലേക്ക് വാഹനം നീങ്ങി. പുറത്തേക്ക് നോക്കിയിരുന്ന മെഹ്റാൻ നസർ മാരിയുടെ കണ്ണുകളിൽ അല്പനേരം ആ കുടിൽ ഉടക്കിനിന്നു.

തകരഷീറ്റുകൊണ്ട് മറച്ചുകെട്ടിയ ആ കുടിലിൽ ആഡംബരമെന്ന പോലെ ഒരു പഴയ വിന്റോ എ സിയുടെ പുറംചട്ട പുറത്തേക്ക് തള്ളിനിന്നു. ചെറിയ ഉരുളൻ കല്ലുകൾ നിറഞ്ഞ പ്രദേശത്തുകൂടി വണ്ടി ആടി ഉലഞ്ഞു നീങ്ങിയപ്പോൾ, ഒരു പഴയ മൺവീടിനു മുന്നിൽ നാലഞ്ചു കുട്ടികൾ ഏതോ കളിയിൽ ഏർപ്പെട്ടിരിക്കുന്നത് അയാൾ കണ്ടു. പാകമല്ലാത്ത വസ്ത്രങ്ങൾക്കുള്ളിൽ അവരുടെ ശോഷിച്ച ശരീരം അയാളുടെ കണ്ണുകൾക്ക് വേദനയായി. മെഹ്റാൻ നസർ മാരിയെ മെല്ലെ നിസ്സംഗത കീഴടക്കാൻ തുടങ്ങിയപ്പോൾ, കാർ മറ്റൊരു ഗലിയിലൂടെ കടന്ന് അല്പം വലിയ ഒരു വീടിനുമുന്നിൽ നിന്നു.

ഇരുപത്തിയൊന്ന്

പ്രഭാത സൂര്യൻ കത്തിക്കയറുന്നതിന് മുമ്പുതന്നെ ഖാലിദ് പൂങ്കുലയുമായി ഈന്തപ്പനകളിൽ കയറാൻ തുടങ്ങിയിരുന്നു. ഒടുവിൽ, വീടിനോട് ചേർന്നു നിന്നിരുന്ന ഇരുപത് മീറ്ററോളം ഉയരമുള്ള ആ പനയിൽ ക്കൂടി കയറാൻ ഖാലിദ് തീരുമാനിച്ചു. പനകയറാൻ ഉപയോഗിക്കുന്ന, കയറുകൊണ്ട് വരിഞ്ഞുണ്ടാക്കിയ തളപ്പ് ഖാലിദ് തന്റെ ഇളിക്ക് മുകളിലൂടെയിട്ട് പനയെ ചുറ്റിയശേഷം തളപ്പിന്റെ രണ്ടറ്റവും കൂട്ടിക്കെട്ടി. അപ്പോൾ പനയും ഖാലിദും ഒരു വളയത്തിനുള്ളിൽ അകപ്പെട്ടതുപോലെ കാണപ്പെട്ടു. പനയുടെ മുകളിലേക്ക് ഒരിക്കൽക്കൂടി നോട്ടം പായിച്ച ഖാലിദ് ആത്മവിശ്വാസത്തോടെ ഒരു ദീർഘശ്വാസമെടുത്തു. തളപ്പിന്റെ വീതികൂടിയ ഭാഗം തന്റെ നടുവിനോട് ചേർത്തുവച്ചും മറുവശം വെട്ടിമാറ്റിയ പനയോലകളുടെ കുറ്റിയിൽ കുരുക്കിയും ഖാലിദ് പനയിൽ കയറാൻ തുടങ്ങി. തളപ്പ് ഒരു പ്രത്യേക രീതിയിൽ ഉയർത്തിയെറിഞ്ഞ് മുകളിലെ പനയോലക്കുറ്റികൾക്കിടയിൽ കുടുക്കിയും ഒപ്പം ഏണിയിൽ കയറുന്ന പോലെ കാലുയർത്തി കാണ്ഡത്തിലെ കുറ്റിയിൽ ചവിട്ടിയും. വളരെ പെട്ടെന്ന് അയാൾ പനയുടെ മുകളിലെത്തി.

വിരിഞ്ഞു മലർന്ന പൂങ്കുലകളിൽ ആൺ പനയിൽനിന്ന് ശേഖരിച്ച പൂങ്കുലകളുടെ ഇതളുകൾ വച്ചുകെട്ടിയും പരാഗരേണുക്കൾ വിതറുകയും ചെയ്തുകൊണ്ടിരുന്നപ്പോൾ, ഖാലിദിന് തന്റെ ദേഹം തളരുന്നതായി തോന്നി. അസ്വസ്ഥപ്പെടുത്തുന്ന വേദന നെഞ്ചിൽ അനുഭവപ്പെട്ടു. അപ്പോൾ നേരിയ തണുത്ത കാറ്റ് വീശുന്നുണ്ടായിരുന്നെങ്കിലും അയാളുടെ ദേഹം വിയർത്തുകൊണ്ടിരുന്നു. നെഞ്ചിൽനിന്ന് ശരീരത്തിലാകമാനം വേദന പടരുന്നതായി അയാൾക്ക് തോന്നി. ഖാലിദിന്റെ കണ്ണുകൾ പനയോലകൾക്കിടയിലൂടെ ആകാശത്തേക്ക് നീണ്ടു. സൂര്യൻ അഗ്നിച്ചിറകുകൾ വിടർത്തി നിൽക്കുന്നു. ളുഹർ നമസ്കാരത്തിന് മുമ്പുള്ള ബാങ്കുവിളി

മസ്ജിദിൽ നിന്ന് ഉയർന്നു. ബാങ്കിനു ശേഷം ചൊല്ലേണ്ട ദുആ, പനയുടെ മുകളിലിരുന്ന് ഖാലിദ് ചൊല്ലി.

"പൂർണ്ണമായ ഈ വിളിയുടേയും നിലനിർത്തപ്പെടുന്ന ഈ നമസ്കാരത്തിന്റേയും ഉടമസ്ഥനായ അല്ലാഹുവേ."

ഖാലിദിന്റെ ചുണ്ടുകൾ മന്ത്രിച്ചു.

"പരിശുദ്ധനായ അള്ളാഹുവേ നിശ്ചയമായും നീയാണ് ശക്തൻ. ഞാൻ ശക്തിയില്ലാത്തവനാണ്. നീ അറിയുന്നവനും ഞാൻ അറിയാത്തവനുമാണ്. അദൃശ്യങ്ങൾ നന്നായി അറിയുന്നവനാണ് നി..."

പനയിൽനിന്ന് ഇറങ്ങാൻ കഴിയാത്ത തരത്തിൽ ഖാലിദിന്റെ കൈകാലുകൾ തളർന്ന് വിറച്ചു തുടങ്ങിയെങ്കിലും, തളപ്പിൻമേലുള്ള അയാളുടെ പിടി മുറുകിക്കൊണ്ടിരുന്നു. എന്നാൽ ഏറെനേരം തനിക്ക് അങ്ങനെ നിൽക്കാൻ കഴിയില്ലെന്ന് അയാൾക്ക് ബോദ്ധ്യമായി. പനയോലകളുടെ കുറ്റിയിൽ അമർന്നിരുന്ന കാൽപ്പാദങ്ങൾ, വഴുതിവീഴാവുന്ന രീതിയിൽ വേഗത്തിൽ വിറയ്ക്കാൻ തുടങ്ങി.

അപ്പോൾ പനയിൽനിന്ന് തള്ളി വീഴ്ത്താനെന്നപോലെ തന്റെ അടുത്തേക്കു വരുന്ന മരണത്തെ ഖാലിദ് ദർശിച്ചു. തന്റെ സമീപമെത്തിയ മരണത്തിന്റെ മുഖം അയാൾ വ്യക്തമായി കണ്ടു. അത് ഒരിക്കലും ഭീതിപ്പെടുത്തുന്ന കാഴ്ചയായിരുന്നില്ല അയാൾക്ക്. മരണം നിസ്സംഗതയോടെ അല്പനേരം ഖാലിദിനെ നോക്കിനിന്നു. മരണത്തിന്റെ മുഖത്തെ വിരക്തി കണ്ട ഖാലിദ്, എങ്ങുനിന്നോ ലഭിച്ച മനോധൈര്യത്താൽ എങ്ങനെയൊക്കെയോ പനയിൽ നിന്ന് ഇറങ്ങി.

ഖാലിദ് ഏറെനേരം ആ വീടിന്റെ വരാന്തയിൽ കണ്ണുകൾ പൂട്ടി കിടന്നു. ആ കിടപ്പിൽ കിടന്നുകൊണ്ട് അള്ളാഹുവിനുള്ള കീഴ്പ്പെടലായ ഹജ്ജ് കർമ്മത്തെക്കുറിച്ച് അയാൾ ആദ്യമായി ചിന്തിച്ചു. ഹജ്ജിനുള്ള പ്രതിഫലം സ്വർഗ്ഗമാണെന്ന പ്രവാചകന്റെ വാക്കുകൾ അയാൾ കേട്ടു.

പക്ഷേ, തനിക്കൊരിക്കലും കഅബായിൽ പോകാൻ കഴിയില്ലെന്ന തിരിച്ചറിവ് ഖാലിദിനെ വേദനിപ്പിച്ചു. യു എ ഇയുടെ കനേഷുമാരി രേഖയിൽ അക്കമായി മാറിയിട്ടില്ലാത്ത ഖാലിദിന് പാസ്പോർട്ട് എന്ന അധികാരപത്രം ലഭിച്ചിട്ടില്ല. പാസ്പോർട്ട് എന്ന വഴിച്ചീട്ട് ഇല്ലാത്തതിൽ അന്ന് ആദ്യമായി അയാൾക്ക് ദുഃഖം തോന്നി. കൊമോറസ് പാസ്പോർട്ടിനു പോലും ശ്രമിക്കാതിരുന്നതിലുള്ള നിരാശ അയാളെ കീഴ്പ്പെടുത്തി. പണ്ടെപ്പൊഴോ പ്രാദേശിക സർക്കാർ നൽകിയ, യു എ ഇയിൽ മാത്രം സഞ്ചാരസ്വാതന്ത്ര്യം അനുവദിച്ചിട്ടുള്ള പ്രത്യേക തിരിച്ചറിയൽ കാർഡ് മാത്രമേ തന്റെ പക്കലുള്ളൂവെന്ന് ഖാലിദ് ഓർത്തു. നിരാശയിലേക്കുവീണ ഖാലിദിന് അതും വലിച്ചെറിയണമെന്ന് തോന്നി. ഭരണകൂടങ്ങൾ നൽകുന്ന എല്ലാ തിരിച്ചറിയൽ രേഖകൾക്കു പിന്നിലും സ്വാതന്ത്ര്യത്തെ കടിഞ്ഞാണിടാനുള്ള വാഞ്ഛയുണ്ടെന്ന് അയാൾക്ക് തോന്നി.

തളർന്ന മനസ്സും ശരീരവുമായി ഖാലിദ് മെല്ലെ മയക്കത്തിലേക്ക് വീണു. അപ്പോൾ പനകൾക്കിടയിലൂടെ ഒഴുകിയെത്തിയ കാറ്റ് അയാളെ തഴുകി കടന്നുപൊയ്ക്കൊണ്ടിരുന്നു. ഇരുളും വെളിച്ചവും മാറിമാറി നൃത്തമാടിക്കൊണ്ടിരുന്ന ഖാലിദിന്റെ മനസ്സിൽ ദൈവദൂതൻ പ്രത്യക്ഷപ്പെട്ടു.

ഇരുപത്തിരണ്ട്

യൂസഫ് അസീസിന്റെ വീടിനോട് ചേർന്നുള്ള മജ്‌ലിസിൽ അവർ ഇരുപതുപേരും കാത്തിരുന്നു. ബി എൽ ഒയുടെ മദ്ധ്യപൂർവ്വേഷ്യൻ നേതാവ് മെഹ്റാൻ നസർ മാരിയെ കാണാനും കേൾക്കാനുമായി.

പറഞ്ഞിരുന്ന സമയത്തിനും മുമ്പുതന്നെ എത്തിച്ചേർന്ന മെഹ്റാൻ നസർ മാരിയേയും ജമാൽ നബി ബലൂചിനെയും അവർ സലാം ചൊല്ലി ഹസ്തദാനം ചെയ്ത് എതിരേറ്റു. നിലത്തുവിരിച്ച പരവതാനിയിൽ അവർ എല്ലാവരും ഇരുന്നു.

അവർ ഓരോരുത്തരായി സ്വയം പരിചയപ്പെടുത്തുമ്പോൾ, എന്ത് പറയണം എന്ന നിശ്ചയമില്ലായ്മ മുഹമ്മദിനെ ആകുലപ്പെടുത്തി. യു എ ഇ പൗരത്വം ലഭിച്ചവരും കൊമോറസ് പാസ്പോർട്ടുള്ളവരും ഇതൊന്നും ഇല്ലാത്തവരും അക്കൂട്ടത്തിൽ ഉണ്ടായിരുന്നു. അവരിൽ പലരും പട്ടാളത്തിലും പൊലീസിലും ജോലിചെയ്യുന്നവരായിരുന്നു. അവരെ മാറ്റിനിർത്തിയാൽ ഒരാൾ മുനിസിപ്പാലിറ്റിയിലും മറ്റു മൂന്നുപേർ വ്യവസായശാലകളിലും ജോലി ചെയ്തുവരുന്നു. എന്നാൽ പറയാൻ ജോലിയോ അവകാശപ്പെടാൻ ഒരു കുടുംബമോ ഇല്ലാത്ത മുഹമ്മദ് അസ്വസ്ഥനായി. ഒടുവിൽ മുഹമ്മദിന്റെ ഊഴമെത്തിയപ്പോൾ, അവൻ തപ്പിത്തടയുന്നതു കണ്ട ജമാൽ നബി അവനുവേണ്ടി പറഞ്ഞു.

"അത് മുഹമ്മദ്. എന്നോടൊപ്പം താമസിക്കുന്നു."

രണ്ടു വാക്കുകളിൽ ഒതുങ്ങിയ ആ പരിചയപ്പെടൽ മുഹമ്മദിന് വലിയ ആശ്വാസമായി തോന്നി.

പരിചയപ്പെടുത്തൽ കഴിഞ്ഞതോടെ മജിലിസ് നിശ്ശബ്ദമായി. ഇനിയും ചോദിക്കാത്ത ചോദ്യങ്ങൾക്കും പറയാത്ത ഉത്തരങ്ങൾക്കുമിടയിലെ ആകാംക്ഷനിറഞ്ഞ നിമിഷങ്ങൾ കടന്നുപൊയ്ക്കൊണ്ടിരുന്നു. ശബ്ദരഹി

തമായ നിമിഷങ്ങൾക്കിടയിൽ അവിടെ കൂടിയിരുന്നവരുടെ മുഖഭാവം മെല്ലെ മാറിക്കൊണ്ടിരിക്കുകയും ക്രമേണ അവയൊക്കെ ശൂന്യമാക്കപ്പെട്ടതുപോലെ വികാരരഹിതമായി കാണപ്പെടുകയും ചെയ്തു. ആരും ഒന്നും പറയാത്തതിനാൽ ജമാൽ നബി അവരോടായി സംസാരിച്ചു.

"നിങ്ങൾക്ക് എന്തുവേണമെങ്കിലും ചോദിക്കാം. ഈ നാട്ടിൽ ബലൂചികൾ നേരിടുന്ന പ്രശ്നങ്ങൾ തുടങ്ങി എന്തും നിങ്ങൾക്ക് തുറന്നു പറയാം. ആരെയും ഭയക്കേണ്ടതില്ല. ഇവിടെ പറയുന്ന കാര്യങ്ങൾ ആരും റിക്കോർഡ് ചെയ്യപ്പെടുന്നില്ല. ഇവിടെ ചർച്ച ചെയ്യുന്ന കാര്യങ്ങൾ ഈ ചുവരുകൾക്കുള്ളിൽത്തന്നെ അവസാനിക്കും.

ഒരു താക്കീതിന്റെ സ്വരം അലിഞ്ഞുചേർന്നിരുന്ന ആ വാക്കുകൾ അവർക്കിടയിലേക്ക് ചെന്നപ്പോൾ, അവിടെ ഒത്തുകൂടിയവരിൽ ഏറ്റവും പ്രായംചെന്ന അക്തർ ഖാൻ പറഞ്ഞു.

"നാലരലക്ഷത്തോളം ബലൂചികളാണ് യു എ ഇയിൽ താമസിക്കുന്നത്. 1971 ന് മുമ്പ് ഇവിടെ എത്തിയിട്ടുള്ള വലിയൊരു വിഭാഗത്തിന് ഇതിനകം ഇവിടത്തെ പൗരത്വം ലഭിച്ചിട്ടുണ്ട്. അവരിൽ ഏറെയും ഇറാൻ ബലൂചിസ്ഥാനിൽനിന്ന് വന്നവരാണ്. പതിറ്റാണ്ടുകളായി ഇവിടെ താമസിക്കുന്ന ഇവർ ഇവിടത്തെ ജനങ്ങളുമായി ഇഴുകിച്ചേർന്ന്, വേർതിരിച്ചറിയാൻ കഴിയാത്ത തരത്തിൽ ഇവിടത്തുകാരായി മാറിക്കഴിഞ്ഞു. പാകിസ്ഥാൻ ബലൂചിസ്ഥാനിൽനിന്നു വന്ന, പറയത്തക്ക വിദ്യാഭ്യാസമില്ലാത്ത ഞങ്ങളെപ്പോലുള്ളവരിൽ ഏറെപ്പേരും ഡ്രൈവിങ് ജോലികളിലും മറ്റും ഏർപ്പെട്ടിരിക്കുന്നവരാണ്. ഇവരിൽ വലിയൊരു വിഭാഗത്തിന് പൗരത്വം ലഭിച്ചിട്ടുമില്ല. യു എ ഇയുടെ മുഖ്യധാരയിലെത്താൻ കഴിയാതെ പുറമ്പോക്കിൽ നിൽക്കുന്ന ഞങ്ങളെപ്പോലുള്ളവർക്ക് കൊമോറസ് പാസ്പോർട്ടാണുള്ളത്. നമുക്കിവിടെ ഭൂമിയും മറ്റും വാങ്ങാൻ കഴിയാത്തതിനാൽ, ഇപ്പോഴും ഇവിടത്തെ കോളനിയിൽത്തന്നെയാണ് താമസം. കുറച്ചുനാളുകൾക്ക് മുമ്പ് അൽ നഖീലിൽ പതിനേഴു നിലകളുള്ള ഒരു കെട്ടിടം 'ബുർജ് അൽ ബലൂച്.' എന്ന പേരിൽ തുറന്നു കൊടുത്തിട്ടുണ്ട്. യഥാർത്ഥത്തിൽ ഇത്തരം വീടുകളല്ല നമുക്ക് വേണ്ടത്. ഇത്തരം ഒരുമിച്ചുള്ള പാർപ്പിട സമുച്ചയങ്ങൾ വീണ്ടും നമ്മെ മാറ്റി നിർത്തുന്നതിനും മുഖ്യധാരയിൽ നിന്ന് അകറ്റാനുമേ സഹായിക്കൂ. സത്യത്തിൽ നമുക്കു വേണ്ടത് എല്ലാ അവകാശങ്ങളുമുള്ള പൗരത്വമാണ്."

അക്തർ ഖാന്റെ വാക്കുകൾ മറ്റുള്ളവർക്ക് പ്രചോദനമായതോടെ, അവർ ഓരോരുത്തരും യു എ ഇയിലെ ബലൂചികൾ നേരിടുന്ന പ്രശ്നങ്ങളെക്കുറിച്ച് വാചാലമായി.

മറ്റുള്ളവരിൽനിന്ന് വ്യത്യസ്തമായ അഭിപ്രായമായിരുന്നു വഹീദ് ഷഹേരിയുടേത്. "ഞാൻ ഇപ്പോൾ ഇവിടത്തെ പൗരനാണ്. പക്ഷേ, എന്നെ അംഗീകരിക്കാൻ, എന്റെ അസ്തിത്വത്തെ മാനിക്കാൻ ഇവിടത്തെ ഒരു വിഭാഗം ആൾക്കാർ കൂട്ടാക്കുന്നില്ല. ഞങ്ങളെപ്പോലുള്ളവർക്ക്

പൗരത്വം നൽകുന്നതിൽത്തന്നെ വലിയ എതിർപ്പുള്ളവരുണ്ട്. ഇവിടത്തെ സർക്കാർ ഓഫീസുകളിൽ, തൊഴിലിടങ്ങളിൽ, പൊതു ഇടങ്ങളിലൊക്കെ ബലൂചികൾക്ക് പലപ്പോഴും ഉച്ചനീചത്വം അനുഭവിക്കേണ്ടി വരുന്നു എന്നതും യാഥാർത്ഥ്യമാണ്."

തുടർന്നു സംസാരിച്ച അഹമ്മദ് ജാഫിർ, വൈയക്തിക അനുഭവ തലത്തിൽ നിന്നുകൊണ്ട് യു എ ഇയിൽ ബലൂചികൾ അനുഭവിക്കുന്ന പ്രശ്നങ്ങൾ ചൂണ്ടിക്കാട്ടി. യു എ ഇ എന്ന രാജ്യത്തെക്കുറിച്ച് മാത്രം ചർച്ച ചുരുങ്ങിയതോടെ മെഹ്റാൻ നസർ മാരി ഇടപെട്ടു.

"നമുക്ക് അഭയം തന്ന രാജ്യമാണ് യു എ ഇ, തീർച്ചയായും മറ്റു രാജ്യങ്ങളിലെ അഭയാർത്ഥികൾ നേരിടുന്നപോലുള്ള ഒരു ബുദ്ധിമുട്ടും നിങ്ങൾ ഇവിടെ നേരിടുന്നില്ല. എനിക്ക് തോന്നുന്നത്, ഞാൻ മനസ്സിലാക്കിയിട്ടുള്ളത്, മെല്ലെയാണെങ്കിലും നമ്മുടെ നാട്ടുകാർ ഈ നാടിന്റെ ഭാഗമായി മാറികൊണ്ടിരിക്കുകയാണ് എന്നാണ്."

മെഹ്റാൻ നസർ മാരിയുടെ ഇടപെടലോടുകൂടി ചർച്ചയുടെ ഗതി മാറുകയും, ഐക്യബലൂചിസ്ഥാൻ എന്ന സ്വപ്നത്തെക്കുറിച്ചും പാകിസ്ഥാനിൽ അവർ നേരിടുന്ന പ്രശ്നങ്ങളെക്കുറിച്ചുമൊക്കെ സംസാരം നീങ്ങി. ഇതിനിടയിൽ ഓർമ്മപ്പെടുത്തലോടെ ജമാൽ നബി പറഞ്ഞു.

"സുഹൃത്തുക്കളേ... മെഹ്റാൻ നസർ മാരിക്ക് ഇന്നുതന്നെ ദുബായിയിൽ എത്തിച്ചേരേണ്ടതുണ്ട്. ആയതിനാൽ ചർച്ചകൾക്ക് വിരാമമിട്ടുകൊണ്ട് അടുത്ത പരിപാടിയിലേക്ക് കടക്കാം."

ജമാൽ നബി പറഞ്ഞുനിർത്തിയപ്പോൾ റാസൽഖൈമ അൽ ഹംറയിൽ നിന്നെത്തിയ അലി ഹസൻ ഓർമ്മിപ്പിച്ചു.

"നമ്മൾ സ്വരൂപിച്ച പണം കൈമാറിയിട്ടില്ല."

അലി ഹസന്റെ ഓർമ്മപ്പെടുത്തലുണ്ടായപ്പോൾ, ജമാൽ നബി അഭിപ്രായപ്പെട്ടു.

"അതെ ... അതെ ... ഇനി നമുക്ക് ഫണ്ട് കൈമാറാം."

അൽ ഹംറയിൽ നിന്നെത്തിയ അലി ഹസൻ, അബ്ദുൽ ഖയൂം എന്നിവരിൽ നിന്ന് ഫണ്ട് ഏറ്റുവാങ്ങിയശേഷം മെഹ്റാൻ നസർ മാരി യോഗത്തെ അഭിസംബോധന ചെയ്തു സംസാരിച്ചു.

"സഖാക്കളേ... നിങ്ങൾ സ്വരൂപിച്ച പണം, പിറന്ന മണ്ണിനുവേണ്ടി പോരാടിക്കൊണ്ടിരിക്കുന്ന നമ്മുടെ സഹോദരങ്ങളുടെ ജീവനുവേണ്ടിയുള്ളതാണ്. അങ്ങ് അകലെ സ്വന്തമെന്ന് പറയാവുന്ന ഒരുപിടി മണ്ണ് നിങ്ങൾക്കുള്ള കരുതലായി ഉണ്ടാകണം; ഉണ്ടാകും. അതിനു വേണ്ടിയുള്ള പോരാട്ടത്തിലാണ് ബലൂച് ലിബറേഷൻ ഓർഗനൈസേഷൻ. സഖാക്കളേ... നിങ്ങൾ അറിയുന്നതൊന്നുമല്ല വാർത്തകൾ. അറിയുന്നതൊന്നുമല്ല അവിടത്തെ അവസ്ഥ. വ്യാജ ഏറ്റുമുട്ടലുകൾ സൃഷ്ടിച്ച് നമ്മുടെ സഹോദരങ്ങളെ കൊന്നൊടുക്കുകയാണ്. സമാനതകളില്ലാത്ത ക്രൂരതയാണ് പാകിസ്ഥാൻ പട്ടാളവും ഐ എസ് ഐയും നമ്മോട് കാണിക്കുന്നത്. നമ്മുടെ മണ്ണിലെ വിഭവങ്ങളിലാണ് അവരുടെ കണ്ണ്. പ്രകൃതിവാതകം,

എണ്ണ, കൽക്കരി, ചെമ്പ്, സൾഫർ, ഫ്‌ളൂറൈഡ്, സ്വർണ്ണം തുടങ്ങിയവ കൊണ്ട് സമ്പന്നമാണ് നമ്മുടെ ബലൂചിസ്ഥാൻ. എന്നിട്ടും ഒരു വികസനവുമെത്താത്ത നാടായി മാറ്റിയിരിക്കുകയാണ് അവിടം. നമ്മുടെ വിഭവങ്ങളെല്ലാം ഊറ്റിയെടുത്ത് മറ്റു പ്രവിശ്യകളിലേക്ക്, അവിടത്തെ വികസനത്തിനുവേണ്ടി ഉപയോഗിക്കുകയാണ് പാകിസ്ഥാൻ ഭരണകൂടം കാലാകാലങ്ങളായി ചെയ്തുകൊണ്ടിരിക്കുന്നത്. അതിന് അറുതിയുണ്ടാകണം."

****

"ബലൂച് ജനതയെ, നമ്മുടെ വംശത്തെത്തന്നെ ഉന്മൂലനം ചെയ്യുന്നതിനാണ് പാകിസ്ഥാൻ സൈന്യം ഇന്ന് ശ്രമിച്ചുകൊണ്ടിരിക്കുന്നത്. കഴിഞ്ഞ പത്തുവർഷത്തിനുള്ളിൽ മാത്രം 25,000 ത്തിൽപ്പരം ആളുകളാണ് ബലൂചിസ്ഥാനിൽ നിന്നുമാത്രം കാണാതായിട്ടുള്ളത്. ഈ കാണാതായവർ എവിടെയെന്ന് പിന്നീടൊരിക്കലും പുറംലോകം അറിഞ്ഞിട്ടില്ല. നമ്മുടെ സ്ത്രീകളെ കൂട്ടത്തോടെ കടത്തിക്കൊണ്ടുപോയി ബലാൽസംഗം ചെയ്തു കൊല്ലുന്നു. രഹസ്യകേന്ദ്രങ്ങളിൽ അടയ്ക്കുന്നു. അങ്ങനെ പീഡന പരമ്പരകൾ തന്നെ അവർ സൃഷ്ടിക്കുന്നു. എന്നാൽ ഒരു ജനതയുടെ സ്വാതന്ത്ര്യാഭിലാഷത്തെ ഇതുകൊണ്ടൊന്നും തകർക്കാൻ കഴിയില്ല."

എന്ന് പറഞ്ഞുകൊണ്ട് സംസാരം അവസാനിപ്പിക്കുമ്പോൾ, മെഹ്റാൻ നസർ മാരി കിതയ്ക്കുന്നുണ്ടായിരുന്നു.

ഇരുപത്തിമൂന്ന്

അവർക്കിടയിൽ നിശ്ശബ്ദത അദൃശ്യസാന്നിദ്ധ്യമായി വളരാൻ തുടങ്ങിയപ്പോൾ, ഓർമ്മകളിൽനിന്ന് ചികഞ്ഞെടുത്തപോലെ ഖാലിദ് പറഞ്ഞു.

"പണ്ട് ബാബയുടെ കൈപിടിച്ച് ഈ നാട്ടിലെത്തുമ്പോൾ എനിക്ക് പ്രായം പതിനാല്."

ഒന്നു നിർത്തി ഒരു നെടുവീർപ്പിനുശേഷം ഖാലിദ് തുടർന്നു.

"ഒരു രാത്രി ഉണർന്നെഴുന്നേറ്റപ്പോൾ, സ്വതന്ത്ര ബലൂചിസ്ഥാൻ എന്ന സ്വപ്നം ഭൂമിയിലുപേക്ഷിച്ച് യൂസഫ് അലി കുർദ് എന്ന തന്റെ ബാബ യാത്രയായി. അതോടെ ഞാൻ ഒറ്റയ്ക്കായി... ഒടുവിൽ ഈ ഈന്തപ്പനത്തോട്ടത്തിന്റെയും ഒട്ടകങ്ങളുടെയുമൊക്കെ കാവലാളായി. പതിയെ ഒട്ടകങ്ങളുടെ പരിശീലകനും."

ഖാലിദ് തന്റെ കണ്ണുകളെ മുഹമ്മദിലേക്ക് പറിച്ചുനട്ടു.

"അങ്ങനെയിരിക്കവെയാണ് ഒരു ദിവസം അബ്ദുള്ള നിന്നെയും കൊണ്ട് വരുന്നത്. അന്ന് ഒന്നുമേതുമറിയാത്ത, കേവലം രണ്ട് വയസ്സ് മാത്രം പ്രായമുള്ള കുട്ടിയായിരുന്നു നീ. എന്തുകൊണ്ടോ മറ്റുള്ള കുട്ടികളിൽനിന്ന് വ്യത്യസ്തമായി നിന്നോട് എനിക്ക് അകാരണമായ ഒരു സ്നേഹം തോന്നി. എന്റെ പരിമിതിയിൽ നിന്നുകൊണ്ട്, നിന്നെ അധികം ബുദ്ധിമുട്ടിക്കാതെ ഒട്ടകങ്ങളുടെ ജോക്കിയാക്കി മാറ്റി."

ഖാലിദ് പറഞ്ഞു നിർത്തുമ്പോൾ, മുഹമ്മദിന്റെ നോട്ടം അയാളിൽ തന്നെയായിരുന്നു. ഖാലിദ് തന്റെ നോട്ടം വിദൂരതയിലേക്ക് മാറ്റി.

"പണ്ട് ഞാൻ വിചാരിച്ചിരുന്നു നീ എന്റെ പിൻഗാമിയാകുമെന്ന്. പിന്നെ എനിക്കുതന്നെ അതിലെ ശരികേട് മനസ്സിലായി. കൈമാറാൻ അർത്ഥമോ അധികാരമോ ഇല്ലാത്ത ഞാൻ എങ്ങനെയാണ് പിൻഗാമിയെ

നിശ്ചയിക്കുക? എങ്കിലും ഇബ്രാഹിമിനോട് നിന്റെ കാര്യം പറഞ്ഞിട്ടുണ്ട്."

അതിനു മറുപടിയെന്നോണം മുഹമ്മദ് മൃദുവായി ഉച്ചരിച്ചു.

"ബാബയോടൊപ്പം അവിടെയെന്നല്ല എവിടെ നിൽക്കാനും എനിക്കിഷ്ടമാണ്. പക്ഷേ, ബാബയില്ലാത്ത തോട്ടത്തിൽ ... എനിക്ക് നിൽക്കാൻ പറ്റുമെന്ന് തോന്നുന്നില്ല. ഇനിയിപ്പോൾ ഇവിടന്ന് പോകാനും പറ്റാത്ത സാഹചര്യത്തിലാണ്. അതുമല്ല ബാബ ഹജ്ജ് കഴിഞ്ഞ് തിരികെയെത്തുമ്പോൾ, ചിലപ്പോൾ ഞാൻ ഇവിടെ ഉണ്ടാകില്ല. ബലൂചിസ്ഥാനിലേക്ക് പോകാനുള്ള രേഖകളെല്ലാം ശരിയായി വരുകയാണ്."

ആ വാർത്ത കേട്ട ഖാലിദ് സന്തോഷത്തോടെ പറഞ്ഞു.

"അത് നല്ലതുതന്നെ. ജനിച്ചമണ്ണിലേക്കുള്ള മടക്കയാത്ര."

അപ്പോൾ മുഹമ്മദ് നിസ്സംഗതയോടെ ഖാലിദിനെ നോക്കി. ഖാലിദ് തന്റെ കുർത്തയുടെ പോക്കറ്റിൽ സൂക്ഷിച്ചിരുന്ന ഒരു കെട്ട് നോട്ടെടുത്ത് മുഹമ്മദിന്റെ നേരെ നീട്ടി. പണം വാങ്ങാൻ കൂട്ടാക്കാതെ നിന്ന മുഹമ്മദിനോട് ഖാലിദ് ചോദിച്ചു.

"നീ എന്നെ ബാബയെപ്പോലെയല്ലേ കരുതുന്നത്. അങ്ങനെയാകുമ്പോൾ ബാബയുടെ സമ്പാദ്യം മകന് അവകാശപ്പെട്ടതാണ്."

മുഹമ്മദ് ഒഴിവുകഴിവിനു ശ്രമിച്ചു.

"ബാബ ഹജ്ജിന് പോകുകയല്ലേ... പണം വേണ്ടിവരും. അതുമല്ല, എനിക്കിവിടെ പണത്തിന്റെ ആവശ്യമില്ല."

അങ്ങനെ പറഞ്ഞ് ഒഴിയാൻ ശ്രമിച്ച മുഹമ്മദിനോട് ഖാലിദ് വിശദീകരിച്ചു.

"എന്റെ യാത്രയ്ക്ക് പണത്തിന്റെ ആവശ്യമില്ല. ഇത് ഞാൻ എന്നെത്തന്നെ സമർപ്പിക്കുന്ന ഒരു യാത്രയാണ്."

താൻ പറയേണ്ടിയിരുന്ന വാക്കുകൾ ഖാലിദിന്റെ നാവിലൂടെ പുറത്തേക്കു വന്നപ്പോൾ, ഒന്നും മനസ്സിലാകാത്തപോലെ മുഹമ്മദ് ഖാലിദിനെ നോക്കിനിന്നു. അപ്പോൾ ഖാലിദ് അവന്റെ കൈവെള്ളയിൽ പണം തിരുകിവച്ചു. മുഹമ്മദിന്റെ കണ്ണുകൾ ആർദ്രമായി. അവൻ ഒന്നും പറയാതെ, പറയാൻ കഴിയാതെ കാഴ്ചയെ അകലേക്ക് മാറ്റി.

മുഹമ്മദിനെ ആലിംഗനംചെയ്ത് വീടിന് പുറത്തേക്കിറങ്ങുമ്പോൾ, തന്റെ സ്നേഹാന്വേഷണം ജമാൽ നബി ബലൂചിനെ അറിയിക്കണമെന്ന് ഖാലിദ് അവനോടു ആവശ്യപ്പെട്ടു. മറുപടിയെന്നോണം മുഹമ്മദ് തലയാട്ടി. അവർ ഇരുവരും ഗേറ്റിനരുകിലേക്ക് നടന്നു. നടക്കുമ്പോൾ ഖാലിദ് പറഞ്ഞു.

"മുഹമ്മദേ... ജീവിതത്തിൽ നാം ഒറ്റയ്ക്കു നടന്നുതീർക്കേണ്ട ചില വഴികളുണ്ട്. അവിടെ ചിലപ്പോൾ ഒരു വഴിവിളക്കും നമുക്കുവേണ്ടി പ്രകാശിക്കാനുണ്ടാകില്ല. എങ്കിലും ഒരു നിയോഗംപോലെ നാമെല്ലാം അത് നടന്നുതീർക്കുകതന്നെവേണം."

ഖാലിദിന്റെ വാക്കുകൾ മുഹമ്മദിന്റെ മനസ്സിൽ പ്രതിദ്ധ്വനിച്ചു. ഇനി താനും ആ അജ്ഞാത വീഥിയിലൂടെ ഏകനായി നടന്നു പോകേണ്ടവനാണ്

എന്ന ബോധം മുഹമ്മദിൽ നിറഞ്ഞു. സ്വയം കത്തിയൊടുങ്ങുന്നതുവരെ അറിയപ്പെടാത്ത ആ വഴിയിലൂടെ നീങ്ങുകയാണ് തന്റെ കർത്തവ്യ മെന്നും അവൻ ഓർത്തു. ആ വിചാരത്തിൽ ഇല്ലാതായിത്തീർന്നപോലെ നിന്ന മുഹമ്മദിനെ ഒരിക്കൽക്കൂടി ആശ്ലേഷിച്ചശേഷം തിരിഞ്ഞു നോക്കാതെ ഖാലിദ് നടന്നു. എന്നോ കൃഷി ഉപേക്ഷിക്കപ്പെട്ട തോട്ടത്തിൽ, കാണ്ഡം നഷ്ടപ്പെട്ടിട്ടും നിലത്തുറച്ചിരുന്ന പനങ്കുറ്റികൾക്കിടയിലൂടെ ഖാലിദ് നടന്നുപോകുന്നത് മുഹമ്മദ് നോക്കിനിന്നു. എല്ലാ കെട്ടുപാടുകളും ഉപേക്ഷിച്ച് നിസ്സംഗമായി നടന്നകലുന്ന ഖാലിദ് ഒരു വേദനയായി അവനിൽ പടർന്നു.

അനാഥമാക്കപ്പെട്ട ബാല്യത്തിന്റെ ഇരുണ്ട വനസ്ഥലികളിൽ പാടെ പതറിനിന്ന മുഹമ്മദിനെ കൈപിടിച്ചു നടത്തിയ മനുഷ്യനായിരുന്നു ഖാലിദ്. ജീവിതത്തിന്റെ അനിവാര്യമായ മറ്റൊരു ഘട്ടത്തിൽ, വാർദ്ധക്യ ത്തിന്റെ അനാഥത്വത്തിൽ ആ മനുഷ്യൻ തളർന്നുനിന്നപ്പോൾ ഒരു താങ്ങാവാൻ കഴിയാതെ പോയോ എന്ന വ്യഥ മുഹമ്മദിന്റെ മനസ്സിനെ അസ്വസ്ഥമാക്കി.

വീണ്ടെടുക്കാൻ കഴിയാത്ത തരത്തിൽ ഓർമ്മകളിൽനിന്ന് മാഞ്ഞു പോയ മാതാപിതാക്കൾ മുഹമ്മദിനെ ഒരിക്കലും അസ്വസ്ഥമാക്കിയിരുന്നില്ല. എന്നാൽ തന്റെ നിസ്സഹായമായ ബാല്യത്തിൽ, സാന്ത്വനമായി എത്തി യിരുന്ന ആ മനുഷ്യന്റെ യാത്രാമൊഴി മുഹമ്മദിനെ വ്യാകുലപ്പെടുത്തുക തന്നെചെയ്തു.

ഇരുപത്തിനാല്

സീനത് സനയുടെ ഇ-മെയിൽ സന്ദേശം ഒരിക്കൽക്കൂടി വായിച്ചശേഷം, അവൾക്ക് മറുപടി എഴുതുന്നതിന് മുമ്പായി അല്പനേരം ജമാൽ നബി ബലൂച് കണ്ണുകൾ പൂട്ടിയിരുന്നു. അപ്പോൾ അവളെക്കുറിച്ചുള്ള ഓർമ്മകൾ അവന്റെ മനസ്സിൽ ഒരു പ്രവാഹമായി. ഒടുവിൽ സ്മരണകളിൽ നിന്ന് വിട്ടുണർന്ന ജമാൽ നബിയുടെ വിരലുകൾ കീബോർഡിൽ ചലിച്ചു തുടങ്ങി:

പ്രിയപ്പെട്ട സനാ, ആദ്യമേ ഞാൻ പറഞ്ഞുകൊള്ളട്ടെ. അഭിനന്ദനങ്ങൾ. സത്യത്തിൽ അഭിനന്ദനം എന്ന വാക്കിനും അപ്പുറം മറ്റൊരു വാക്ക് എനിക്ക് പ്രയോഗിക്കാൻ അറിയാത്തതുകൊണ്ടാണ്; നിരന്തര ഉപയോഗംകൊണ്ട് തേഞ്ഞ് അർത്ഥമില്ലാതായിക്കഴിഞ്ഞ ആ പദം വീണ്ടും എഴുതേണ്ടി വന്നത്. നീ അടുത്തുണ്ടായിരുന്നെങ്കിൽ, തീർച്ചയായും ഞാൻ നിന്നെ വാരിപ്പുണരുമായിരുന്നു.

ബെർലിൻ അന്താരാഷ്ട്ര ഷോർട്ട് ഫിലിം ഫെസ്റ്റിവലിലേക്ക് നിന്റെ ചിത്രം തെരഞ്ഞെടുത്തു എന്നറിഞ്ഞപ്പോൾ, എന്റെ സന്തോഷം എത്രമാത്രം ഉയരത്തിലേക്കു പോയെന്ന് പറഞ്ഞറിയിക്കാൻ കഴിയില്ല. എന്റെ ജീവിതത്തിലെ ഏറ്റവും സന്തോഷകരമായ നിമിഷങ്ങളിലൊന്നായിരുന്നു ആ സന്ദേശം വായിച്ച സമയം. ബലൂചിസ്ഥാനെ അടയാളപ്പെടുത്തുന്ന, അവിടെനിന്ന് എന്നെന്നേക്കുമായി തിരോഭവിച്ച യുവാക്കളുടെ കഥ പറയുന്ന ചിത്രത്തിന് എല്ലാ അംഗീകാരങ്ങളും ലഭിക്കട്ടെ എന്ന് ആശംസിക്കുന്നു; പ്രാർത്ഥിക്കുന്നു.

നീ ബർലിനിൽ നിന്ന് തിരികെ വരുന്ന വഴി ദുബായിയിൽ ഇറങ്ങുമെന്നും, അത് എന്നെ കാണാൻ വേണ്ടി മാത്രമാണെന്നും അറിഞ്ഞപ്പോൾ എന്റെ മനസ്സ് അതിയായി ആഹ്ലാദിച്ചു. സന്തോഷം

ഏറിയതുകൊണ്ടാകണം, അപ്പോൾ എന്റെ കണ്ണുകൾ നനഞ്ഞു. ഇങ്ങനെ കുറിക്കുമ്പോഴും, നിന്നെക്കുറിച്ചുള്ള നനുത്ത ഓർമ്മകൾ എന്റെ ഹൃദയത്തെ വല്ലാതെ ഉലയ്ക്കുന്നു.

പിന്നെ മറ്റൊരുകാര്യം പറയാനുള്ളത്, മുഹമ്മദിന്റെ പാസ്പോർട്ട് ശരിയായി. കഴിഞ്ഞ കുറേ നാളുകളായി ഞാൻ അതിന്റെ പിന്നാലെയായിരുന്നു. ഒരുവേള പാസ്പോർട്ട് ശരിയാകില്ലെന്ന ആശങ്കയും ഉണ്ടായി. ആ അലച്ചിലും പിരിമുറുക്കവുമൊക്കെകൊണ്ടാണ് നിനക്ക് മറുപടി അയയ്ക്കാനും വൈകിയത്.

ഇനി നിന്നോട് ഒരു അഭ്യർത്ഥനയുണ്ട്. മറ്റൊരു സിനിമ എടുക്കുമ്പോൾ, നമ്മുടെ മുഹമ്മദിന്റെ കഥ പറയണം. വളരെ അവിശ്വസനീയമായി തോന്നും അവന്റെ ജീവിതകഥ.

പാകിസ്ഥാനിലെ ഏതോ ഉൾനാടൻ പ്രദേശത്തായിരുന്നു മുഹമ്മദിന്റെ ജനനം. രണ്ടാം വയസ്സിൽ ഇടനിലക്കാർ വഴി യു എ ഇയിലെ ഒട്ടക ഫാമിലെത്തി. അവനെക്കൂടാതെ നാലു വയസ്സിനും ഏഴു വയസ്സിനും ഇടയിൽ പ്രായമുള്ള അഞ്ചു കുട്ടികൾകൂടി ആ ഫാമിലുണ്ടായിരുന്നു. അവിടെ എത്തിയതിനുശേഷമാണ് മുഹമ്മദ് എന്ന പേരുതന്നെ അവന് ലഭിക്കുന്നത്. ആ സംഘത്തിലെ ഏറ്റവും പ്രായം കുറഞ്ഞ മുഹമ്മദിന് അല്പം പരിഗണനകളൊക്കെ ലഭിച്ചിരുന്നു. എന്നിരുന്നാലും ഒരു കിടക്കയിൽ എങ്ങനെ കിടക്കണം, എങ്ങനെ കക്കൂസിൽ പോകണം, എങ്ങനെ കുളിക്കണം, എങ്ങനെ ആഹാരം കഴിക്കണം എന്നൊന്നുമറിയാതെയായിരുന്നു അവൻ ജീവിതം ആരംഭിച്ചത്.

ഭയാനകമായ പരിശീലനത്തിനിടയിലും, അതിജീവിക്കുമെന്ന് തലയിലെഴുത്തുള്ളതിനാൽ മുഹമ്മദ് ജീവിച്ചു. ഒട്ടകത്തിന്റെ മുതുകിൽ കെട്ടിമുറുക്കിവച്ച മുഹമ്മദ് എന്ന ജോക്കി അറുപതു കിലോമീറ്ററോളം വേഗത്തിൽ ഓടുന്ന ഒട്ടകത്തെ വരുതിയിലാക്കാൻ, പിടിച്ചുനിർത്താനുള്ള പരിശീലനത്തിൽ അവൻ പെട്ടെന്ന് വിജയിച്ചു. ഇടവേളകളില്ലാത്ത പരിശീലനത്തിനിടയിൽ അവന്റെ കൂട്ടുകാരിലൊരുവൻ മരിച്ചപ്പോഴും അവനിൽ ഭയം ഉളവായില്ല. ഇപ്പോഴും അവന് ഭയം അശ്ശേഷമില്ല; ഒന്നിനോടും.

പാൽ, ബദാം, ഈന്തപ്പഴം, നെയ്യ്, തേൻ തുടങ്ങിയവ കഴിച്ച് ഒട്ടകം കരുത്താർജ്ജിച്ചപ്പോൾ, പയർ ഉപയോഗിച്ച് വേവിച്ച അരിയും ചിലപ്പോൾ ബിസ്കറ്റ് തിന്നും മുഹമ്മദും കൂട്ടരും ജോക്കിയായി മാറിക്കൊണ്ടിരുന്നു. ജോക്കിയായി മാറിക്കഴിഞ്ഞ അവർക്ക്, ശരീരഭാരം കൂടാതിരിക്കാൻ പലപ്പോഴും പട്ടിണി കിടക്കേണ്ടിയും വന്നു.

ഒട്ടക ജോക്കിയായ മുഹമ്മദ് വളർന്നതോടെ പുതിയ പ്രശ്നങ്ങളെയാണ് അവൻ അഭിമുഖീകരിക്കേണ്ടി വന്നത്. യഥാർത്ഥത്തിൽ എരിതീയിൽനിന്ന് വറചട്ടിയിലേക്ക് വീണ അവസ്ഥയായി അവന്റേത്. പ്രായമേറിയതോടെ മുഹമ്മദ് പന്തയത്തിൽ നിന്ന് പുറന്തള്ളപ്പെട്ടു. പിന്നീടുള്ള അവന്റെ ജീവിതം വെല്ലുവിളികൾ നിറഞ്ഞതായിരുന്നു.

ഇതിനിടയിൽ മുഹമ്മദിനോടൊപ്പമുണ്ടായിരുന്ന അവന്റെ കൂട്ടുകാരായ മൂന്ന് ജോക്കികൾ ഇടനിലക്കാർ വഴിതന്നെ നാട്ടിലേക്ക് മടങ്ങിപ്പോകുകയും ചെയ്തു. എന്നാൽ മുഹമ്മദിന് ആ ഭാഗ്യം ഉണ്ടായില്ല. ചെല്ലാൻ രാജ്യമോ വീടോ ബന്ധുക്കളോ ഇല്ലാത്ത, ബന്ധുക്കളെ അറിയാത്ത മുഹമ്മദ് ഇവിടെത്തന്നെ കഴിഞ്ഞു.

ഇപ്പോൾ മുഹമ്മദ് എവിടെ എങ്ങനെ നിൽക്കുന്നുവെന്ന കാര്യം നമുക്കൊക്കെ അറിയാം.

ഇനിയും ദീർഘിപ്പിക്കുന്നില്ല. നിനക്ക് എല്ലാ ഭാവുകങ്ങളും നേരുന്നു. ഇനി നേരിൽ കാണാം. ആ ദിനത്തിനായി കാത്തിരിക്കുന്നു.

ഇരുപത്തിയഞ്ച്

മെഹ്റാൻ നസർ മാരിയുടെ ഇൻസ്റ്റാഗ്രാം സന്ദേശം ഒരു പ്രത്യേക ആഖ്യാനരീതിയിലുള്ളതായിരുന്നു. വളരെ കുറഞ്ഞ വാക്കുകൾകൊണ്ട് കൂടുതൽ കാര്യങ്ങൾ വ്യക്തമാക്കുന്ന തരത്തിലും, എന്നാൽ മൂന്നാമതൊരാൾ വായിച്ചാൽ യഥാർത്ഥ കാര്യം മനസ്സിലാകാത്ത ശൈലിയിലുമായിരുന്നു എഴുത്ത്.

"നമ്മുടെ മുന്നിലെ പത്ത് കഥകളിൽ ഏറ്റവും മികച്ച കഥ മുഹമ്മദിന്റേതാണ്. അതിനെ ഒഴിവാക്കി മറ്റ് കഥകൾ വച്ചുകൊണ്ട് അന്തിമ ഫലമുണ്ടാക്കുക ഇനി ബുദ്ധിമുട്ടാണ്. മാത്രമല്ല നമ്മൾ തെരഞ്ഞെടുത്ത പത്ത് കഥകളുടെ പൂർണ്ണ വിവരം, കഥാകൃത്തിന്റെ പേരും വിലാസവും ഉൾപ്പെടെ മൂന്നംഗ അന്തിമ ജഡ്ജിങ് പാനലിന് കൈമാറുകയും ചെയ്തു. അതിൽ നിന്ന് ഒന്ന് മാറ്റി മറ്റൊന്ന് കൂട്ടിച്ചേർക്കുക എന്നത് അസാദ്ധ്യമാണ്.

കഥകളുടെ അന്തിമ പട്ടികയിൽ ചേർത്തിരിക്കുന്നവയെല്ലാം പൊതുവായ ഒരു ജീവൽപ്രശ്നത്തെ സംബോധന ചെയ്യുന്നുവെങ്കിലും മുഹമ്മദിന്റെ കഥ മറ്റ് കഥകളിൽ നിന്ന് വേറിട്ടിരിക്കുന്നു എന്ന് പറയാതിരിക്കാൻ കഴിയില്ല. മാത്രമല്ല മുഹമ്മദിന്റെ കഥയിൽ ഒരു കലർപ്പും ചേർന്നിട്ടില്ല. ആ കഥ മനഃശാസ്ത്രപരമായി വിശകലനം ചെയ്യേണ്ടതും, ഒരുപാട് അർത്ഥതലങ്ങളുള്ളവയുമാണ്. അതുകൊണ്ടുതന്നെ മറ്റു കഥകളിൽ നിന്ന് വേറിട്ടു നിൽക്കുന്ന ഒരു കഥയാണ് മുഹമ്മദിന്റേതെന്ന് നിസ്സംശയം പറയാം.

ലൈംഗിക ശേഷി ഇല്ലാത്ത ഒരു മനുഷ്യന് ആദ്യം അവനോടുതന്നെ തോന്നുന്ന ഒരുതരം അവമതിപ്പ്, വെറുപ്പ് എന്നിവ വളർന്നുകൊണ്ടിരിക്കുകയും പിൽക്കാലത്ത് അവന്റെ മാനസികാവസ്ഥ മറ്റൊരു തലത്തിലേക്ക് പോകുകയും, അത് സമൂഹത്തിനോടുതന്നെയുള്ള ഒരു

വൈരാഗ്യമായി വളരുകയും ചെയ്യും. അത്തരം മാനസികാവസ്ഥയുള്ള ഒരു കഥാപാത്രത്തെയാണ് മുഹമ്മദ് വരച്ചിടുന്നത്. അതുകൊണ്ടുതന്നെ മുഹമ്മദിനെ മാറ്റിനിർത്തിക്കൊണ്ടുള്ള പരിപാടി നടക്കില്ല. ഈ വിഷയവുമായി ബന്ധപ്പെട്ട് ഇനി മറ്റു സംസാരമില്ല."

മെഹ്റാൻ നസർ മാരിയുടെ എഴുത്തുകൾ മിക്കവാറും ഇത്തരത്തിലുള്ളവയാണ്. പ്രത്യേകിച്ച് രഹസ്യസ്വഭാവമുള്ളവ. അയാളുടെ സന്ദേശം വായിച്ചുകഴിഞ്ഞ ജമാൽ നബി പതിവ് പത്രപാരായണത്തിനോ ഇന്റർനെറ്റ് ഇടങ്ങളിലേക്കോ പോയില്ല. ഒന്നിലും ഉറപ്പിക്കാൻ കഴിയാത്ത അവന്റെ മനസ്സ് അടക്കമില്ലാതെ പറന്നുകൊണ്ടിരുന്നു. ഇനി ഒന്നും ചെയ്യാനില്ലെന്ന നിർവ്വികാരതയോടെ ജമാൽ നബി ലാപ്ടോപ്പ് ഷട്ട് ഡൗൺ ചെയ്തു.

വളരെ നീണ്ട ഒരുക്കത്തിനുശേഷം, എല്ലാ കാര്യങ്ങളും കുറ്റമറ്റ ഭീതിയിൽ തീരുമാനിച്ചുറപ്പിച്ച ശേഷം, ഒരു പിൻവാങ്ങൽ അസാദ്ധ്യമാണെന്നറിയാമായിരുന്നിട്ടും മെഹ്റാൻ നസർ മാരിക്ക് എഴുതുകയായിരുന്നു. മുഹമ്മദിനെ ഒഴിവാക്കി മറ്റൊരാളെ ഉൾപ്പെടുത്താൻ കഴിയുമോ എന്ന് ചോദിച്ചുകൊണ്ട്.

മുഹമ്മദിനെ ആദ്യമായി കാണുന്നത് ഖാലിദ് ജോലി ചെയ്യുന്ന തോട്ടത്തിൽ വച്ചായിരുന്നുവെന്ന് ജമാൽ നബി ഓർത്തു. ഒരിക്കൽ ഖാലിദിനെ കാണാനായി തോട്ടത്തിൽ ചെന്നപ്പോൾ, വീടിന്റെ വരാന്തയിൽ ഇരിക്കുകയായിരുന്നു അവൻ. ജമാൽ നബിയെ കണ്ടപ്പോൾ, പരിചയക്കാരനെപ്പോലെ ചിരിച്ചുകൊണ്ട് സലാം ചൊല്ലി. അവൻ എന്തെങ്കിലും ആവശ്യപ്പെടുന്നതിന് മുമ്പുതന്നെ തോട്ടത്തിന്റെ ഏതോ ഭാഗത്തു നിന്നിരുന്ന ഖാലിദിനെ അവൻ കൂട്ടിക്കൊണ്ടുവരുകയും ചെയ്തു. മുഹമ്മദിന്റെ നിഷ്കളങ്കമായ ചിരിയും പ്രവൃത്തിയും കണ്ടപ്പോൾ, ജമാൽ നബിയുടെ മനസ്സിന് ഒരു മമത അവനോട് തോന്നിയിരുന്നു.

അതിനുശേഷം ഒന്നുരണ്ട് മാസം കഴിഞ്ഞാണെന്നു തോന്നുന്നു, ഒരു ദിവസം ഖാലിദ് വിളിച്ച് ഒരു അപേക്ഷപോലെ പറയുകയുണ്ടായി. മുഹമ്മദിനെ കുറച്ചുനാൾ ജമാലിന്റെ തോട്ടത്തിൽ നിർത്തണമെന്ന്. ആ കാലയളവിലാണ് ജമാൽ നബിയുടെ അറബാബ് ഒരു ജോലിക്കാരനെക്കൂടി വച്ചുകൊള്ളാൻ അവനോട് പറഞ്ഞത്. നാട്ടിൽ ബന്ധുക്കളോ മറ്റോ ഉണ്ടെങ്കിൽ വിസ ശരിയാക്കാമെന്നും അറബി പറഞ്ഞു. മറ്റൊരാളെ തോട്ടത്തിൽ ജോലിക്കു നിർത്തുന്നത് അത്ര പന്തിയല്ലെന്ന് അറിയാവുന്നതുകൊണ്ട് ജമാൽ നബി അറബാബിനോട് മറുപടിയൊന്നും പറഞ്ഞിരുന്നില്ല. എന്തായാലും മറ്റൊരാൾ വരുന്നതിനേക്കാൾ അവനായിരിക്കും തൽക്കാലം നല്ലതെന്ന് ജമാൽ നബിക്ക് തോന്നി. അങ്ങനെയാണ് മുഹമ്മദ് ആ തോട്ടത്തിൽ എത്തുന്നത്.

സത്യത്തിൽ മുഹമ്മദിനെ ഒരു ഇറച്ചിക്കോഴിയെപ്പോലെ താൻ വളർത്തുകയായിരുന്നില്ലേ എന്ന് ജമാൽ നബിക്ക് തോന്നി. ഒരു നിശ്ചിത സമയപരിധിക്കുള്ളിൽ പരമാവധി തൂക്കം വയ്പ്പിച്ച് തീൻമേശയിൽ

വിഭവങ്ങളായി എത്തുക എന്ന ഒറ്റ ധർമ്മം മാത്രമേ ഇറച്ചിക്കോഴികൾക്കു ള്ളൂ. മുഹമ്മദിന് ആഹാരം നൽകി വളർത്തിയത് നാളെ തല അറുക്കാൻ വേണ്ടിയായിരുന്നു. ഒരു തരത്തിലല്ലെങ്കിൽ മറ്റൊരു തരത്തിൽ ജീവിത ത്തിലുടനീളം ഗളച്ഛേദത്തിന് വിധേയനായവനാണ് മുഹമ്മദ് എന്ന് ജമാൽ നബിക്ക് തോന്നി. ഒടുവിൽ മുഹമ്മദ് എന്ന ഇരയെ കളമൊരുക്കി കെണിയിലാക്കുകയും, അവന് കൊലമരച്ചുവട്ടിലേക്ക് നടന്നു പോകാൻ പാകത്തിൽ പാതയൊരുക്കുകയും ചെയ്തശേഷം ഇരവാദവുമായി പോകുന്നവരെപ്പോലെയായി തന്റെ പ്രവൃത്തിയെന്ന് ജമാൽ നബി ബലൂചിന് തോന്നി.

ഇരുപത്തിയാറ്

യാന്ത്രികമെന്നോണം മുഹമ്മദ് തന്റെ ജോലികൾ ചെയ്തുതീർത്തു കൊണ്ടിരുന്നു. ജമാൽ നബി ബലൂച് നിർദ്ദേശിച്ചിരുന്നില്ലെങ്കിലും, കുറെ നാളുകളായി ആടിന് തീറ്റകൊടുക്കുന്നതുൾപ്പെടെയുള്ള ജോലികൾ മുഹമ്മദാണ് ചെയ്തുവന്നിരുന്നത്. വിശപ്പിന്റെ കാഠിന്യം കൂടുതൽ അറിയാവുന്നതുകൊണ്ട് കൂടിയാകണം ആ നാൽക്കാലികളുടെ വിളി ഉയരുന്നതിന് മുമ്പുതന്നെ അവറ്റകൾക്കൊക്കെ അവൻ ആഹാരം നൽകി.

മുഹമ്മദിന്റെ ജോലികളൊക്കെ ഒതുങ്ങിക്കഴിഞ്ഞപ്പോഴും, ഇരുട്ട് വ്യാപിച്ചിരുന്നില്ല. ഇപ്പോൾ പകലിന് ദൈർഘ്യം കൂടുതലാണെന്ന് ഓർത്തുകൊണ്ട് അവൻ കുളിക്കാൻ പോയി.

ജലം ശേഖരിച്ചു നിർത്തിയിരുന്ന വലിയ ടാങ്കിലിറങ്ങി വിസ്തരിച്ച് കുളിച്ച മുഹമ്മദ് വസ്ത്രം മാറി വരാന്തയിലെത്തുമ്പോൾ, നേരിയ ഇരുട്ട് പരന്നിരുന്നു. ഇതിനകം തന്റേതായി മാറിക്കഴിഞ്ഞ കയറ്റുകട്ടിലിൽ മുഹമ്മദ് ഇരുന്നു. അപ്പോൾ ശിശിരകാലത്തിന്റെ വരവ് അറിയിച്ചുകൊണ്ട് തണുത്ത കാറ്റ് അവനെ തലോടി കടന്നുപോയി. ഒരു പ്രത്യേക സമയ ദൈർഘ്യത്തിൽ ഇടവിട്ട് കാറ്റ് വീശിക്കൊണ്ടിരുന്നു. ഖത്തിലെ പർവ്വതച്ചെരിവുകളിലൂടെ താഴേക്ക് വീശിയ കാറ്റിന്, കുന്നിന്റെ, മണ്ണിന്റെ മണമുണ്ടെന്ന് മുഹമ്മദിന് തോന്നി. ആ ഗന്ധം ഏറ്റുവാങ്ങിക്കൊണ്ട് അവൻ കട്ടിലിൽ കിടന്നു.

മുഹമ്മദ് എത്രനേരം അങ്ങനെ കിടന്നുവെന്ന് അവന് അറിയില്ല. ഇതിനിടയിൽ ജമാൽ നബി ബലൂച് അവനെ വിളിച്ചിരുന്നെങ്കിലും, ആ വിളിയും മുഹമ്മദിന്റെ കാതുകളിൽ എത്തിയിരുന്നില്ല. ഒടുവിൽ അവന്റെ അടുത്തെത്തിയ ജമാൽ നബി അവനെത്തന്നെ അല്പനേരം നോക്കി നിന്നു. കണ്ണുകൾ തുറന്നു പിടിച്ചിരുന്ന മുഹമ്മദിന്റെ മനസ്സ് മറ്റെവിടെയോ

ആണെന്ന് അവന് തോന്നി. ജമാൽ നബി അവനെ തട്ടിവിളിച്ചു. യാതൊരു ഭാവഭേദവുമില്ലാത്ത മുഖത്തോടെ, അപരിചിതനെ കണ്ട കണ്ണിന്റെ അനുഭവത്തോടെ മുഹമ്മദ് അവനെ നോക്കി. അപ്പോൾ ജമാൽ നബി ബലൂച് അവനെ ഒന്നുകൂടി കുലുക്കി വിളിച്ചു. സ്ഥലകാല ബോധം വീണ്ടെടുത്ത മുഹമ്മദ് കട്ടിലിൽ നിന്ന് ചാടിയെഴുന്നേൽക്കുകയും, ജമാൽ നബിയെ നോക്കി ചിരിക്കുകയും ചെയ്തു. സ്വപ്നം കാണുകയാണോ? എന്ന് ചോദിക്കാൻ തുനിഞ്ഞെങ്കിലും, ഒടുവിൽ ഒന്നും ചോദിക്കാതെ ജമാൽ നബിയും അവനെ നോക്കി ചിരിച്ചു.

ജമാൽ നബി ബലൂച് തന്റെ കൈയിൽ സൂക്ഷിച്ചിരുന്ന പച്ചനിറമുള്ള പാസ്പോർട്ട് മുഹമ്മദിന്റെ നേരെ നീട്ടി. ഇതികർത്തവ്യതാമൂഢനായി നിന്ന അവനോട് ജമാൽ നബി ബലൂച് പറഞ്ഞു.

"ഇത് നിന്റേതാണ്. ഈ പാസ്പോർട്ട് കിട്ടിയതോടെ നീ ഒരു പാകിസ്ഥാൻ പൗരനായി മാറി." രണ്ടു കൈകളും നീട്ടി പച്ചനിറമുള്ള ആ കൈപ്പുസ്തകം വാങ്ങുമ്പോൾ മുഹമ്മദിന്റെ കരങ്ങൾ വിറയ്ക്കുന്നുണ്ടായിരുന്നു. ആ അധികാര പുസ്തകത്തിന്റെ അകത്താളിൽ അവന്റെ ചിത്രം കണ്ടപ്പോൾ, കരയാനോ ചിരിക്കാനോ കഴിയാതെ മുഹമ്മദിന്റെ കണ്ണുകൾ ആ പടത്തിൽ ഉടക്കിനിന്നു.

ജമാൽ നബി പതിഞ്ഞ ശബ്ദത്തിൽ സംസാരിച്ചു.

"മുഹമ്മദ് ... ഇപ്പോൾ നിന്റെ മനസ്സിൽ ഏത് തരത്തിലുള്ള വികാരമാണ് കടന്നുപൊയ്ക്കൊണ്ടിരിക്കുന്നതെന്ന് എനിക്കറിയില്ല. എങ്കിലും നിനക്കും എനിക്കും അറിയാവുന്നതുപോലെ ഈ പാസ്പോർട്ട് കേവലം ഒരു വഴിച്ചീട്ട് മാത്രമാണ്. അതിനപ്പുറം ഈ പാസ്പോർട്ടിന് ഒരു ജീവിതമില്ല. ആയുസ്സുമില്ല." മുഹമ്മദ് മറുപടിയെന്നോണം മന്ദഹസിച്ചുകൊണ്ട് ഉച്ചരിച്ചു.

"എന്നെപ്പോലെ."

ഒന്നും പറയാൻ കഴിയാതെ ജമാൽ നബി ബലൂച് ഒരു നിമിഷം അവനെ നോക്കിനിന്നു. അപ്പോൾ ജമാൽ നബിയുടെ ഉള്ളിലെ തീച്ചട്ടിയിൽ കെടാതെ കിടന്ന കനൽ നീറിപ്പുകഞ്ഞ് വേദനിപ്പിച്ചു.

അന്ന് നേതൃത്വം ചാവേറുകളുടെ പ്രാഥമിക പട്ടിക തയ്യാറാക്കിയപ്പോൾ, മുഹമ്മദിന്റെ പേര് നിർദ്ദേശിച്ചത് താൻ ആയിരുന്നുവെന്ന ഓർമ്മ ജമാൽ നബിയെ കീഴടക്കി. വംശീയ, ദേശീയതകളുടെ രസസംയുക്തങ്ങൾ ഒരു പ്രത്യേക അനുപാതത്തിൽ കൂട്ടിക്കലർത്തി മരുന്നുപോലെ മുഹമ്മദിന്റെ തലച്ചോറിൽ പലപ്പോഴായി കുത്തിവച്ചിരുന്നതുകൊണ്ടാകണം അവൻ ചാവേറാകാൻ മുന്നോട്ടുവന്നതെന്ന് ജമാൽ നബിക്ക് അറിയാം. ഒടുവിൽ പ്രാഥമിക പട്ടികയിൽനിന്ന് അന്തിമ പട്ടികയിലേക്കുള്ള സഞ്ചാരത്തിനിടയിൽ, ഐക്യബലൂചിസ്ഥാനുവേണ്ടി പോരാടി രക്തസാക്ഷിത്വം വരിച്ച പോരാളികളുടെ ത്യാഗോജ്ജ്വലമായ എത്രയോ ജീവിതകഥകൾ പറഞ്ഞുകേൾപ്പിച്ചിരിക്കുന്നു.

മുഹമ്മദ് തന്റെ പാസ്പോർട്ട് ജമാൽ നബി ബലൂചിന് തിരികെ നൽകിക്കൊണ്ട് പറഞ്ഞു.

"ഇത് ഭായിയുടെ കൈയിൽ ഇരിക്കുന്നതാണ് കൂടുതൽ സുരക്ഷിതത്വം." മറിച്ചൊന്നും പറയാതെ പാസ്പോർട്ട് തിരികെ വാങ്ങി ജമാൽ നബി മുറിയിലേക്ക് പോയി. മുഹമ്മദ് വീണ്ടും കയറ്റു കട്ടിലിൽ ഇരുന്നു; തണുത്ത കാറ്റേറ്റ്.

ഇരുപത്തിയേഴ്

മരുഭൂമിയിൽ അപ്പോഴും കാറ്റ് ശക്തവും സജീവവുമായി വീശുന്നുണ്ടായിരുന്നു. കാറ്റിൽ ഉയർന്നുപൊങ്ങിയ മണൽത്തരികൾ വൃത്താകൃതിയിൽ പാതകൾ സൃഷ്ടിച്ചും ഇടയ്ക്ക് താഴേക്ക് ചിതറി വീണും കൂട്ടിയിടിച്ചും നീങ്ങിക്കൊണ്ടിരുന്നു. പുതിയ സമതലങ്ങളും മൺകൂനകളും സൃഷ്ടിച്ച് കടന്നുപോയ കാറ്റ്, മുമ്പേ നടന്നു പോയവരുടെ കാൽപ്പാടുകൾ മായ്ച്ചുകളഞ്ഞു. മരുപഥത്തിലെ നിമ്നോന്നതങ്ങളിൽ പുതിയ പാദമുദ്രകൾ വീഴ്ത്തി ഖാലിദും അവന്റെ ബലിമൃഗവും നടന്നു. അപ്പോൾ അയാളുടെ മനസ്സിൽ ആ *ഖുർആൻ* വാചകങ്ങൾ കടന്നുപോയി. 'വിദൂരമായ സകല മലമ്പാതകളിലൂടെയും എല്ലാവിധ മെലിഞ്ഞ ഒട്ടകങ്ങളുടെ പുറത്തു കയറിയും അവൻ നിന്റെയടുത്ത് വന്നുകൊള്ളും.

കടിഞ്ഞാണില്ലായിരുന്നെങ്കിലും തന്റെ യജമാനനെ പിൻപറ്റി, സ്വതന്ത്രമാക്കപ്പെട്ട കാലുകളുടെ ചലനത്തിനനുസരിച്ച് തന്റെ നീണ്ട കഴുത്ത് മുന്നോട്ടും പിന്നോട്ടും ചലിപ്പിച്ച് ആ ബലിമൃഗവും നടന്നു. മേൽമണ്ണിൽ അമർന്നുതാണ പാദങ്ങൾ വലിച്ചെടുത്തു മുന്നോട്ടമർത്തി ആയാസത്തോടെ നീങ്ങുന്ന ഖാലിദിന്റെയും ജന്മസിദ്ധമായ കഴിവാൽ മണലിലൂടെ ആയാസരഹിതമായി നടക്കുന്ന ബലിമൃഗത്തിന്റെയും മനസ്സുകൾ തണലറ്റ മരുഭൂമിയെപ്പോലെ ഊഷരമായിരുന്നു.

ഖാലിദിന്റെ ചുണ്ടുകൾ മന്ത്രിച്ചു.

"അല്ലാഹുവേ... എന്റെ നേർച്ചകൾ നിറവേറ്റി, എന്നിലെ അഴുക്ക് നീക്കിക്കളഞ്ഞ് ആ ബാലത്തെ പ്രദക്ഷിണം ചെയ്യാനുള്ള കരുത്ത് നൽകേണമേ."

സൂര്യകിരണങ്ങൾ ദുർബ്ബലപ്പെട്ടു. കാറ്റിന്റെ ശക്തി ക്ഷയിച്ചു. അപ്പോഴും നേരിയ തണുത്ത കാറ്റ് വീശുന്നുണ്ടായിരുന്നു. അകലെക്കണ്ട

പച്ചപ്പിനെ ലക്ഷ്യമാക്കി തളർന്ന കാലുകളുമായി ഖാലിദ് നടന്നു. അവശനായ യജമാനന് തന്റെ മുതുകിലേറി സഞ്ചരിച്ചുകൂടെയെന്ന ഭാവത്തിൽ ആ ഒട്ടകം അയാളെ നോക്കുകയും ഒരു പ്രത്യേക തരത്തിൽ ശബ്ദം പുറപ്പെടുവിക്കുകയും ചെയ്തു. എന്നാൽ ഒന്നു തിരിഞ്ഞുനോക്കിയ ശേഷം ഖാലിദ് മുന്നോട്ടു നടന്നു. തനിക്ക് വെള്ളമായും വെളിച്ചമായും ഇലയായും മരമായും തണലേകിയ മനുഷ്യന്റെ കാലടി നോക്കി ആ സാധുമൃഗവും നടന്നു.

സാഗരം പോലെ നീണ്ടുനിവർന്നു കിടന്ന ചെമ്മൺപരപ്പിനെ പിന്നിലാക്കി ഉരുളൻ കല്ലുകൾ നിറഞ്ഞ ഉറച്ച ഭൂമിയിൽ ഖാലിദിന്റെ പാദങ്ങൾ സ്പർശിച്ചപ്പോൾ, സൂര്യൻ വിടചൊല്ലാൻ ഒരുങ്ങി കഴിഞ്ഞിരുന്നു. അവിടെ ഒറ്റപ്പെട്ടുനിന്ന മുൾച്ചെടിക്കരുകിൽ ഖാലിദ് തളർന്നിരുന്നു. അല്പനേരം കണ്ണുകൾ പൂട്ടി തല കുമ്പിട്ടിരുന്നപ്പോൾ അയാൾ വിയർക്കാൻ തുടങ്ങി. ഇടതു കൈ വിരലുകൾകൊണ്ട് കൺപോളകളിൽ പറ്റിപ്പിടിച്ചിരുന്ന പൊടി നീക്കിയശേഷം, തലയിൽ നിന്ന് മുഖത്തേക്ക് ഒലിച്ചിറങ്ങിയ വിയർപ്പുതുള്ളികൾ കൈകൊണ്ട് പിടിച്ചു നീക്കി.

ഖാലിദ് തല ഉയർത്തി ഒട്ടകമെന്ന ബലിമൃഗത്തെ നോക്കി. അപ്പോൾ അത് അയാളെത്തന്നെ നോക്കി നിൽക്കുകയായിരുന്നു. അതൊരു വല്ലാത്ത നോട്ടമായിരുന്നു. യുഗങ്ങൾക്കു മുമ്പ് ഉൽപത്തി കാലത്തു നിന്നുകൊണ്ടുള്ള നോട്ടം പോലെയായിരുന്നു ആ ബലിമൃഗത്തിന്റേതെന്ന് ഖാലിദിന് തോന്നി. വിഷാദം നിഴൽമൂടിയ ആ കണ്ണുകളെ നേരിടാൻ കഴിയാതെ ഖാലിദ് തന്റെ നേത്രങ്ങളെ ബലിമൃഗത്തിൽ നിന്ന് പറിച്ചുമാറ്റി.

ഖാലിദ് അല്പനേരം കണ്ണുകൾ പൂട്ടി പ്രാർത്ഥിച്ചു.

"അല്ലാഹുവേ... ഈ ബുദ്ധിമുട്ടിൽനിന്നും ദുഃഖമുണ്ടാകുന്ന കാഴ്ചകളിൽനിന്നും ഞാൻ നിന്നോട് രക്ഷ ചോദിക്കുന്നു."

ഒട്ടകത്തിന്റെ മുതുകിൽ തൂക്കിയിരുന്ന മാറാപ്പ് ഖാലിദ് അഴിച്ചെടുത്തു. അതിൽ നിന്ന് വസ്ത്രങ്ങളും ചെരിപ്പും നീളമുള്ള കത്തിയും കയറും പുറത്തെടുത്തു.

ഖാലിദ് തന്റെ മുഷിഞ്ഞ വസ്ത്രങ്ങൾ ഊരിമാറ്റി. ഭാണ്ഡക്കെട്ടിൽ കരുതിവെച്ചിരുന്ന കരയില്ലാത്ത രണ്ട് വെള്ളമുണ്ടുകൾ എടുത്തു. അതിൽ ഒന്ന് ഉടുക്കുകയും മറ്റൊന്ന് ദേഹം മറച്ചുകൊണ്ട് പുതയ്ക്കുകയും ചെയ്തു. കെട്ടുപിണയാത്ത പാദരക്ഷകൾകൂടി അണിഞ്ഞതോടെ, അതുവരെയില്ലാതിരുന്ന ഒരു ശക്തി തന്റെ മനസ്സിനും ശരീരത്തിനും കൈവന്നതായി ഖാലിദിന് തോന്നി.

ഒട്ടകത്തിന്റെ അരികിലേക്ക് ചെന്ന ഖാലിദ് ഒരു ദീർഘനിശ്വാസത്തോടെ ചരടുകൊണ്ട് കുരുക്ക് തയ്യാറാക്കി. അപ്പോൾ ആ കുരുക്കിൽ ത്തന്നെ നോക്കിനിൽക്കുകയായിരുന്ന ഒട്ടകം അസാധാരണ രീതിയിൽ വിയർക്കുന്നത് ഖാലിദ് കണ്ടു. സാധാരണ ഗതിയിൽ ഒട്ടകങ്ങൾ വിയർക്കാറില്ല. എന്നാൽ മരണഭീതി ഉണ്ടാകുമ്പോൾ അവ വിയർക്കാറുണ്ടെന്ന്

അയാൾ ഓർത്തു. അപ്പോൾ ഖാലിദിന്റെ മനസ്സ് വല്ലാതെ പിടച്ചു. അല്പനേരം ഒന്നും ചെയ്യാൻ കഴിയാതെ ഖാലിദ് കയറുമായി നിന്നു.

ഒടുവിൽ എന്തോ തീരുമാനിച്ചുറച്ചതുപോലെ ബലിമൃഗമായ ഒട്ടകത്തിന്റെ മുൻകാലുകളിലൊന്നിൽ, കുളമ്പിനു മുകളിലായി കുരുക്ക് മുറുക്കി. ഞൊടിയിടകൊണ്ടുതന്നെ ആ കാലുമടക്കി മുട്ടിനോട് ചേർത്തു വരിഞ്ഞുകെട്ടുകയും ചെയ്തു. അതോടെ മൂന്നുകാലിൽ നിൽക്കാൻ പണിപ്പെട്ട ഒട്ടകത്തിന്റെ മൂർദ്ധാവിൽ അയാൾ തലോടി. ആ സമയം എന്തോ ചൊല്ലുന്നതുപോലെ ഖാലിദിന്റെ ചുണ്ടുകൾ മന്ത്രിച്ചുകൊണ്ടിരിക്കുകയും കൈത്തലം നെറ്റിത്തടത്തിലൂടെ ഊഴ്ന്നിറങ്ങുകയും ചെയ്തു. അപ്പോൾ അയാളുടെ ചെറുവിരലിൽ ഉരുണ്ടുകൂടിനിന്ന വിയർപ്പുകണങ്ങൾ ബലിമൃഗത്തിന്റെ വായിലേക്കിറ്റുവീണു. വിയർപ്പിന്റെ ഉപ്പ് നുണഞ്ഞ ഒട്ടകം തന്റെ നീണ്ട കഴുത്ത് ഉയർത്തിയും താഴ്ത്തിയും വശങ്ങളിലേക്ക് ചലിപ്പിച്ചും നിയന്ത്രണം തെറ്റാതെ നിന്നു. അപ്പോൾ ഖാലിദിന്റെ ഇടതു കൈവിരലുകൾ അതിന്റെ മുൻകഴുത്തിലൂടെ നീങ്ങിക്കൊണ്ടിരുന്നു. കഴുത്തുകോച്ചി മർമ്മത്തിനുകീഴെയെത്തിയപ്പോൾ ആ വിരലുകളുടെ ഓട്ടം നിന്നു. എങ്കിലും ഒരു പ്രത്യേക സ്ഥാനം നിശ്ചയിക്കുന്നതുപോലെ വിരലുകൾ അല്പം മുന്നോട്ടും പിന്നോട്ടും കഴുത്തിലൂടെ വീണ്ടും നീങ്ങി നിശ്ചലമായി. പെട്ടെന്നുതന്നെ വലതുകൈയിൽ കരുതിയിരുന്ന കത്തി ബലിമൃഗത്തിന്റെ കഴുത്തിനിടയിലെ പ്രത്യേക സ്ഥാനത്ത് അമർന്നുതാണു. നിരവധി കുതിരശക്തിയുള്ള പമ്പിൽനിന്ന് വെള്ളം ചീറ്റുന്നതുപോലെയായിരുന്നു ആ ബലിമൃഗത്തിന്റെ കഴുത്തിൽ നിന്നും രക്തം മുന്നിലേക്ക് തെറിച്ചത്. ഒന്നു നിലവിളിക്കാൻ കൂടി കഴിയാതെ മുന്നോട്ടു കുതിക്കാൻ ശ്രമിച്ച ബലിമൃഗം നിലംതൊടാൻ കഴിയാത്ത കാലുമായി മുന്നോട്ടാഞ്ഞുവീണു. വായിലൂടെ പുറത്തേക്കു വരേണ്ട നിലവിളിയും ആർത്തനാദവും ഞരക്കവുമൊക്കെ രക്തത്തിൽ കലർന്ന് കഴുത്തിലൂടെ പുറത്തേക്ക് ഒഴുകി.

ഖാലിദിന് തന്റെ ദേഹം തളരുന്നതായി തോന്നി. അയാൾ കാലുകൾ മുന്നിലേക്കു നിവർത്തി കൈകൾ പിന്നിലുറപ്പിച്ച് ആശ്വാസത്തോടെ വിദൂരതയിലേക്കു നോക്കിയിരുന്നു. അപ്പോൾ വീശിയടിച്ച പൊടിക്കാറ്റിനോടൊപ്പം വ്യാപിച്ച ഇരുട്ട് തന്റെ കണ്ണുകളിലേക്കും പടരുന്നതായി ഖാലിദിന് തോന്നി. അയാൾ മെല്ലെ കിടന്നു; മരുഭൂമിയുടെ അനാഥത്വത്തിൽ.

ഖാലിദിന്റെ തുറന്നുപിടിച്ച കണ്ണുകൾക്കുമുന്നിൽ സംഗീത സ്വര ചിഹ്നങ്ങളെപ്പോലെ എന്തോ തെന്നിനീങ്ങുന്നതായും കാതുകളിൽ ഏതോ ഗോത്രസംഗീതത്തിന്റെ അലകൾ അരിച്ചിറങ്ങുന്നതായും അനുഭവപ്പെട്ടു. ആ നിശ്ശബ്ദതയിൽ ബലൂച് ജനതയുടെ നാടോടിഗാനമായ സലോങ്ക് പുല്ലാങ്കുഴലിലൂടെ അവൻ കേട്ടു. അപ്പോൾ ഖാലിദിന്റെ കനം തൂങ്ങിയ കണ്ണുകൾ കൂമ്പിയടഞ്ഞു.

ഖാലിദ് ചങ്ങലയ്ക്കിട്ടു ബന്ധിച്ചിരുന്ന ഓർമ്മകൾ നിലവിളികളോടെ പുറത്തേക്കു ചാടി. അങ്ങനെ കേട്ടതും കണ്ടതും പഠിച്ചതും അനുഭവിച്ച

തുമായ ഓർമ്മകൾ ഉറവ പൊട്ടിയൊഴുകി.

ലാസ്ബേലയിലെ ബാല്യവും വീണ്ടെടുക്കാൻ കഴിയാത്ത തരത്തിൽ മാഞ്ഞുപോയ മുഖങ്ങൾക്കിടയിൽ ഒളിമങ്ങാതെ നിന്ന നൂർജഹാനും ഖാലിദിന്റെ ഓർമ്മകളിൽ നിറഞ്ഞു.

അന്ന് ആ വീടിന്റെ പടികളിറങ്ങി, അവന്റെ ബാബയായ യൂസഫ് അലി കുർദിനോടൊപ്പം ഇരുളിലേക്ക് നടക്കുമ്പോൾ, കലങ്ങിയ കണ്ണുകളും വിഷാദം നിഴൽപരത്തിയ മുഖവുമായി നിന്ന അവൾ വേദനയായി അവനോടൊപ്പം എന്നും ഉണ്ടായിരുന്നു.

പലായനത്തിന്റെ നീണ്ട നാളുകളായിരുന്നു അവരുടെ ജീവിതത്തിൽ പിന്നെ. ബലൂചിസ്ഥാനിൽനിന്ന് ഇറാൻ പ്രവിശ്യയിലേക്കു കടന്ന അവരുടെ സംഘം അവിടെ ജീവിതം കരുപ്പിടിപ്പിക്കാൻ തുടങ്ങി. എന്നാൽ ഏറെനാൾ അവിടെ നിൽക്കാതെ ബാബയുൾപ്പെടെ സംഘത്തിലെ ചിലർ, വേരുറപ്പിക്കാൻ കഴിയാത്ത വേദനയുമായി വീണ്ടും യാത്ര തുടർന്നു. ഒടുവിൽ ഒരു ചെറുബോട്ടിൽ കയറി യു എ ഇയിലെ റാസ് അൽ ഖൈമയിലെത്തി. അവിടത്തെ രാജകുടുംബാംഗത്തിന്റെ തോട്ടത്തിൽ ജോലിക്കാരനായി. ഒടുവിൽ അബ്ദുള്ള ഈസ അൽ സാദി എന്ന വ്യാപാരിയുടെ തോട്ടത്തിലായി ജോലി.

അന്ന് റാസ് അൽ ഖൈമയിൽ വീതിയുള്ള റോഡുകളില്ലായിരുന്നു. ഉയരം കൂടിയ കെട്ടിടങ്ങളില്ലായിരുന്നു. നിരത്തുകളിൽ മുന്തിയ വാഹനങ്ങളില്ലായിരുന്നു. ഇടയ്ക്ക് വല്ലപ്പോഴും പൊടിപറത്തിപ്പോകുന്ന പിക്കപ്പ് വാനുകളായിരുന്നു വീഥിയെ ചലിപ്പിച്ചുകൊണ്ടിരുന്നത്. ഉൾഗ്രാമത്തിലെ തോട്ടത്തിൽനിന്ന് വല്ലപ്പോഴും നഗരത്തിലെത്തുമ്പോൾ, പട്ടണത്തിന്റെ വളർച്ച ഖാലിദ് നേരിട്ടു കണ്ടിരുന്നു. അങ്ങനെ ഒരിക്കൽ കണ്ട പട്ടണത്തെ വീണ്ടും കാണാതെ, ഓരോ വരവിലും നവീന നഗരത്തെ കാഴ്ചയിൽ നിറച്ചുകൊണ്ടായിരുന്നു ഖാലിദ് മടങ്ങിയിരുന്നത്. പുതിയ റോഡുകളും കെട്ടിടങ്ങളും വ്യാപാര കേന്ദ്രങ്ങളും വന്നുനിറഞ്ഞു. വളർന്നുകൊണ്ടിരുന്ന ആ പ്രദേശത്തിന്റെ ഓരത്തുകൂടി പോകാൻ പോലും കഴിയാതെ, അതിന്റെ ഭാഗമാകാതെ ഖാലിദും അവന്റെ ബാബയും തോട്ടത്തിലെ പണിക്കാരായി ജീവിതം തള്ളിനീക്കി. പണ്ടുമുതലേ അധികമൊന്നും സംസാരിക്കാതിരുന്ന യൂസഫ് അലി കുർദ് ക്രമേണ തന്റെ ജീവിതത്തെ മൗനത്തിലേക്കു തള്ളിയിട്ടു. ആ ഇല്ലായ്മകളുടെ നിശ്ശബ്ദതയിൽ വിലയം പ്രാപിച്ച ബാബ മരിക്കുന്നതിന് രണ്ട് ദിവസം മുമ്പ് തന്റെ പഴയ ജീവിതത്തെക്കുറിച്ച് തന്നോടു പറഞ്ഞത് ഖാലിദ് ഓർത്തു.

ഇരുപത്തിയെട്ട്

പതിവിന് വിപരീതമായി അന്ന് ബാബ തന്നെ അടുത്തുപിടിച്ചിരുത്തി. ഏറെ നേരം ഒന്നും പറയാതെ എന്നെത്തന്നെ നോക്കിയിരുന്നു. തിളക്കമില്ലാത്ത ആ കണ്ണുകളിൽ പടർന്നിറങ്ങിയ വിഷാദം മെല്ലെ എന്നിലേക്കും പടർന്നു. എന്റെ കരം ഗ്രഹിച്ചുകൊണ്ട് ബാബ എന്തോ പറയാനൊരുങ്ങി. എന്നാൽ വാക്കുകൾ മറന്നവനെപ്പോലെ ഒന്നും പറയാൻ കഴിയാതെ പാതി തുറന്ന വായയുമായി അല്പനേരമിരുന്നു. ആ നിസ്സഹായത നോക്കിനിൽക്കുമ്പോൾ, എന്റെ ഹൃദയത്തിലേക്ക് ഒരു തുള്ളി കണ്ണീർ അടർന്നുവീണു.

അല്പനേരംകൂടി മിണ്ടാതിരുന്ന ബാബ മെല്ലെ പറഞ്ഞു. എനിക്കു പറ്റിയ വലിയ തെറ്റായിരുന്നു നിന്നെ എന്നോടൊപ്പം കൂട്ടിയത്. അതിലും വലിയ തെറ്റായിരുന്നു രാഷ്ട്രീയ ജീവിതത്തിനിടയിലെ വിവാഹം. നിന്റെ അമ്മ മരിച്ചതിനു ശേഷവും നിന്റെ കാര്യങ്ങൾ നോക്കാൻ എനിക്ക് കഴിഞ്ഞിരുന്നില്ല. എന്റെ സഹോദരിയാണ് നിന്റെ കാര്യങ്ങൾ നോക്കി യിരുന്നത്. വീണ്ടും കുറച്ചുനേരം മൗനത്തിലേക്കുപോയ ബാബ, പരാജ യപ്പെട്ട കലാപം ഓർത്തെടുത്തു.

ഒരു സ്വതന്ത്ര ഐക്യ ബലൂചിസ്ഥാൻ എന്ന ആശയം മുൻനിർത്തി യാണ് പ്രിൻസ് അബ്ദുൽ കരീം ഖാൻ ദേശീയ പാർട്ടികളുടെ യോഗം വിളിച്ചുചേർത്തത്. യോഗത്തിൽ കലാത്ത് സ്റ്റേറ്റ് നാഷണൽ പാർട്ടി, ബലൂച് ലീഗ്, ബലൂച് നാഷണൽ വർക്കേഴ്സ് പാർട്ടി എന്നിവയുടെ പ്രധാന നേതാക്കൾ പങ്കെടുത്തു. കലാത്ത് സ്റ്റേറ്റ് നാഷണൽ പാർട്ടിയുടെ സെക്രട്ടറി മാലിക് സയീദ് ദേഹ്വാറിനെ കാണാനായി എത്തിയിരുന്ന, പാർട്ടിയുടെ പ്രാദേശിക ഘടകത്തിന്റെ നേതാവായ യൂസഫ് അലി കുർ ദിനും അവിചാരിതമായി അന്നത്തെ യോഗത്തിൽ നേതാക്കളോടൊപ്പം

പങ്കെടുക്കാൻ കഴിഞ്ഞു. ആ യോഗത്തിൽ വച്ചാണ് യൂസഫ് അലി കുർദ് ഇളയരാജകുമാരനായ അബ്ദുൽ കരീം ഖാനെ ആദ്യമായി കാണുന്നത്. പിന്നെയും പല ഇടങ്ങളിൽ വച്ച് അവർ കണ്ടുമുട്ടി. ക്രമേണ കരീം ഖാന്റെ വ്യക്തിപ്രഭാവത്തിൽ ആകൃഷ്ടനായ യൂസഫ് അലി കുർദ് അദ്ദേഹത്തിന്റെ അനുയായിയായി ഒപ്പംകൂടി.

പ്രസ്ഥാനത്തിന് കൂടുതൽ കരുത്താർജ്ജിക്കുന്നതിനും സഹായം നേടുന്നതിനുമായി കരീം ഖാനും സംഘവും അഫ്ഗാനിസ്ഥാനിലേക്കു പോകുമ്പോൾ യൂസഫ് അലി കുർദും അവരോടൊപ്പം ഉണ്ടായിരുന്നു. അവർ അഫ്ഗാനിസ്ഥാനിലെ കാണ്ഡഹാറിൽ ഒരു രഹസ്യ യുദ്ധഓഫീസ് തുറന്ന് പ്രവർത്തനം ആരംഭിച്ചു. യൂസഫ് അലി കുർദ് ഉൾപ്പെടെയുള്ള മുപ്പതു പേർക്കായിരുന്നു ആ ഓഫീസിന്റെ ചുമതല. അവർ അവിടെയിരുന്നുകൊണ്ട് ബലൂചിസ്ഥാനിലെ ദേശീയ സാംസ്കാരിക സംഘങ്ങളെയും മത സംഘടനകളെയും ഒപ്പം കൂട്ടി പാകിസ്ഥാനെതിരെ ജനവികാരം ഇളക്കിവിടാനുള്ള ശ്രമങ്ങൾ നടത്തിക്കൊണ്ടിരുന്നു. ഒപ്പം ബലൂച് ഗോത്ര നേതാക്കളെയും മേധാവികളെയും സായുധ പോരാട്ടത്തിന് പ്രേരിപ്പിക്കുകയും ഗറില്ലായുദ്ധമുറകൾ നടപ്പിലാക്കുകയും ചെയ്തു.

കരീം ഖാനും സംഘവും കാണ്ഡഹാറിലെ യുദ്ധമുറിയിലിരുന്നുകൊണ്ട് സംഘടിപ്പിച്ച ഒളിപ്പോരുകളിൽ പാകിസ്ഥാന്റെ സെവൻത് റെജിമെന്റിലെ സൈനികർ കൊല്ലപ്പെടുകയും, സേനയ്ക്ക് ഏറെ ബുദ്ധിമുട്ടുകൾ നേരിടേണ്ടിയും വന്നു. കരീം ഖാന്റെ സംഘത്തിൽ നിന്നുണ്ടായ ഗറില്ലാ ആക്രമണങ്ങൾ പാകിസ്ഥാൻ സർക്കാരിന് തലവേദനയായി. അവർ അഫ്ഗാനിസ്ഥാൻ ഭരണകൂടവുമായി നിരന്തരം ബന്ധപ്പെടുകയും കരീം ഖാൻ ഉൾപ്പെടെയുള്ളവരെ പുറത്താക്കണമെന്ന് ആവശ്യപ്പെടുകയും ചെയ്തു. പാകിസ്ഥാൻ ഭരണകൂടത്തിന്റെ സമ്മർദ്ദഫലമായി അഫ്ഗാനിസ്ഥാൻ സർക്കാർ നല്കിയിരുന്ന എല്ലാ സഹായങ്ങളും നിർത്തിവയ്ക്കുകയും കരീം ഖാന് അന്ത്യശാസനം നല്കുകയുമുണ്ടായി. ഒന്നുകിൽ രാഷ്ട്രീയ അഭയാർത്ഥികളായി കാണ്ഡഹാറിൽ തുടരാം. അല്ലെങ്കിൽ ബലൂചിസ്ഥാനിലേക്ക് മടങ്ങാം. എന്തായാലും ഈ മണ്ണിലിരുന്നുകൊണ്ട് ഇനി വിമത പ്രവർത്തനങ്ങൾ നടത്താൻ അനുവദിക്കില്ലെന്ന് അഫ്ഗാൻ ഭരണാധികാരി മുഹമ്മദ് സഹീർ ഷാ പറഞ്ഞു.

ഇതിനിടയിൽ കരീം ഖാന്റെ പ്രതിനിധികൾ ഇറാനിയൻ ഭരണകൂടവുമായി ബന്ധപ്പെട്ടെങ്കിലും അവരിൽ നിന്ന് വേണ്ട സഹായം കിട്ടിയില്ല. തുടർന്ന് സോവിയറ്റ് യൂണിയന്റെ നയതന്ത്രജ്ഞരെ സമീപിച്ചെങ്കിലും, ലെനിന്റെ നയം പിന്തുടരാതിരുന്ന ജോസഫ് സ്റ്റാലിന് ഇക്കാര്യത്തിൽ താല്പര്യമില്ലായിരുന്നു. മുന്നിലെ വഴികൾ ഓരോന്നായി അടഞ്ഞതോടെ കരീം ഖാനും സംഘവും സമ്മർദ്ദത്തിലായി. ഇതിനിടയിൽ ദേശീയവാദികൾ തന്നെ രണ്ട് വിഭാഗമായി തിരിഞ്ഞതും കരീം ഖാന് തിരിച്ചടിയായി. ബാഹ്യവും ആഭ്യന്തരവുമായ പിന്തുണ കുറഞ്ഞുവന്നതോടെ സംഘത്തിന്റെ നിലനില്പുതന്നെ ബുദ്ധിമുട്ടായിമാറി. ഇതിനിടയിൽ യുദ്ധഓഫീസിലെ

മുപ്പത് അംഗങ്ങളെയും വിളിച്ചു ചേർത്ത് കരീം ഖാൻ കാര്യങ്ങൾ വിശദമാക്കി. അതോടെ യുദ്ധമുറിയിലെ ഒട്ടുമിക്ക അംഗങ്ങളും, ചർച്ചകളിലൂടെ ഒരു ധാരണയിലെത്തിയശേഷം കീഴടങ്ങാമെന്ന നിലപാടെടുത്തു. എന്നാൽ യൂസഫ് അലി കുർദ് ഉൾപ്പെടെയുള്ള ചിലർ അതിനോട് യോജിച്ചില്ല. സായുധ കലാപത്തിലൂടെ ബലൂചിസ്ഥാനെ വീണ്ടെടുക്കണമെന്ന് അവർ ശക്തിയോടെ വാദിച്ചു. ഒടുവിൽ കരീം ഖാന്റെ തീരുമാനത്തെ അനുകൂലിച്ചു കൊണ്ട് സംഘാംഗങ്ങൾ പാകിസ്ഥാൻ പട്ടാളത്തിനു മുന്നിൽ കീഴടങ്ങാൻ തീരുമാനിച്ചു. എന്നാൽ യൂസഫ് അലി കുർദ് വിയോജിച്ചുകൊണ്ട്, നിരാശനായി പടിയിറങ്ങി. ബലൂചിസ്ഥാൻ ലക്ഷ്യമാക്കി ഏകനായി അയാൾ യാത്രതിരിച്ചു.

ഇരുപത്തിയൊൻപത്

പതിവുപോലെ ജമാൽ നബി ബലൂച് തന്റെ ഇ–മെയിൽ സന്ദേശങ്ങൾ വായിക്കുകയും വേണ്ടവയ്ക്ക് മറുപടി അയയ്ക്കുകയും അല്ലാത്തവ ഇൻബോക്സിൽ നിന്ന് നീക്കംചെയ്യുകയും ചെയ്തു. യാന്ത്രികമെന്നോണം മെയിലുകൾ പരിശോധിക്കുമ്പോഴും അവന്റെ മനസ്സ് ഇന്നുവന്ന ആ പ്രധാനപ്പെട്ട സന്ദേശത്തിൽ ഉടക്കിനിന്നു. മെയിലുകൾ നോക്കിത്തീർന്നിട്ടും ലാപ്ടോപ്പിലെ മൗസ്പാഡിൽ ജമാൽ നബിയുടെ വിരലുകൾ വെറുതെ ചലിച്ചുകൊണ്ടിരുന്നു. അപ്പോൾ കർസർ ഒരു പോയിന്റിനെയും ലക്ഷ്യമാക്കാതെ മോണിറ്ററിൽ മുന്നോട്ടും പിന്നോട്ടുമൊക്കെ നീങ്ങിക്കൊണ്ടിരുന്നു.

മുഹമ്മദിന്റെ യാത്രാരേഖകളൊക്കെ ശരിയായിരിക്കുന്നുവെന്ന സന്ദേശം ജമാൽ നബിയെ അസ്വസ്ഥനാക്കി. ഇന്നല്ലെങ്കിൽ നാളെ അത് സംഭവിക്കുമെന്നറിയാമായിരുന്നെങ്കിലും, ഇത്രപെട്ടെന്ന് യാത്രയുണ്ടാകുമെന്ന് അവൻ കരുതിയിരുന്നില്ല. ഇന്നലെവരെ തന്നോടൊപ്പം ഉണ്ടായിരുന്ന മുഹമ്മദ് ഇല്ലാതാവുകയാണ്. കാലാനുപ്രയോഗിയായ ഉണ്ട് എന്ന അസ്തിത്വത്തിൽ നിന്ന് ഇല്ല എന്ന നിഷേധ പ്രത്യയത്തിലേക്ക് കടക്കാൻ മുഹമ്മദിന് ഇനി അധികദൂരമില്ലെന്ന് ജമാൽ നബി മനസ്സിലാക്കി.

ഒടുവിൽ കർസർ നിയന്ത്രണത്തിലാക്കി സിസ്റ്റം ലോഗൗട്ട് ചെയ്ത് എഴുന്നേൽക്കുമ്പോഴും തന്റെ വിരൽത്തുമ്പുകൊണ്ട് നിയന്ത്രിക്കാൻ കഴിയാത്ത ചിന്തകളുടെ ചുടലക്കാട്ടിൽ അവൻ എരിഞ്ഞടങ്ങിക്കൊണ്ടിരുന്നു.

മുഹമ്മദിനെ മരണത്തിലേക്ക് ഉന്തിവിട്ടത് താനാണെന്നും, താൻ മാത്രമാണെന്നും ജമാൽ നബിക്ക് തോന്നി. ജീവിതത്തെ മരണം കൊണ്ട് സാർത്ഥകമാക്കാമെന്ന് അവനെ താൻ പഠിപ്പിച്ചുകൊണ്ടേയിരുന്നു. അവൻ

ബോധപൂർവ്വമോ അല്ലാതെയോ അതിൽ വീണു എന്നുവേണം കരുതാൻ.

ജമാൽ നബി ബലൂച് മുറിവിട്ട് പുറത്തിറങ്ങി. വരാന്തയിലെ കയറ്റു കട്ടിലിൽ മുഹമ്മദ് കണ്ണുകൾ പൂട്ടി കിടക്കുന്നുണ്ടായിരുന്നു. ജമാൽ നബി അവന്റെ അരികിലേക്കുചെന്നു. അവനെ നോക്കി കട്ടിലിനരികിൽ നിൽക്കുമ്പോൾ ജമാൽ നബിയുടെ കണ്ണും മനസ്സും ആർദ്രമായി. അവൻ മെല്ലെ കട്ടിലിൽ ഇരുന്നു. അപ്പോൾ കയർ വലിഞ്ഞുമുറുകുകയും കട്ടിൽക്കാലുകൾ ഞരങ്ങുകയും ചെയ്തു. മുഹമ്മദ് പെട്ടെന്ന് കണ്ണുകൾ തുറന്നു. തന്റെ അരികിലിരിക്കുന്ന ജമാൽ നബിയെ കണ്ട മുഹമ്മദ് കിടക്കയിൽ നിന്ന് എഴുന്നേറ്റു.

അവർ ഇരുവരും കട്ടിലിന്റെ ഇരുവശങ്ങളിലായി ഇരുന്നു. അപ്പോൾ ഖത്തിലെ മലനിരകൾക്കിടയിലൂടെ എത്തിയ കാറ്റ് അവരെ തലോടിയെങ്കിലും, അത് ഒരു ആശ്വാസമായി അവർക്ക് അനുഭവപ്പെട്ടില്ല. ഇതിനിടെ അവർക്കിടയിൽ രൂപപ്പെട്ട നിശ്ശബ്ദത വാക്കുകളേക്കാൾ തീവ്രതയുള്ളതായി അവർക്ക് തോന്നി. ആ നീണ്ട മൗനത്തിൽ നിന്ന് കരകയറിക്കൊണ്ട് ജമാൽ നബി പറഞ്ഞു.

"മുഹമ്മദിന്റെ യാത്രാരേഖകളൊക്കെ ശരിയായിട്ടുണ്ട്. ഇവിടെ നിന്ന് കരമാർഗ്ഗം മസ്കറ്റിലേക്കും അവിടെ നിന്ന് പാകിസ്ഥാനിലേക്കുമാണ് യാത്ര നിശ്ചയിച്ചിരിക്കുന്നത്."

അത്രയും പറഞ്ഞശേഷം ജമാൽ നബി ബലൂച് മുഹമ്മദിനെ നോക്കി. അവന്റെ നോട്ടവും കേൾവിയും ജമാൽ നബിയിലായിരുന്നെങ്കിലും, ആ മുഖത്ത് യാതൊരുവിധ ഭാവപ്പകർച്ചയും ദൃശ്യമായില്ല. വികാരങ്ങൾ പ്രതിഫലിക്കാത്ത, തിളക്കം നഷ്ടപ്പെട്ട കണ്ണുകളിലേക്കു നോക്കി ജമാൽ നബി പറഞ്ഞു. "അടുത്ത വെള്ളിയാഴ്ചയാണ് മുഹമ്മദിന് പോകേണ്ടത്."

വെള്ളിയും വ്യാഴവുമെന്നല്ല ദിവസങ്ങളൊക്കെത്തന്നെ തന്റെ കലണ്ടറിൽനിന്ന് ഇതിനകം മായ്ച്ചുകളഞ്ഞിരുന്ന മുഹമ്മദ് വിളറിയ ചിരിയോടെയാണ് ജമാൽ നബിയുടെ വാക്കുകൾ കേട്ടത്. അല്പനേരംകൂടി അങ്ങനെതന്നെ ഇരുന്ന ജമാൽ നബി ബലൂച് മെല്ലെ കിടക്ക വിട്ട് എഴുന്നേറ്റുകൊണ്ട് മുഹമ്മദിനോടായി പറഞ്ഞു. "നാളെ രാവിലെ തയ്യാറാകുക. ഒരു യാത്ര പോകണം. ദുബായിയിലേക്ക്." അവന്റെ മറുപടിക്ക് കാത്തുനിൽക്കാതെ ജമാൽ നബി അവന്റെ മുറിയിലേക്ക് പോയി.

മുപ്പത്

ജമാൽ നബി ബലൂചിന്റെ കാർ ദുബായ് - അൽ ഐൻ ഇ 66 റോഡിലൂടെ മെല്ലെ നീങ്ങിക്കൊണ്ടിരുന്നു. വാഹനം അൽ ലിസാലയിൽ നിന്ന് പുറത്തേക്കുകടന്ന് അൽ മർമൂം ഒട്ടക റേസ്ട്രാക്ക് സ്ഥിതി ചെയ്യുന്ന ഭാഗത്തേക്ക് നീങ്ങിയതോടെ മുഹമ്മദിന്റെ കണ്ണുകൾ വികസിച്ചു. അൽ മർമൂം ഒട്ടക റേസ്ട്രാക്കിന്റെ ഔദ്യോഗിക കെട്ടിടവും കടന്ന് രണ്ടാമത്തെ ഗ്രാൻഡ്സ്റ്റാൻഡിന് സമീപം അവർ കാർ നിർത്തിയിട്ടു. അറേബ്യൻ വേഷമായ വെളുത്ത തൗബണിഞ്ഞ് മുഹമ്മദും പതിവിന് വിപരീതമായി പാശ്ചാത്യ വേഷം ധരിച്ച് ജമാൽ നബി ബലൂച്ചും സ്റ്റേഡിയത്തെ ലക്ഷ്യമാക്കി നടന്നു.

വിശാലമായ റേസ്ട്രാക്ക് കവാടത്തിന് മുന്നിലെത്തിയപ്പോൾ മുഹമ്മദ് അല്പനേരം ആ മുകപ്പിന് മുന്നിൽ നിന്നു. അവിടെ നിൽക്കുമ്പോൾ ഒട്ടക ഓട്ടപ്പന്തയ മേളയിൽ ആദ്യമായി എത്തിയ ദിനത്തെക്കുറിച്ച് അവൻ ഓർത്തുപോയി. അപ്പോൾ അലയടിച്ചെത്തിയ സ്മരണകളിൽ അവൻ തെന്നിവീണു. വ്യക്തമായി ഓർത്തെടുക്കാൻ കഴിയാതിരുന്ന ആ ദിവസത്തെക്കുറിച്ച് പിൽക്കാലത്ത് ഖാലിദ് അവനോട് പറഞ്ഞുകൊടുത്തിരുന്ന കാര്യം മുഹമ്മദിന്റെ മനസ്സിൽ തെളിഞ്ഞു.

വിജയകരമായി പൂർത്തിയാക്കിയ പരിശീലനത്തിനുശേഷം, രണ്ട് ജീവികൾ ആദ്യമായി പന്തയത്തിനെത്തി. കരുത്തുറ്റ കാലുകളും ഉറച്ച പേശികളുമായി തലയെടുപ്പോടെ ഓടിക്കപ്പെടുന്ന ഒട്ടകവും, നേർത്ത കാലുകളും ശോഷിച്ച് എല്ലുന്തിയ ശരീരവുമായി ഓടിക്കുന്ന മുഹമ്മദും ഇരുന്നു. റേസ്ട്രാക്കിലെ സ്റ്റാർട്ടിങ് പോയിന്റിൽ വെടിമുഴങ്ങിയപ്പോൾ, ഭാരം കുറഞ്ഞ മുഹമ്മദിനെ മുതുകിലേറ്റി ഒട്ടകം അനായാസം കുതിച്ചു. ആ കുതിപ്പിലൂടെ അബ്ദുള്ളയ്ക്ക് ലഭിച്ച ലക്സസ് കാറിന്റെ കീ ചെയിൻ

അയാൾ മുഹമ്മദിന് കൊടുത്തു. ഒരു കളിപ്പാട്ടം കിട്ടിയ സന്തോഷ ത്തോടെ അത് വാങ്ങിയ മുഹമ്മദ് നിധിപോലെ സൂക്ഷിച്ചു.

എന്നാൽ ഖാലിദിന്റെ വെളിപ്പെടുത്തലുകളെ തേടാതെ, സ്വന്തം ഓർമ്മയുടെ വെട്ടത്തിൽ മുഹമ്മദിന്റെ മനസ്സിൽ തെളിഞ്ഞു വന്നത് മറ്റൊരു സംഭവമായിരുന്നു. അതാണ് തന്റെ മനസ്സിന്റെ അങ്ങേത്തല യ്ക്കലുള്ള തെളിച്ചമുള്ള സ്മരണ.

അന്ന് റേസ്ട്രാക്ക് സ്റ്റേഡിയത്തിന്റെ കവാടം കടക്കുമ്പോഴും, തലേന്ന് രാത്രി തുടങ്ങിയ പനി വിട്ടുമാറിയിരുന്നില്ല. ഉള്ളിലെ ചൂട് ഇടയ്ക്കൊക്കെ കിടുങ്ങലായും പുറത്തു വന്നുകൊണ്ടിരുന്നു. ട്രാക്ക് സ്യൂട്ട് അണിഞ്ഞ് തയ്യാറായി നിൽക്കുമ്പോഴും മുഹമ്മദിന്റെ മുഖത്ത് പ്രകടമായിരുന്ന വല്ലായ്മയും മങ്ങിയ കണ്ണുകളിൽ പടർന്നിരുന്ന നേരിയ ജലാവരണവും ഖാലിദിന്റെ ശ്രദ്ധയിൽ പെട്ടതോടെ അയാൾ അവന്റെ അരികിലേക്കു ചെന്നു. ശരീരോഷ്മാവ് അളക്കാനുള്ള ഉഷ്ണമാപനിപോലെ ഖാലിദിന്റെ പുറംകൈ അവന്റെ നെറ്റിത്തടത്തിലും കഴുത്തിലും മുതുകിലുമൊക്കെ സ്പർശിച്ചു. പനി വിട്ടുമാറിയിട്ടില്ലെന്ന് മനസ്സിലാക്കിയ ഖാലിദ് മാനസിക പിരിമുറുക്കത്തിലായി. ഒടുവിൽ ഒരിക്കൽക്കൂടി പനിക്കുള്ള മരുന്ന് കഴിപ്പിച്ച് ഒട്ടകപ്പുറത്ത് കയറ്റി.

തുടക്ക രേഖയിൽ നിന്ന് ഒട്ടകം മുന്നോട്ട് കുതിച്ചപ്പോൾ, മുഹമ്മദിന്റെ കയ്യിൽ കരുതിയിരുന്ന ചാട്ട ഒരിക്കൽപ്പോലും ഒട്ടകത്തിന്റെ മുതുകിൽ പതിച്ചില്ല. ചാട്ട ചുഴറ്റാനുള്ള കരുത്തുപോലും ഇല്ലായിരുന്ന മുഹമ്മദ് ഒട്ടകത്തിന്റെ കുതിപ്പനുസരിച്ച്, യാന്ത്രികമെന്നോണം ഉയരുകയും താഴുകയും ചെയ്തുകൊണ്ടിരുന്നു. അപ്പോൾ അവരെ പിന്നിലാക്കി മറ്റുചില ഒട്ടകങ്ങൾ മുന്നേറുന്നത് അവ്യക്തമായിക്കൊണ്ടിരുന്ന കാഴ്ചയിലും മുഹമ്മദ് കണ്ടു.

ജമാൽ നബിയുടെ കരസ്പർശം ഏറ്റപ്പോഴാണ് ഓർമ്മകളുടെ കവാട ത്തിൽനിന്ന് മുഹമ്മദ് ഉണർന്നത്. അവർ ഇരുവരും മൈതാനത്തിനുള്ളി ലേക്ക് നടക്കുമ്പോൾ, മുഹമ്മദിന്റെ വലതുകരം ജമാൽ നബിയുടെ കൈ ത്തലത്തിൽ അമർന്നു. വാക്കുകൾകൊണ്ട് സാർത്ഥകമാക്കാൻ കഴിയാത്ത ഹൃദയവികാരം ഒരു കരസ്പർശത്തിലൂടെ ജമാൽ നബി അനുഭവിച്ചു. അവൻ മുഹമ്മദിന്റെ കണ്ണുകളിലേക്ക് നോക്കി. അവന്റെ മിഴികളിൽ തെളിഞ്ഞ പ്രകാശവും മുഖത്ത് വിരിഞ്ഞ ആനന്ദവും ജമാൽ നബിയിൽ സന്തോഷമുളവാക്കി. അവനോട് ചോദിക്കാതെതന്നെ, അവന്റെ മനസ്സറി ഞ്ഞുകൊണ്ട് തീരുമാനം എടുക്കാൻ കഴിഞ്ഞു എന്നുള്ള കൃതാർത്ഥത യോടെ ജമാൽ നബി ബലൂച് റേസ്ട്രാക്ക് സ്റ്റാൻഡിലേക്കു നടന്നു.

സ്റ്റേഡിയത്തിനുള്ളിലെ ഇരമ്പലും പെരുമ്പറകളിൽ നിന്നുള്ള നിർ ത്താത്ത നാദവും, മികച്ച കാഴ്ച തരുന്ന ഇരിപ്പിടത്തിനായുള്ള കാണിക ളുടെ പരക്കംപാച്ചിലുമൊക്കെ റേസ്ട്രാക്കിനെ സജീവമാക്കിക്കൊണ്ടിരുന്നു.

ഇത്തരം വിനോദങ്ങളിൽ, പ്രത്യേകിച്ച് മൃഗങ്ങളെ അതിന്റെ സ്വാഭാവിക ജീവിതക്രമത്തിൽനിന്ന് മാറ്റിനിർത്തി, പ്രത്യേക പരിശീലനം

നൽകി വാർത്തെടുക്കുന്ന രീതികളോടുതന്നെ വിയോജിപ്പുള്ള ജമാൽ നബി സ്റ്റേഡിയത്തിലെ തിരക്കൊഴിഞ്ഞ ഭാഗത്തെ ഇരിപ്പിടത്തിൽ ഇരുന്നു. ഓട്ടമത്സരം കാണാൻ അത്ര അനുയോജ്യമല്ലാത്ത ആ ഇരിപ്പിടത്തിൽ ഇരിക്കുന്നത് മുഹമ്മദിന് തൃപ്തിവരില്ലെന്നറിയാവുന്നതുകൊണ്ട് ജമാൽ നബി അവനോട് പറഞ്ഞു.

"മുഹമ്മദേ, നിനക്ക് ഇവിടെയെല്ലാം പരിചിതമാണല്ലോ? ആ പഴയ സ്ഥലങ്ങളൊക്കെ ഒരിക്കൽക്കൂടി ചുറ്റിനടന്നു കാണൂ. ആ ഇടങ്ങളിലൂടെ ഏകനായി നടന്നുനീങ്ങുമ്പോൾ, ചിലപ്പോൾ നിനക്കു മാത്രമായുള്ള കാഴ്ചകൾ കാണാനും ഓർമ്മകളിലേക്ക് പോകാനും കഴിയും."

എത്രയോ തവണ ഇവിടെ വന്നിട്ടുണ്ടെങ്കിലും, ഈ ഗ്രാൻഡ് സ്റ്റാൻഡിൽ ഒരിക്കൽപ്പോലും താൻ ഒറ്റയ്ക്കിരുന്നിട്ടേയില്ലെന്ന് മുഹമ്മദ് ഓർത്തു. ഒന്നുകിൽ ഖാലിദ് ബാബ അല്ലെങ്കിൽ സുഹൃത്തുക്കളായിരുന്ന ഒട്ടക ജോക്കികൾ. അവരാരുമില്ലാതെ ഇവിടെ ഈ ആരവങ്ങൾക്കിടയിൽ ഒറ്റയ്ക്ക് ഇരിക്കുന്നത് ആദ്യമായിട്ടാണെന്ന് അവനറിയാം. പെട്ടെന്ന് ഓർത്തെടുത്തപോലെ ജമാൽ നബി പറഞ്ഞു.

"പിന്നെ മറ്റൊരു കാര്യം, ഞാൻ കുറച്ചുനേരം കഴിയുമ്പോൾ ഇവിടെ നിന്ന് പോകും. എന്റെ ഒരു സുഹൃത്ത് എയർപോർട്ടിൽ എത്തുന്നുണ്ട്. ചിലപ്പോൾ ഒരു ദിവസം തങ്ങേണ്ടിയും വരും. മുഹമ്മദിനെ കൂട്ടിക്കൊണ്ടു പോകാനും ദുബായിയിലൊക്കെ ഒന്ന് കറങ്ങുന്നതിനും മറ്റും നമ്മുടെ അറബാബിന്റെ ഡ്രൈവർ രാജു വരും. അവൻ ഇവിടെ എത്തുമ്പോൾ നിന്നെ വിളിക്കും."

മുഹമ്മദ് ശരി എന്ന അർത്ഥത്തിൽ തലയാട്ടി.

കുറച്ചുനേരം ഒറ്റയ്ക്ക് ഇരിക്കാനും തനിയെ നടക്കാനും ആഗ്രഹിച്ച മുഹമ്മദിന് ജമാൽ നബിയുടെ വാക്കുകൾ അനുഗ്രഹമായി അനുഭവപ്പെട്ടു. അവൻ ഇരിപ്പിടങ്ങൾക്കിടയിലൂടെ മത്സരം ആരംഭിക്കുന്ന സ്ഥലത്തെ ലക്ഷ്യമാക്കി നടന്നു.

മുപ്പത്തൊന്ന്

മരുഭൂമിയിലെ മൺപാളികൾ നിർമ്മിക്കുന്ന അല്പായുസ്സുക്കളായ ചിത്രങ്ങളെപ്പോലെ ഖാലിദിന്റെ മനസ്സിലൂടെ തന്റെ ഭൂതകാല ജീവിതം തെളിഞ്ഞും മറഞ്ഞും വീണ്ടും രൂപപ്പെട്ടും നീങ്ങിക്കൊണ്ടിരുന്നു. കൗമാരപ്രായത്തിൽ ബാബയോടൊപ്പം ബലൂചിസ്ഥാനിൽ നിന്ന് പുറപ്പെടുമ്പോൾ, ആ രാജ്യത്തോട് എന്നെന്നേക്കുമായി യാത്ര പറയുകയായിരുന്നുവെന്ന് ഖാലിദ് കരുതിയിരുന്നില്ല. അന്നൊക്കെ വല്ലപ്പോഴും മാത്രം വീട്ടിൽ എത്തിയിരുന്ന ബാബയേക്കാൾ അവന്റെ കാര്യങ്ങൾ നോക്കിയിരുന്ന ഫുപ്പയോടായിരുന്നു ഖാലിദിന് കൂടുതൽ അടുപ്പം... ഖാലിദ് ഫുപ്പ എന്ന് വിളിച്ചിരുന്ന അവന്റെ ബാബയുടെ സഹോദരിയോട് യാത്ര പറയുമ്പോൾ ഖാലിദിന്റെ മനസ്സ് പിടഞ്ഞു. അവനെ ഒരിക്കൽക്കൂടി തന്നോടു ചേർത്തു നിർത്തി തലോടുമ്പോഴും, ഒടുവിൽ കവിളിൽ ഉമ്മ നൽകി യാത്രയാക്കുമ്പോഴും ഫുപ്പയുടെ കണ്ണുകളോടൊപ്പം ഖാലിദിന്റെ കണ്ണുകളും നിറഞ്ഞു.

ലാസ്ബേല എന്ന ഗ്രാമം അകന്നകന്ന് പൊയ്ക്കൊണ്ടിരുന്നപ്പോൾ അവൻ ഒരിക്കൽക്കൂടി നൂർജഹാനെ ഓർത്തു. കളിക്കൂട്ടുകാരെ ഓർത്തു. ഗ്രാമങ്ങൾക്കും നഗരങ്ങൾക്കും പിന്നാലെ ഒരു രാജ്യത്തിന്റെ അതിർത്തിതന്നെ അവന്റെ പിന്നിൽ ഇല്ലാതായി. അപ്പോൾ തന്റെ രാജ്യം വിട്ടുപോകുന്നതിലൊന്നും പ്രത്യേകിച്ച് ഒരു വികാരവും ഖാലിദിന് തോന്നിയിരുന്നില്ല. കൂടാതെ അന്നുവരെ അനുഭവിച്ചിട്ടില്ലാത്ത പുതിയ ഇടങ്ങളിലൂടെ സഞ്ചരിച്ചപ്പോൾ ഇടയ്ക്കൊക്കെ സന്തോഷവും കൗതുകവുമാണ് തന്നെ നയിച്ചിരുന്നതെന്ന് ഖാലിദ് ഓർത്തു. പിന്നെ അവന്റെ ബാബ മരിക്കുന്നതിന് മുമ്പ് പറഞ്ഞു കൊടുത്ത ജീവിതകഥയും ഒരു ജനത സ്വന്തം ഇടത്തിനു വേണ്ടി, സ്വന്തം രാജ്യത്തിനു വേണ്ടി നടത്തിയ പോരാട്ടവുമൊക്കെ പറഞ്ഞു

കൊടുത്തപ്പോഴും ഖാലിദിന്റെ യൗവന മനസ്സിന് അതിൽ വികാരം കൊള്ളാൻ എന്തുകൊണ്ടോ തോന്നിയിരുന്നില്ല.

യൂസഫ് അലി കുർദിന്റെ മരണത്തോടെ ബലൂചിസ്ഥാനെക്കുറിച്ചുള്ള ഓർമ്മകളും ഖാലിദിൽ ഇല്ലാതായി. അടുത്തിടെ ജമാൽ നബി ബലൂച് എന്ന യുവാവ് തീവ്രതയോടെ ബലൂചിസ്ഥാൻ എന്ന മാതൃരാജ്യത്തെക്കുറിച്ച് പറഞ്ഞപ്പോഴും ബലൂചികൾ അവിടെ നേരിടുന്ന പ്രശ്നങ്ങളെക്കുറിച്ച് സംസാരിച്ചപ്പേഴും നിസ്സംഗതയോടെയാണ് ഖാലിദ് അതെല്ലാം കേട്ടിരുന്നത്. താൻ കുറച്ചുകാലം ജീവിച്ചിരുന്ന ഒരു പ്രദേശം എന്നതിൽ കവിഞ്ഞ് മറ്റൊന്നും ഖാലിദിന് അവിടത്തെക്കുറിച്ച് തോന്നിയിരുന്നില്ല എന്നതാണ് സത്യം.

തോട്ടത്തിലെ ഏകാന്തതയിൽ, യൗവനത്തിന്റെ മൂർച്ചയിൽ, ശരീരത്തിന്റെ ആസക്തി കൂടിയായപ്പോൾ ഒരു കൂട്ടുവേണമെന്ന് ചിലപ്പോഴൊക്കെ ഖാലിദിന് തോന്നുമായിരുന്നു. അത്തരം സന്ദർഭങ്ങളിലാണ് ഖാലിദ് അലി കുർദ് എന്ന മനുഷ്യൻ തന്നിലേക്കുതന്നെ തിരിയുന്നത്. അങ്ങനെ ഒരിക്കൽ അവന് വിവാഹം കഴിക്കണമെന്ന് തോന്നി. കൂടെ പാർക്കാൻ ഒരു സ്ത്രീയെ അന്വേഷിച്ചു. അപ്പോൾ അവന് മനസ്സിലായി വിവാഹം എന്നത് സ്ത്രീയും പുരുഷനും ദമ്പതികളായിത്തീരുന്ന കർമ്മം മാത്രമല്ല എന്നും അത് ഒരു കരാറുകൂടി ആണെന്നും ബോദ്ധ്യമായി. അത്തരം കരാറിൽ ഒപ്പുവയ്ക്കുന്നവർ ഏതെങ്കിലും രാജ്യത്തെ പൗരനായിരിക്കണം എന്നും വന്നു. ഖാലിദിനെപ്പോലെ ഒരു രാജ്യത്തെയും പൗരനല്ലാത്തവർക്ക് യു എ ഇയിൽ വിവാഹം കഴിക്കാൻ ബുദ്ധിമുട്ടായിരുന്നെങ്കിലും, റാസ് അൽ ഖൈമയിൽ ഒരുപാട് ബലൂചികൾ ഉള്ളതിനാലും അവരിൽ പലർക്കും ഒരു ദേശത്തെയും പൗരത്വം ഇല്ലാതിരുന്നതിനാലും ഖാലിദിന്റെ പ്രശ്നം പരിഹരിക്കാൻ കഴിയുമായിരുന്നു. എന്നാൽ വർഷങ്ങൾ കഴിഞ്ഞതോടെ വിവാഹത്തെക്കുറിച്ചുള്ള ചിന്ത മായുകയും പിന്നെ മാറ്റുകയും ചെയ്തു.

അബ്ദുള്ള ഈസ അൽ സാദിയുടെ ഈന്തപ്പന തോട്ടത്തിൽനിന്ന് ഒട്ടകപരിശീലന കേന്ദ്രത്തിലേക്ക് മാറിയതോടെ, ഒട്ടക ഓട്ടമത്സരമായി ഖാലിദിന്റെ ലഹരി. ഒട്ടകപരിപാലനത്തിലും പരിശീലനത്തിലുമൊക്കെ ഖാലിദ് മെല്ലെ പ്രാപ്തനായി. ഇതിനിടയിലാണ് മുഹമ്മദ് എന്ന കുഞ്ഞ് കടന്നുവരുന്നത്. അവനെ മികച്ച ജോക്കിയാക്കി. അന്നേ അകാരണമായ ഒരു വാത്സല്യം അവനോട് തോന്നിയിരുന്നെങ്കിലും ആ അപകടത്തിനു ശേഷമാണ് കൂടുതൽ അടുപ്പം തോന്നിയതും, ഒരു പുത്രനോടെന്നതുപോലെ സ്നേഹം തോന്നിയതും.

മുഹമ്മദിനെക്കുറിച്ചുള്ള ഓർമ്മകൾ നിറഞ്ഞപ്പോൾ, ഒരു വലിയ ദുഃഖംകൂടി ഖാലിദിന്റെ സ്മരണയെ വേദനിപ്പിച്ചുകൊണ്ട് കടന്നെത്തി. അബ്ദുള്ള പ്രകൃതിവിരുദ്ധ ലൈംഗിക പീഡനങ്ങൾക്ക് മുഹമ്മദിനെ വിധേയമാക്കുന്ന കാര്യം അറിയാമായിരുന്നിട്ടും ഒരിക്കൽപ്പോലും അതിനെ തടയാൻ ശ്രമിക്കാത്തതിലെ കുറ്റബോധം ഖാലിദിന്റെ

മനസ്സിനെ തളർത്തി.

ഖാലിദിൽ നിന്ന് മെല്ലെ ഓർമ്മകളുടെ ഭാരം ഓരോന്നായി അടർന്നു പൊയ്ക്കൊണ്ടിരുന്നു. ഖാലിദിന്റെ മനസ്സിൽ ഇരുളും വെളിച്ചവും മാറി മാറി നൃത്തമാടാൻ തുടങ്ങി. അപ്പോൾ അകലെ നിന്ന് തന്നെ ആരോ വിളിക്കുന്നതായി ഖാലിദിന്റെ അവ്യക്തമനസ്സിന് തോന്നി. "ഞാൻ ഇതാ" എന്നു പറഞ്ഞുകൊണ്ട് അയാൾ വിളി കേട്ടു.

മരുഭൂമിയിലെ ഊഷരമായ നിർവ്വികാരതയിൽ, അർദ്ധപ്രാണനായി ഖാലിദ് കിടന്നു. വീശിയടിച്ച കാറ്റിൽ പറന്നെത്തിയ മണൽത്തരികൾ ഒന്നൊന്നായിത്തന്നെ മൂടുന്നത് അയാൾ അറിഞ്ഞില്ല. അങ്ങനെ മരുഭൂമിയുടെ ഒരു ഭാഗമായി, അതിന്റെ ഉയർച്ചതാഴ്ചകളിലെ വിഹ്വലതകളായി, അതിന്റെ ചലനമായി, അതിന്റെ ചുഴിയായി അതിന്റെ ഇരമ്പലായി ഖാലിദ് അലി കുർദ് മാറി.

മുപ്പത്തിരണ്ട്

റേസ്ട്രാക്കിലെ ഗ്രാന്റ് സ്റ്റാൻഡിന് സമീപം ഉറപ്പിച്ചിരുന്ന കൂറ്റൻ സ്ക്രീനിൽ ജമാൽ നബി ബലൂചിന്റെ കണ്ണുകൾ ഉടക്കിനിന്നു. മത്സരത്തിൽ പങ്കെടുക്കാനുള്ള ഒട്ടകങ്ങളെ പരിശീലകരും കൂട്ടാളികളും ചേർന്ന് സജ്ജമാക്കുന്ന രംഗങ്ങളാണ് സ്ക്രീനിൽ മിന്നിമറഞ്ഞുകൊണ്ടിരുന്നത്.

ഒരു രാജ്യം അതിന്റെ സാംസ്കാരികത്തനിമ മനസ്സിലാക്കുകയും, അതിന്റെ തനതുസത്ത അറിയുകയും ചെയ്യുക എന്നത് ഒരു തിരിച്ചറിവാണ്. ഇനി ഒരിക്കലും ആ കാലത്തിലേക്ക് മടങ്ങിപ്പോകാൻ കഴിയില്ല എന്ന് അറിയുമ്പോഴും, അന്നത്തെ ജീവിതത്തെക്കുറിച്ച് പുതിയ തലമുറയ്ക്ക് അറിവ് നൽകുക എന്നതു കൂടിയാണ് ഓരോ ഉത്സവത്തിന്റെയും, ഓരോ ആഘോഷത്തിന്റെയും, ഓരോ മത്സരത്തിന്റെയും ലക്ഷ്യം. അങ്ങനെ തങ്ങളുടെ പഴയ ജീവിതം പുതിയ തലമുറയ്ക്കു പകർന്നുകൊടുക്കുക എന്ന ലക്ഷ്യം മുന്നിൽ കണ്ടുകൊണ്ടാകാം യു എ ഇ എന്ന രാജ്യം ഒട്ടക ഓട്ടമത്സരം സംഘടിപ്പിച്ചിട്ടുള്ളത്. എന്നാൽ നഗരവൽക്കരിക്കപ്പെട്ട ഒരു സമൂഹത്തെ തങ്ങളുടെ പഴയ ബെഡൂയിൻ പാരമ്പര്യത്തിന്റെ വേരുകളുമായി കൂട്ടിച്ചേർക്കാനുള്ള ശ്രമം എത്തപ്പെട്ടതോ ഇതിനകം വാണിജ്യവല്ക്കരിക്കപ്പെട്ട ഒട്ടക ഓട്ടമത്സരത്തിലാണെന്നതാണ് സത്യം.

പണ്ട് നാടുകൾ തോറും അലഞ്ഞുനടന്നും, നായാടിയും, ആടുകളെ മേച്ചും, കൂടാരങ്ങളിൽ അന്തിയുറങ്ങിയും ജീവിതം തള്ളിനീക്കുമ്പോഴും ദൈവത്തിന്റെ ദാനമായി കരുതിയിരുന്ന ഒട്ടകങ്ങൾ അവരുടെ ജീവിതത്തിന്റെ തന്നെ നിഴലായി ഒപ്പം സഞ്ചരിച്ചിരുന്നു. അതുകൊണ്ടുതന്നെ അവരുടെ വിനോദങ്ങളിലും ഉത്സവങ്ങളിലുമൊക്കെ ഒട്ടകങ്ങളുടെ സ്ഥാനം വലുതായിരുന്നു. വിശാലമായ മരുവിടങ്ങളിൽ ഒട്ടക ഓട്ടമത്സരങ്ങളും പതിവായിരുന്നു. ഒന്നിച്ചുചേരലിന്റെയും കൊണ്ടാടപ്പെട

ലിന്റെയുമൊക്കെ ഭാഗമായി നടന്ന അത്തരം മത്സരങ്ങൾ മരുഭൂമിയിൽ നിന്ന് റേസ്ട്രാക്കിലേക്ക് മാറിയതോടെ അത് കച്ചവടവല്ക്കരിക്കുകയാണ് ചെയ്തത്. അതോടെ പ്രത്യേക രീതിയിൽ വളർത്തിയെടുത്ത ഒട്ടകങ്ങളും അവയുടെ പുറത്തിരിക്കാൻ പാവപ്പെട്ട കുഞ്ഞു ജോക്കികളും രംഗത്തു വന്നു. അങ്ങനെ ബലൂചിസ്ഥാനിലെ ഏതോ ഗ്രാമത്തിൽ നിന്ന് കടത്തി ക്കൊണ്ടുവന്ന മുഹമ്മദ് എന്ന കുഞ്ഞും അതിന്റെ കണ്ണിയായി. ഒരു രാജ്യം അതിന്റെ സാംസ്കാരികത്തനിമ തിരിച്ചുപിടിക്കാനുള്ള ശ്രമം നടത്തിയപ്പോൾ, മറ്റു ചില രാജ്യങ്ങളിലെ കുഞ്ഞുങ്ങൾ ഇരകളായി എന്നതാണ് അതിന്റെ ഏറ്റവും വലിയ വിരോധാഭാസമെന്ന് ജമാൽ നബിക്ക് തോന്നി.

ഒരു നാടോടി വിനോദത്തിൽ നിന്ന് മാറി ഒട്ടക ഓട്ടം കോടികൾ മറിയുന്ന മത്സരമായതോടെ ചട്ടങ്ങൾ രൂപപ്പെടുകയും രീതിശാസ്ത്രങ്ങൾ മാറിമറിയുകയും, ഒട്ടകങ്ങൾ തന്നെ മാറുകയും ചെയ്തു. ദീർഘനേരം വെള്ളം കുടിക്കാതെ കിലോമീറ്ററുകളോളം സഞ്ചരിക്കാൻ കഴിവുള്ള അറേബ്യൻ ഒട്ടകങ്ങൾ മത്സര ചിത്രത്തിൽ ഇല്ലാതായി. പകരം നിയന്ത്രിത ബ്രീഡിങ്ങിലൂടെയും ക്രോസ്ബ്രീഡിങ്ങിലൂടെയും ഭ്രൂണംമാറ്റി വയ്ക്കലി ലൂടെയുമൊക്കെ ജനിപ്പിക്കുന്ന ഒട്ടകങ്ങളായി മത്സര വേദികളിൽ. ഇത്ത രം ഒട്ടകങ്ങളുടെ കഴുത്തിനുള്ളിൽ പ്രത്യേകം തയ്യാറാക്കിയ മൈക്രോ ചിപ്പുകൾ വരെ വച്ചുപിടിപ്പിച്ച് അതിന്റെ സ്ഥാനവും ചലനവും വേഗവു മൊക്കെ നിരീക്ഷിക്കുകയും, ഡാറ്റകൾവച്ച് വിശകലനം നടത്തുകയും ചെയ്യുന്നു. അതിലൂടെ പുതിയ ദൂരങ്ങൾ കണ്ടെത്താനുള്ള കഠിന പരിശീലനവും അവയ്ക്ക് നൽകുന്നു. മത്സരങ്ങളൊക്കെ മാത്സര്യമായ തോടെ ഒട്ടകങ്ങൾക്ക് ഉത്തേജന മരുന്നുകൾ വരെ നൽകുന്ന അവസ്ഥ യുണ്ടായി.

പാകിസ്ഥാൻ, ബംഗ്ലാദേശ്, ഇന്ത്യ തുടങ്ങിയ രാജ്യങ്ങളിൽ നിന്ന് പതിനായിരക്കണക്കിന് കുട്ടികളെയാണ് പലപ്പോഴായി യു എ ഇ ഉൾപ്പെടെയുള്ള അറബ് രാജ്യങ്ങളിലേക്ക് കടത്തിയിട്ടുള്ളത്. പാകി സ്ഥാനിലെ ഒരു ജില്ലയിൽ നിന്ന് മാത്രം പതിനയ്യായിരം കുട്ടികളാണ് ജോക്കികളാക്കുന്നതിനുവേണ്ടി കടത്തിയിട്ടുള്ളതെന്നാണ് ഒരു പഠനത്തിൽ വായിച്ചത് ജമാൽ നബിയുടെ മനസ്സിലൂടെ കടന്നുപോയി.

യു എ ഇയിൽ പതിനെട്ട് വയസ്സിന് താഴെയുള്ള കുട്ടികളെ ജോക്കി കളായി ഉപയോഗിക്കാൻ പാടില്ലെന്നുള്ള നിയമം 2005 ൽ വന്നതും, സാങ്കേതിക വിദ്യയുടെ വികാസംമൂലം റോബോട്ട് ജോക്കികൾ ആ സ്ഥാനത്തേക്കുവന്നതും ഒരു അനുഗ്രഹമായിട്ടുണ്ടെന്ന് ജമാൽ നബിക്ക് തോന്നി.

ഒട്ടക ജോക്കികളായ കുട്ടികളെ അവരുടെ ദേശങ്ങളിലേക്ക് കൊണ്ടു പോകുന്ന പദ്ധതി യു എ ഇ സർക്കാർ നടപ്പിലാക്കിയെങ്കിലും അത് വിജയകരമായിരുന്നില്ല. മൂന്നിൽ രണ്ട് വിഭാഗം കുട്ടികളും ഇപ്പോഴും ഇവിടെത്തന്നെയുണ്ട്. മുഹമ്മദിനെപ്പോലെ നാടോ വീടോ അറിയാ

ത്തവർ, രൂപമോ സ്ഥിതിയോ മനസ്സിൽ പതിയുന്നതിനു മുമ്പേ കടത്തപ്പെട്ടവർ, അവർ ഇപ്പോഴും ഇവിടെയൊക്കെത്തന്നെയുണ്ട്; ആരാലും ശ്രദ്ധിക്കപ്പെടാതെ.

ഒരുമിച്ച് മുന്നോട്ടു കുതിക്കാൻ തയ്യാറായി നിൽക്കുന്ന ഒട്ടകങ്ങളുടെ ആകാശക്കാഴ്ച ആ വലിയ ടി വി സ്ക്രീനിൽ മിഴിവോടെ തെളിഞ്ഞു നിന്നപ്പോൾ ജമാൽ നബി ബലൂച് സ്റ്റേഡിയം വിട്ട് പുറത്തേക്കിറങ്ങി.

മുപ്പത്തിമൂന്ന്

മത്സരത്തിൽ പങ്കെടുക്കുന്ന ഒട്ടകങ്ങളൊക്കെ തയ്യാറായി നിൽക്കുന്നു. ഒട്ടകത്തിന്റെ മുതുകിൽ ജോക്കികളായി റിമോർട്ട് ഉപയോഗിച്ച് നിയന്ത്രിക്കാൻ കഴിയുന്ന യന്ത്രക്കുഞ്ഞുങ്ങളെയാണ് കെട്ടിമുറുക്കി നിർത്തിയിരിക്കുന്നത്. വിവിധ നിറമുള്ള കുപ്പായങ്ങൾ ധരിച്ച കുഞ്ഞു റോബോട്ടുകളെ കണ്ടപ്പോൾ, മുഹമ്മദ് എല്ലാം മറന്ന് അവയെ നോക്കി നിന്നു. അവന്റെ മനസ്സിൽ താൻ എന്ന മൂന്നുവയസ്സുകാരൻ വേദനയോടെ കടന്നുചെന്നു.

ഓട്ടമത്സരത്തിന്റെ ആരംഭസ്ഥാനത്തെ ഇരുമ്പു മറയ്ക്കുപിന്നിൽ, മുന്നോട്ട് കുതിക്കാൻ ഒരുങ്ങി നിൽക്കുന്ന ഒട്ടകങ്ങളും അതിന്റെ ജോക്കിയും മാത്രമാകുന്ന നിമിഷം. പരിശീലകരും കൂട്ടാളികളുമൊക്കെ മാറിക്കഴിയുമ്പോൾ, മുകളിലേക്കുയരുന്ന മറയെ ഇമവെട്ടാതെ നോക്കി യിരിക്കുന്ന നിമിഷം. അതൊരു വല്ലാത്ത അവസ്ഥയാണ്. ആകാംക്ഷയും ഭീതിയുമൊക്കെ ഒന്നുചേർന്നു വന്ന് മഥിച്ചു തുടങ്ങുമ്പോൾ, പാദത്തിൽ നിന്നുയരുന്ന വിറയൽ ശരീരമാകെ അരിച്ചുകയറുന്നുണ്ടാകും. ഒട്ടക ത്തിന്റെ ആദ്യകുതിപ്പിലെ എതിർ ബലത്താൽ പിന്നോട്ട് മറിയുമ്പോൾ, ശരീരത്തിന്റെ ഉള്ളിൽനിന്നുള്ള ആളലും ഉയർന്നു കഴിഞ്ഞിരിക്കും. പിന്നെ ഒന്നുമേതും അറിയാതെയുള്ള കുതിപ്പാണ്. ഇതിനിടയിൽ കൈയിൽ പിടിച്ചിരിക്കുന്ന ചാട്ട യാന്ത്രികമെന്നോണം ഒട്ടകത്തിന്റെ മുതുകിൽ പലതവണ പതിഞ്ഞിരിക്കും. അവസാന ഘട്ട രേഖയിലെത്തുന്നതുവരെ ഇരിപ്പിടത്തിൽ നിന്ന് ഉയരുകയും പിന്നെ താഴുകയും ചെയ്തു കൊണ്ടിരിക്കുമ്പോൾ, പ്രാർത്ഥിക്കാൻ അറിയില്ലെങ്കിലും അർത്ഥമില്ലാത്ത വാക്കുകൾ ഉപയോഗിച്ച് അറിയാത്ത അമ്മയെ, അറിയാത്ത ദൈവത്തെ, വിളിച്ചുകൊണ്ടിരിക്കും; വിളിച്ചു കരയും.

ഓർമ്മകൾ വിരിഞ്ഞ മുഹമ്മദിന്റെ മനസ്സ് നീറി. കണ്ണുകൾ നിറഞ്ഞു. വിറയാർന്ന ചുണ്ടുകളെ നിയന്ത്രിച്ച് ശ്വാസമെടുക്കുമ്പോഴും, ഉയർന്നുവന്ന വിതുമ്പൽ ചുണ്ടുകൾ കൂട്ടിപ്പിടിച്ച് നിയന്ത്രിച്ചും കൈവിരലുകൾകൊണ്ട് കണ്ണീർ തുടച്ചും അവൻ യന്ത്ര ജോക്കികളെ നോക്കിനിന്നു. ്യ

പെരുമ്പറകളിൽ നിന്നുള്ള നാദം ഉച്ചസ്ഥായി പ്രാപിച്ചു. ആളുകളുടെ ആരവം ഉയർന്നു. റേസ് ട്രാക്കിന് സമാന്തരമായുള്ള റോഡിൽ ഫോർ വീൽ ഡ്രൈവുകൾ ഹോൺ മുഴക്കി ഒരുങ്ങിനിന്നു.

ഒരുനിമിഷം മുഹമ്മദിന്റെ വേദനകളൊക്കെ വിട്ടകന്നു. പാതിവഴിയിൽ അവസാനിപ്പിച്ച അന്നത്തെ മത്സരം അവന്റെ മനസ്സിൽ നുരഞ്ഞുപൊന്തി. അവൻ മൈതാനത്തേക്കിറങ്ങി. ചുവന്ന ട്രാക്ക് സ്യൂട്ടണിഞ്ഞ റോബോട്ട് ജോക്കി താനാണെന്ന് മുഹമ്മദിന് തോന്നി. അവന്റെ ഹൃദയം വേഗത്തിൽ തുടിക്കാൻ തുടങ്ങി. മുന്നിലെ മറ നീങ്ങിയതോടെ കൈയിലെ ചാട്ട അന്തരീക്ഷത്തിൽ വൃത്തം വരച്ചുകൊണ്ട് ഒട്ടകത്തിന്റെ മുതുകിൽ മെല്ലെ പതിച്ചു. വേദനിച്ചില്ലെങ്കിലും ഒട്ടകം കുതിച്ചു. ആരവങ്ങൾക്കിടയിലൂടെ തന്റെ ഒട്ടകം ഏറ്റവും മുന്നിലായി ഓടുന്നത് മുഹമ്മദ് കണ്ടു. അഞ്ചു കിലോമീറ്റർ അകലെയുള്ള അവസാന രേഖയുടെ വലിയ അടയാളപ്പെടുത്തൽ കാണാൻ കഴിവുള്ള ഒട്ടകം അവിടേക്ക് അടുത്തു കൊണ്ടിരുന്നപ്പോൾ, മുഹമ്മദിന്റെ ഫോൺ ശബ്ദിച്ചു തുടങ്ങി. അത് രാജുവിന്റെ വിളിയായിരുന്നു.

മുപ്പത്തിനാല്

ദുബായ് എയർപോർട്ടിലെ ആഗമന വാതിലിനു പുറത്ത് ജമാൽ നബി ബലൂച് കാത്തുനിന്നു. വിമാനത്താവളത്തിൽ എത്തിച്ചേർന്ന വിമാനങ്ങളുടെ പട്ടിക പരിശോധിച്ച് ഉറപ്പുവരുത്തിയശേഷമാണ് എമിഗ്രേഷൻ നടപടികൾ കഴിഞ്ഞ് യാത്രക്കാർ പുറത്തേക്കു വരുന്ന കവാടത്തിന് വെളിയിൽ അയാൾ കാത്തുനിന്നത്. പതിവിന് വിപരീതമായി ജമാൽ നബി ബലൂച് അന്ന് ഇളം നീല ജീൻസും ഒലിവ്ഗ്രീൻ ടീ ഷർട്ടുമായിരുന്നു ധരിച്ചിരുന്നത്. വളർന്നു നിന്നിരുന്ന താടിരോമങ്ങൾ വെട്ടിയൊതുക്കി, കൂടുതൽ സുന്ദരനായി കാണപ്പെട്ട ജമാൽ നബി ബലൂച് പ്രസന്നമായ മുഖത്തോടെ സീനത് സനയുടെ വരവിനായി കാത്തുനിന്നു.

ആകാംക്ഷയും വിരസതയും കെട്ടുപിണഞ്ഞ കാത്തിരിപ്പിനിടയിൽ, സീനത് സനയെക്കുറിച്ചുള്ള ഓർമ്മകൾ അവനിൽ നിറഞ്ഞുകൊണ്ടിരുന്നു. അവസാനമായി അവളെ നേരിൽ കണ്ടത് ഏഴുവർഷം മുമ്പായിരുന്നു. അന്ന് ജമാൽ നബി, ബലൂച് ലിബറേഷൻ ഓർഗനൈസേഷന്റെ പരമോന്നത സമിതി അംഗമായിരുന്നു. ആയിടയ്ക്ക് ഇസ്ലാമാബാദിൽ നടന്ന ബോംബ് സ്ഫോടനത്തിനു പിന്നിൽ ബി എൽ ഒയുടെ പങ്ക് പ്രത്യേക അന്വേഷണ സംഘം കണ്ടെത്തി. അതോടെ അന്വേഷണം ജമാൽ നബിയിലേക്കും നീളുമെന്നുറപ്പായി. അതിനെത്തുടർന്നാണ് അവൻ ഒളിവിൽ പോകുന്നത്. ഇതിനിടയിൽ നേതൃത്വത്തിന്റെ നിർദ്ദേശാനുസരണം മറ്റൊരു പേരിൽ യു എ ഇയിലേക്ക് പോകാൻ തീരുമാനിക്കുകയായിരുന്നു. അങ്ങനെ രാജ്യം വിടുന്നതിന്റെ തലേദിവസം, ജമാൽ നബിയുടെ ആവശ്യപ്രകാരം സീനത് സനയെ കാണാനുള്ള സൗകര്യം അവർ ഒരുക്കിക്കൊടുത്തു. അതായിരുന്നു അവരുടെ ഒടുവിലത്തെ കൂടിക്കാഴ്ച.

സീനത് സനയെക്കുറിച്ചുള്ള ഓർമ്മകളെ നിശ്ചലമാക്കി, അവന്റെ കാഴ്ചയിലേക്ക് അവൾ നടന്നുചെന്നു. ദുപ്പട്ടകൊണ്ട് തലയും തോളും മറയ്ക്കാതെ ഷാൽവാറും കമ്മീസും ധരിച്ച് വാതിലിനു പുറത്തേക്കുവന്ന സീനത് സനയെ അവൻ സാകൂതം നോക്കിനിന്നു. അവളെ നോക്കി നിൽക്കവേ അവന്റെ ചുണ്ടിൽ അവൾക്കായി ചിരി വിടർന്നു.

യാത്രക്കാർക്ക് ഉപയോഗിക്കാവുന്ന ഉന്തുവണ്ടിയിൽ ലഗേജുകളൊക്കെവച്ച്, അത് ഉന്തി മുന്നോട്ടു വരുമ്പോഴും സീനത് സനയുടെ കണ്ണുകൾ അവനെ തിരഞ്ഞുകൊണ്ടിരുന്നു. ആൾക്കൂട്ടത്തിനിടയിൽ ചിരിച്ചുകൊണ്ടുനിന്ന ജമാൽ നബി പെട്ടെന്ന് അവളുടെ കാഴ്ചയുടെ ഫ്രെയിമിനുള്ളിലേക്ക് കടന്നുചെന്നു.

ഉന്തുവണ്ടി വേഗത്തിൽ തള്ളി അവന്റെ അടുക്കലെത്തിയ സീനത് സന ജമാൽ നബി ബലൂചിനെ ആലിംഗനം ചെയ്തു. അവന്റെ നെഞ്ചോടു ചേർന്നുനിന്ന അവളെ അവനും പുണർന്നു. അപ്പോൾ അവളുടെ കണ്ണു കൾ നിറഞ്ഞു. അവളുടെ വിറയാർന്ന ചുണ്ടുകൾ അവന്റെ നെഞ്ചോടു ചേർന്നപ്പോൾ വാക്കുകൾ തൊണ്ടയിൽ കുരുങ്ങിനിന്നു. സീനത് സന യുടെ കണ്ണീരും ഉമിനീരും അവന്റെ ഷർട്ടിലേക്ക് പടർന്നപ്പോൾ, ഇടതു കൈകൊണ്ട് അവളെ തന്നിലേക്കു കൂടുതൽ അടുപ്പിക്കുകയും വലതു കൈകൊണ്ട് ആശ്വസിപ്പിക്കുന്ന തരത്തിൽ മുതുകിൽ തട്ടുകയും ചെയ്തു കൊണ്ടിരുന്നു. അപ്പോൾ ആ തള്ളുവണ്ടി അവളുടെ യാത്രാ സാധന ങ്ങളുമായി അനാഥമാക്കപ്പെട്ടതുപോലെ കിടന്നു.

മുപ്പത്തിയഞ്ച്

ബർദുബായിലെ അംബരചുംബികളായ കെട്ടിടങ്ങൾ അതിരു നിൽക്കുന്ന വിശാലമായ വീഥിയിലൂടെ രാജു കാർ ഓടിച്ചു. നിയോൺ, മെർക്കുറി ബൾബുകൾ പൊഴിക്കുന്ന പ്രകാശത്തിൽ തിളങ്ങിനിന്ന നഗരത്തെ ശൂന്യമായ കണ്ണുകളോടെ മുഹമ്മദ് നോക്കിയിരുന്നു. കാർ പ്രധാന നിരത്തിൽ നിന്ന് ഇടറോഡിലേക്ക് കടന്ന് അല്പദൂരം മുന്നോട്ടു പോയശേഷം ഒരു ഫ്ളാറ്റ് സമുച്ചയത്തിനടിയിലെ വാഹന പാർക്കിങ് കേന്ദ്രത്തിലേക്ക് കാർ കയറ്റിയിട്ടു. വാഹനം നിർത്തിയിട്ടശേഷം രാജു ആരെയോ ഫോണിൽ വിളിച്ചു.

"പഴയ സ്ഥലം തന്നെയാണോ? ങാ, ശരി... ശരി..."

എന്നു പറഞ്ഞുകൊണ്ട് ഫോൺ കട്ടുചെയ്തു.

രാജുവിന്റെ നിർബ്ബന്ധത്തിന് വഴങ്ങി മനസ്സമ്മതം നൽകുമ്പോഴും ഒരു ആശങ്ക മുഹമ്മദിനെ ചൂഴ്ന്നുനിന്നിരുന്നു. രാജു കാറിൽനിന്ന് പുറത്തിറങ്ങാൻ തുടങ്ങുമ്പോൾ, തടസ്സപ്പെടുത്തുന്ന തരത്തിൽ മുഹമ്മദ് പറഞ്ഞു.

"രാജു ... വേണ്ടാ... നമുക്ക് തിരികെ പോകാം."

"നീ എന്താണ് പറയുന്നത്?"

എന്ന രാജുവിന്റെ ചോദ്യം വളരെ പെട്ടെന്ന് മുഹമ്മദിന്റെ നേർക്കുയർന്നു. ഒരു നിമിഷത്തെ മൗനത്തിനുശേഷം വളരെ ശാന്തനായി രാജു സംസാരിച്ചു.

"ഇത് ഒരു അവസരമാണ്. ഇന്ന് ഇത് നിഷേധിച്ചാൽ നിനക്ക് ഇല്ലാതാക്കുന്നത് പറഞ്ഞറിയിക്കാൻ കഴിയാത്ത നഷ്ടമായിരിക്കും."

കുറച്ചുസമയം ആലോചനയിലാണ്ടിരുന്ന മുഹമ്മദ് ആശങ്കയോടെ ചോദിച്ചു.

"ജമാൽ ഭായി അറിഞ്ഞാൽ?"

രാജു ഉറക്കെ ചിരിച്ചു. മുഹമ്മദ് വിസ്മയത്തോടെ അവനെ നോക്കി.

"എടാ... നിന്നെ ഇവിടെ കൊണ്ടുവരാനും നിനക്ക് വേണ്ടതൊക്കെ ചെയ്തുകൊടുക്കണമെന്ന് പറഞ്ഞതും നിന്റെ ജമാൽ ഭായി തന്നെയാണ്. പിന്നെ നിന്റെ ചെലവിനുള്ള പണവും എന്റെ കൈയിൽ തന്നിട്ടുണ്ട്."

ഒന്നും പിടികിട്ടാത്തവനെപ്പോലെ മുഹമ്മദ് വണ്ടിയിൽത്തന്നെ ഇരിക്കുമ്പോൾ, ഡ്രൈവിങ് സീറ്റിൽനിന്ന് എഴുന്നേറ്റുചെന്ന രാജു അവനെ പിടിച്ചെഴുന്നേൽപ്പിച്ചുകൊണ്ട് ഫ്ളാറ്റ് സമുച്ചയത്തിനുള്ളിലേക്ക് നടന്നു.

ലിഫ്റ്റിൽനിന്ന് പുറത്തിറങ്ങിയ രാജുവും മുഹമ്മദും വലത്തോട്ടോ ഇടത്തോട്ടോ പോകാതെ അല്പനേരം അവിടെത്തന്നെ നിന്നു. എങ്ങോട്ട് തിരിഞ്ഞാണ് ആ ഫ്ളാറ്റിലേക്ക് പോകേണ്ടതെന്ന് ഓർത്തെടുക്കാൻ കഴിയാത്തതിനാൽ രാജു വീണ്ടും ഫോൺ വിളിച്ചു.

"ഞാൻ അഞ്ചാമത്തെ നിലയുടെ ലിഫ്റ്റിനടുക്കൽ നിൽക്കുകയാണ്."

"അതെ. ഉണ്ട്. ങാ... ശരി... ശരി..."

ഫോൺ സംഭാഷണം നിർത്തിയശേഷം മുഹമ്മദിനോടായി രാജു പറഞ്ഞു.

"ഒരാൾ ഇപ്പോൾ ഇവിടെ വരും. അവനോട് നീ അറബിയാണെന്നാണ് ഞാൻ പറഞ്ഞിട്ടുള്ളത്. ആ ഗൗരവത്തിൽ നിന്നാൽ മതി."

അപ്പോൾ മുഹമ്മദിന്റെ ചുണ്ടിൽ ചിരി വിരിഞ്ഞു. അല്പനേരം മാത്രം തെളിഞ്ഞുനിന്ന ചിരി പെട്ടെന്ന് കൂമ്പിയടഞ്ഞു. അവന്റെ മുഖത്ത് ആശങ്കയുടെ നിഴൽ പടരാൻ തുടങ്ങി. അവൻ രാജുവിനോട് സംശയത്തോടെ ചോദിച്ചു.

"ഇവിടെ പൊലീസ് വല്ലതും?"

"ഏയ് ... പൊലീസൊന്നും വരില്ല. ഒന്നുകൊണ്ടും പേടിക്കണ്ട. വല്ല പ്രശ്നവും ഉണ്ടായാൽ മാത്രമേ പൊലീസിനെ പേടിക്കേണ്ടതുള്ളു."

ഒന്നു നിർത്തിയശേഷം അവൻ വിശദീകരിച്ചു.

"ഇവിടെ ഏതൊക്കെ ഫ്ളാറ്റിൽ ആരൊക്കെയാണ് താമസിക്കുന്നതെന്നും എന്തൊക്കെ സംഗതികളാണ് നടക്കുന്നതെന്ന കാര്യംപോലും പൊലീസിനും സി ഐ ഡിക്കുമൊക്കെ അറിയാം. അവരുടെ മൗനാനുവാദത്തോടെ തന്നെയാണ് ഇത്തരം കാര്യങ്ങളൊക്കെ ഇവിടെ നടക്കുന്നതും."

അവരുടെ സംസാരം ഇത്തരത്തിൽ നീങ്ങിക്കൊണ്ടിരുന്നപ്പോഴാണ്, അൻപതു വയസ്സിനടുത്ത് പ്രായം തോന്നിക്കുന്ന ഒരു മനുഷ്യൻ അവരുടെ അടുത്തേക്ക് നടന്നുചെന്നത്. ബിൻലാദനെപ്പോലെ താടി നീട്ടി വളർത്തിയ ആ മനുഷ്യൻ മുഹമ്മദിന് സലാം കൊടുത്ത് ഹസ്തദാനം ചെയ്തതിനുശേഷമാണ് രാജുവിനെ അഭിവാദ്യം ചെയ്തത്. രാജുവിന് കൈ കൊടുക്കുമ്പോൾ, അവർ ഇരുവരും മുഹമ്മദിന് മനസ്സിലാക്കാൻ കഴിയാത്ത മലയാള ഭാഷയിൽ സംസാരിച്ചു.

ആ താടിക്കാരനു പിന്നാലെ അവരും വേഗത്തിൽ നടന്നു. നടക്കുന്നതിനിടയിൽത്തന്നെ അയാൾ പോക്കറ്റിൽനിന്ന് താക്കോൽ

എടുത്തു. നാലഞ്ചു ചുവടുകൾ കൂടി മുന്നോട്ടുപോയ താടിക്കാരൻ, പെട്ടെന്ന് ഒരു വാതിൽ തുറന്ന് അകത്തു കയറി. അയാൾ കയറിയ വേഗതയിൽ രാജുവും അതിനു പിന്നാലെ മുഹമ്മദും കയറി. അവർക്കു പിന്നിൽ വാതിൽ അടഞ്ഞു. അവരെ കൂട്ടിക്കൊണ്ടുവന്ന താടിക്കാരൻ ഒന്നും മിണ്ടാതെ തുറന്നുകിടന്ന അടുക്കളയിലേക്ക് പോയി. മുഹമ്മദിനോട് അവിടെ ഇരിക്കാൻ പറഞ്ഞ ശേഷം രാജുവും അടുക്കളയിലേക്കുചെന്നു. അവർ തമ്മിലുള്ള സംസാരം മുഹമ്മദിന് കേൾക്കാൻ തക്ക ഉച്ചത്തിലായിരുന്നില്ല. എങ്കിലും അവർ തമ്മിൽ എന്തോ സംസാരിച്ചുറപ്പിക്കുകയാണെന്ന് അവൻ ഊഹിച്ചു.

മുഹമ്മദ് ചുറ്റും കണ്ണോടിച്ചു. ഹാളിൽനിന്ന് പ്രവേശിക്കാവുന്ന മൂന്ന് മുറികളും അടഞ്ഞുകിടന്നു. അതുവരെ സംഭരിച്ചുവച്ചിരുന്ന ധൈര്യം ചോർന്നുപോകുന്നതായി അവനു തോന്നി. അവന്റെ ഇരു കക്ഷവും വിയർക്കാൻ തുടങ്ങി. അവന് വെള്ളം കുടിക്കണമെന്ന് തോന്നി.

അടുക്കളയിൽ നിന്ന് ചിരിച്ചുകൊണ്ട് പുറത്തുവന്ന താടിക്കാരൻ മുഹമ്മദിനോട് ചോദിച്ചു.

"രാത്രി കഴിക്കാൻ വല്ലതും?"

"വേണ്ട" എന്ന് പെട്ടെന്ന് മറുപടി പറഞ്ഞെങ്കിലും, തന്റെ ശരീരം വെള്ളത്തിനുവേണ്ടി വിളിക്കുകയാണെന്ന് അവനറിയാം. താടിക്കാരൻ ഇടതുവശത്തെ മുറിക്കടുത്തേക്ക് നടന്നു.

അപ്പോൾ മുഹമ്മദ് രാജുവിനോട് ആവശ്യപ്പെട്ടു.

"കുടിക്കാൻ വെള്ളം വേണമായിരുന്നു."

രാജു ചിരിച്ചുകൊണ്ട് മറുപടി പറഞ്ഞു.

"ഇപ്പോഴേ ദാഹിക്കുന്നുവോ? വെള്ളമൊക്കെ അതിനകത്തുണ്ട്."

താടിക്കാരൻ മുറിയുടെ വാതിൽ തള്ളിത്തുറന്നു. അപ്പോൾ വാതിലിനുള്ളിൽനിന്ന് ഏതോ സുഗന്ധദ്രവ്യത്തിന്റെ മത്തുപിടിപ്പിക്കുന്ന മണം പുറത്തേക്കൊഴുകി.

മുപ്പത്തിയാറ്

അപ്പോൾ മുറിയിൽ അരണ്ട വെളിച്ചമായിരുന്നു. ശീതീകരണ യന്ത്രത്തിന്റെ മുഴക്കം അതുവരെ ഉണ്ടായിരുന്ന രീതിവിട്ട് ദ്രുതതാള ത്തിലേക്ക് കടന്ന് ഉച്ചസ്ഥായി പ്രാപിക്കുകയും മെല്ലെ നീചസ്ഥായിയിൽ നിന്ന് ശമനതാളത്തിലേക്ക് വീഴുകയും ചെയ്തു. ഇതൊരു പ്രത്യേക ക്രമത്തിൽ ആവർത്തിച്ചുകൊണ്ടിരുന്നപ്പോഴും, മുറിയിൽ ഒഴുകിക്കൊ ണ്ടിരുന്ന സുഗന്ധത്തിന് ഏറ്റക്കുറച്ചിലുണ്ടായിട്ടില്ലെന്ന് മുഹമ്മദിന് തോന്നി.

പിറന്ന വേഷത്തിൽ കിടന്ന മുഹമ്മദിന്, ഒരു വസ്ത്രത്തിന്റെ മറ വേണമെന്ന് തോന്നി. അവൻ അഴിച്ചുവച്ച വസ്ത്രം അനാഥമാക്കപ്പെട്ടതു പോലെ അലങ്കോലപ്പെട്ട് മേശപ്പുറത്ത് കിടപ്പുണ്ട്. അവന്റെ കണ്ണുകൾ വസ്ത്രങ്ങളിൽ നിന്ന് റബ്ബർ ഉറയിലേക്കു നീങ്ങി. പാതി പൊളിച്ചുനീക്കിയ പുറഞ്ചട്ടയിൽ നിന്ന് പുറത്തുകടക്കാൻ കഴിയാത്ത വ്യാകുലതയോടെ ആ ഉറ അതിനകത്തുതന്നെ ചുരുണ്ടുകൂടിയിരുന്നു.

അവളുടെ പതുപതെയുള്ള തുടക്കാമ്പും കാൽവണ്ണയും അവന്റെ തുടകൾക്കിടയിൽ അമർന്നപ്പോൾ, വസ്ത്രത്തെക്കുറിച്ചുള്ള ചിന്ത അവനിൽ നിന്ന് വിട്ടുപോയി.

അവൾ നനവാർന്ന ശബ്ദത്തോടെ അവനോടു ചോദിച്ചു.

“ഈ രാത്രിമുഴുവൻ എന്നെ വില കൊടുത്തു വാങ്ങിയത് എന്തി നാണ്?”

ചെറു ചിരിയോടെ മുഹമ്മദ് അവളെ നോക്കി.

അപ്പോൾ പൂർത്തിയാക്കാത്ത വാചകത്തിന്റെ തുടർച്ചയെന്നോണം അവൾ പറഞ്ഞു.

“ഒരു ഉറ ഉപയോഗിക്കേണ്ട സമയ ദൈർഘ്യത്തിനു മാത്രം പണം

നൽകിയാൽ മതിയായിരുന്നു."

മുഹമ്മദ് മറുപടിയെന്നോണം പ്രതികരിച്ചു.

"ഒരു ഉറയും അര മണിക്കൂറുമാണ് അവർ നമ്മുടെ മുന്നിൽ വയ്ക്കുന്നത്. എന്റെ ഉറ നിറയുകയുമില്ല. സമയം തീരുകയും ചെയ്യും."

എന്തോ ഓർത്തെടുക്കുന്നപോലെ ഒരു നിമിഷം നിർത്തിയശേഷം അവൻ തുടർന്നു.

"പിന്നെ... ഞാൻ... ഒരു സ്ത്രീയെ, നിങ്ങളെ... അറിയുകയായിരുന്നില്ല. അനുഭവിക്കുകയുമായിരുന്നില്ല. മറിച്ച് കാണുക. നേരിട്ടു കാണുക. അത്രമാത്രം."

നിരാശയോടെ പുറത്തേക്കൊഴുകിയ നെടുവീർപ്പിനുശേഷം മുഹമ്മദ് പറഞ്ഞു.

"ഒന്നിനും കഴിയാത്തവന്റെ ജല്പനങ്ങൾ എന്നു വിചാരിച്ചാലും കുഴപ്പമില്ല."

അവൾ അനുകമ്പയോടെ അവനെ നോക്കി. അപ്പോൾ അവന്റെ മനസ്സ് വിചാരപ്പെട്ടു.

താൻ എന്നും ഉപയോഗിക്കപ്പെടുകയായിരുന്നു. ആദ്യം പണത്തിനു വേണ്ടി മാതാപിതാക്കൾ. പിന്നെ അബ്ദുള്ള ഈസ അൽ സാദി ജോക്കിയും ജാക്കിയുമാക്കി മാറ്റി. ഒടുവിൽ ജമാൽ നബി ബലൂച് ചാവേറുമാക്കി.

ചേലാകർമ്മം നടത്താത്ത അവന്റെ ആണല്ലി വിരിയിച്ചെടുത്ത് കൈപ്പത്തിയുടെ താങ്ങാൽ ഉയർത്തി നിർത്തിയശേഷം, ചെറു ചിരിയോടെ അവൾ മുഹമ്മദിനെ നോക്കി. അവളുടെ പ്രവൃത്തി ഇഷ്ടപ്പെട്ടതുപോലെ അവനും ചിരിച്ചു. അപ്പോൾ അവന്റെ മനസ്സിൽ, സുന്നത്ത് ചെയ്യാത്ത കാരണം അവൾ തിരക്കുമോ എന്ന ആശങ്ക ഉണ്ടായിരുന്നു.

എന്നാൽ ചോദ്യങ്ങളൊന്നും ചോദിക്കാതെ, ചെറിയ ചെറിയ സംഗതികളിലൂടെ അവനെ അവൾ സുഖിപ്പിച്ചുകൊണ്ടിരുന്നു. അവൻ കണ്ണുകൾ പൂട്ടിക്കിടന്നു. അവളുടെ കണ്ണുകളും ഇടയ്ക്കിടെ അടഞ്ഞുകൊണ്ടിരുന്നു. അവൾ മെല്ലെ ഉറക്കത്തിലേക്ക് വീണു.

മുപ്പത്തിയേഴ്

വസ്ത്രങ്ങളുടെ മറയില്ലാതെ ഷവറിനുകീഴെ സീനത് സന നിന്നു. ചാറ്റൽമഴ പോലെ ജലകണങ്ങൾ ദേഹത്തു പതിച്ചപ്പോൾ അവൾക്ക് എന്തെന്നില്ലാത്ത ലാഘവത്വം അനുഭവപ്പെട്ടു. ആ അനായാസതയിൽ, ഷവറിനു നേരെ അവൾ മുഖം നീട്ടി. ഉയർത്തിപ്പിടിച്ച മുഖത്തേക്ക് നേർത്ത ജലത്തുള്ളികൾ പതിച്ചപ്പോൾ അവളുടെ കണ്ണുകൾ കൂമ്പി യടഞ്ഞു. തലേന്ന് രാത്രിയിലെ വേഴ്ചയുടെ പാടുകൾ കഴുകിക്കളയാനെന്ന പോലെ തണുത്ത ജലം അവളുടെ ഉടലാകെ ഒലിച്ചിറങ്ങി.

ഏറെ സമയം ഷവറിന് കീഴെ നിന്ന സീനത് സനയിലേക്ക് ആശങ്ക യുടെ കുളിര് മെല്ലെ ഒഴുകാൻ തുടങ്ങി. അപ്പോൾ ഉയർത്തിപ്പിടിച്ചിരുന്ന അവളുടെ മുഖം തന്നിലേക്കുതന്നെ താഴുകയും, കണ്ണുകൾ ശരീരാവ യവങ്ങളിലേക്കു നീളുകയും ചെയ്തു.

ആ സുരതതാളത്തിനൊടുവിൽ തന്നിലേക്ക് വർഷിച്ച വെള്ളം ജീവാഗ്നിയായി വളരുമോ എന്ന ആകുലത സീനത് സനയെ വരിഞ്ഞു മുറുക്കാൻ തുടങ്ങി.

അല്പസമയംകൂടി അവൾ ഷവറിന് ചുവട്ടിൽ അങ്ങനെതന്നെ നിന്നു. ഒടുവിൽ എല്ലാം കുടഞ്ഞുകളഞ്ഞ്, തുടച്ചുനീക്കി കുളിമുറി വിട്ട് പുറത്തിറങ്ങി.

അപ്പോഴും ജമാൽ നബി ബലൂച് ഒന്നുമേതുമറിയാത്ത കുഞ്ഞിനെ പ്പോലെ തലയണയിൽ മുഖം അമർത്തി കമിഴ്ന്നു കിടക്കുകയായിരുന്നു. അവൾ അവനെ തട്ടിവിളിച്ചു. പെട്ടെന്ന് കണ്ണുകൾ തുറന്ന ജമാൽ നബി അവളെ നോക്കി. ഒരു നിമിഷം അവരുടെ കണ്ണുകൾ കോർത്തു. കാഴ്ചയെ ശുദ്ധമാക്കാൻ കഴിയാത്തതുപോലെ ഒരു പാപക്കറ അവന്റെ കണ്ണിൽ പാടവീഴ്ത്തിയിരുന്നതിനാൽ, അവൻ പെട്ടെന്ന് നോട്ടം മാറ്റി.

പിന്നെ മലർന്നു കിടന്നു. സാവകാശം കിടക്കവിട്ട് എഴുന്നേറ്റു. ചായ കുടിക്കണം എന്ന മോഹം ഉപേക്ഷിച്ച് ശുചിമുറിയിലേക്ക് പോകുമ്പോഴും, കഴിഞ്ഞ രാത്രിയിലെ സംഭവങ്ങൾ അവനിൽ തെളിഞ്ഞു കത്തിക്കൊണ്ടിരുന്നു. ഒരു ദുർബ്ബല നിമിഷത്തിൽ, ചെറുത്തുനിൽക്കാത്ത ശരീരത്തെ കീഴ്പ്പെടുത്തുകയായിരുന്നില്ലേ എന്ന ചിന്ത ജമാൽ നബി ബലൂചിൽ വളരാൻ തുടങ്ങി. ഒരു നോട്ടം കൊണ്ടെങ്കിലും അവൾ അരുതെന്ന് പറഞ്ഞിരുന്നെങ്കിൽ, അവളെ ഒരിക്കലും സമ്മർദ്ദത്തിലാക്കില്ലായിരുന്നു എന്ന് അവന്റെ മനസ്സ് മന്ത്രിച്ചു. ബോധപൂർവ്വം ഇത്തരം ന്യായീകരണങ്ങൾ തേടി മനസ്സ് അലയുമ്പോഴായിരുന്നു, തന്റെ ജീവന്റെ പിൻവിളി അവളുടെ ഉദരത്തിൽ പ്രതിദ്ധ്വനിക്കുമോ എന്ന ആശങ്ക അവനിൽ നിഴൽ വീഴ്ത്തിയത്. അപ്പോൾ അവന്റെ ശരീരത്തിലൂടെ ഒലിച്ചിറങ്ങിയ ജലകണങ്ങളിൽ കണ്ണീർ കലർന്നിരുന്നു.

ജമാൽ നബി ശുചിമുറിയിൽനിന്ന് പുറത്തുവന്നപ്പോൾ, സീനത് സന മടക്കയാത്രയ്ക്കുള്ള ഒരുക്കങ്ങൾ പൂർത്തിയാക്കിക്കഴിഞ്ഞിരുന്നു. അവർ ഇരുവർക്കുമിടയിൽ നിശ്ശബ്ദത പരന്നൊഴുകിക്കൊണ്ടിരുന്നപ്പോൾ, അവൻ ചായകുടിച്ചു.

ഇടയ്ക്ക് അവരുടെ കാഴ്ചകൾ കൂട്ടിമുട്ടി. അപ്പോൾ പകുതി മറഞ്ഞ ചിരി അവരുടെ ചുണ്ടുകളിൽ രാഗശൂന്യതയോടെ തെളിഞ്ഞു. പെട്ടെന്ന് ചിരി മായ്ച്ചുകളഞ്ഞുകൊണ്ട് പതിഞ്ഞ ശബ്ദത്തിൽ സീനത് സന പറഞ്ഞു.

“കഴിയുമോ എന്നറിയില്ല. എങ്കിലും കഴിഞ്ഞ രാത്രി... ഒരു കനവായി കരുതി മറക്കാം... അല്ലേ?”

അതിനു മറുപടിയെന്നോണം അവന്റെ മുഖത്ത് ഒരു വിളറി വെളുത്ത ചിരി പടർന്നു. അതുവരെ അവർക്കിടയിൽ ഉരുണ്ടുകൂടി നിന്നിരുന്ന പാപബോധം അല്പാല്പമായി അലിയാൻ തുടങ്ങി...

മുപ്പത്തിയെട്ട്

ദുബായിയിലെ പ്രധാന നിരത്തുകളിലൊന്നായ ശൈഖ് സായിദ് റോഡിലൂടെ ജമാൽ നബി ബലൂചിന്റെ കാർ നീങ്ങിക്കൊണ്ടിരുന്നു. അടയാളച്ചിഹ്നങ്ങൾ മാറിക്കൊണ്ടിരിക്കുന്ന, നിരന്തരം വളർന്നുകൊണ്ടും നവീകരിച്ചുകൊണ്ടുമിരിക്കുന്ന നഗരഹൃദയത്തിലൂടെ കാർ നീങ്ങിക്കൊണ്ടിരുന്നപ്പോൾ, സീനത് സന പുറംകാഴ്ചകളിൽ കണ്ണുനട്ടിരുന്നു. കൗതുകമുണർത്തുന്ന ദൂരക്കാഴ്ചയിൽ നിന്ന് അടുത്തേക്കെത്തിയതോടെ ബുർജ് ഖലീഫ എന്ന പടുകൂറ്റൻ എടുപ്പ് ഒരു വിസ്മയമായി അവളിൽ ഉയർന്നു.

അംബരചുംബിയായ ആ കെട്ടിടത്തിനുള്ളിലേക്ക് ടിക്കറ്റെടുത്ത് പ്രവേശിക്കാമെന്ന് ജമാൽ നബി പറഞ്ഞെങ്കിലും സീനത് സന അതിനു കൂട്ടാക്കിയില്ല. അവർ പുറത്തുനിന്നുകൊണ്ടു തന്നെ ആ മാളികയെ നോക്കിനിന്നു. മരുഭൂമിയിൽ കാണപ്പെടുന്ന, മൂന്ന് ഇതളുകളോടുകൂടിയ ഒരു പൂവിന്റെ ആകൃതിയാണ് ആ കെട്ടിടത്തിന്റെ വിലങ്ങനെയുള്ള ഛേദത്തിനുള്ളതെന്ന അറിവ് അവളുടെ ഓർമ്മകളിലൂടെ കടന്നുപോയി. എന്നാൽ വായനയിലൂടെ ലഭിച്ച അത്തരം അറിവുകളിൽനിന്ന് ഭിന്നമായി, ബുർജ് ഖലീഫയെ നോക്കി നിന്നപ്പോൾ അവൾക്കു തോന്നിയത് മറ്റൊരാകൃതിയാണ്. വിക്ഷേപണത്തറയിൽനിന്ന് ഉപഗ്രഹങ്ങളെയും വഹിച്ചുകൊണ്ട് കുതിക്കാനൊരുങ്ങി നിൽക്കുന്ന റോക്കറ്റിനെപ്പോലെയാണ് സീനത് സനയുടെ മനസ്സിൽ ആ സൗധം നിറഞ്ഞത്.

ഏറെസമയം അവിടെ ചെലവഴിക്കാതെ അവർ ദുബായ് അന്താരാഷ്ട്ര വിമാനത്താവളത്തിലേക്ക് തിരിച്ചു. തിരക്കേറിയ വിമാനത്താവള റോഡിലേക്കു കയറിയപ്പോൾ, വാഹനങ്ങളുടെ നീണ്ട നിരയിൽ ഒന്നായിമാറിയ അവരുടെ കാർ മെല്ലെ നീങ്ങിക്കൊണ്ടിരുന്നപ്പോൾ സീനത് സന ജമാൽ നബിയോടു ചോദിച്ചു.

"ബി എൽ ഒയുടെ പുതിയ മദ്ധ്യപൂർവ്വേഷ്യൻ തലവൻ മെഹ്റാൻ നസർ മാരിയുമായുള്ള കൂടിക്കാഴ്ച എങ്ങനെയുണ്ടായിരുന്നു."

മുന്നിലെ റോഡിൽ നട്ടിരുന്ന നോട്ടത്തെ ഒരു നിമിഷം അവളിലേക്കു മാറ്റി. വീണ്ടും നിരത്തിൽ നോട്ടമുറപ്പിച്ച് ഒരു ദീർഘനിശ്വാസത്തോടെ ജമാൽ നബി അഭിപ്രായപ്പെട്ടു.

"നമ്മുടെ പരമോന്നത നേതാവിന്റെ പുതിയ ഉപദേശകൻ കൂടിയാണല്ലോ മെഹ്റാൻ നസർ മാരി. ഒരുപക്ഷേ, മാരിയുടെ സമ്മർദ്ദത്താലാകണം ഇപ്പോൾ ഇത്തരത്തിലൊരു തീരുമാനത്തിലേക്ക് സംഘടന എത്തിയത്. പണ്ട് സംഘടനയുടെ വളർച്ചയുടെ ഘട്ടത്തിൽ, ഞങ്ങളൊക്കെ ചെറിയ ചില ബോംബാക്രമണങ്ങൾക്ക് നേതൃത്വം നൽകിയിട്ടുണ്ട്.

പക്ഷേ, ഇപ്പോഴത്തെ ഈ നീക്കം വലിയ ആൾനാശത്തിലേക്കും, സംഘടനയെ കടുത്ത അരക്ഷിതാവസ്ഥയിലേക്കും എത്തിക്കുമെന്ന് മാത്രമല്ല; ലോകരാജ്യങ്ങളുടെ വിലക്കും നേരിടേണ്ടിവരുമെന്ന കാര്യത്തിൽ സംശയമില്ല."

വീണ്ടും എന്തോകൂടി പറയാൻ തുനിഞ്ഞെങ്കിലും, ഒരു വീണ്ടുവിചാരമെന്നപോലെ അല്പനേരം മൗനത്തിലാണ്ടു. പിന്നെ മെല്ലെ സ്വരം മാറി.

"പാകിസ്ഥാനിലെ സൈനിക കേന്ദ്രങ്ങൾ ഉൾപ്പെടെ പത്തു സ്ഥലത്താണ് ചാവേർ ആക്രമണം നടത്താൻ പദ്ധതിയിട്ടിരിക്കുന്നത്."

അതു പറയുമ്പോൾ, നടക്കാൻ പോകുന്ന ആക്രമണത്തിന്റെ ആകുലതകൾ അവന്റെ മുഖത്ത് മിന്നിമറയുന്നത് അവൾ വായിച്ചെടുത്തു.

അവൾ മൃദുവായി പറഞ്ഞു.

"അതൊരു വലിയ പദ്ധതിയാണ്. വലിയ ആക്രമണമാണ്."

"അതെ. അതുസംഭവിച്ചാൽ, പാകിസ്ഥാന്റെ ചരിത്രത്തിലെ തന്നെ ഏറ്റവും വലിയ ചാവേർ ആക്രമണമായിരിക്കും."

നിസ്സഹായ ശബ്ദത്തിൽ ജമാൽ നബി അഭിപ്രായപ്പെട്ടു.

ഭാവിയിൽ ഉണ്ടാകാവുന്ന ഭീകര ദൃശ്യം മനസ്സിൽ സൃഷ്ടിച്ച പ്രകമ്പനത്താൽ, ജമാൽ നബിയുടെ കാൽ ആക്സിലേറ്ററിൽ അമർന്നു. വണ്ടി ഇരമ്പി മുന്നോട്ടു കുതിച്ചപ്പോൾത്തന്നെ, സ്ഥലകാലബോധം വീണ്ടെടുത്ത ജമാൽ നബി കാർ നിയന്ത്രണത്തിലാക്കി. കുറച്ചുനേരം അവർ ഇരുവരും ഒന്നും മിണ്ടിയില്ല. ആ നിശ്ശബ്ദതയിൽ, എഫ് എം റേഡിയോയിലൂടെ വന്ന ഒരു പഴയ ഹിന്ദി ഗാനം അവർ കേട്ടുകൊണ്ടിരുന്നു. ആ പാട്ടിന്റെ പശ്ചാത്തലത്തിൽ നിസ്സംഗതയോടെ ജമാൽ നബി സംസാരിച്ചു.

"ചിലപ്പോൾ എനിക്ക് തോന്നും എല്ലാം അർത്ഥശൂന്യമാണെന്ന്. പ്രത്യേക രാജ്യം, പ്രത്യേക അതിർവരമ്പുകൾ, പ്രത്യേക ഗോത്ര സംസ്കൃതി, വികസനത്തിന്റെ പുതിയ പരിപ്രേക്ഷ്യം – ഒക്കെ ഒരുതരം കബളിപ്പിക്കലാണ്. സത്യത്തിൽ എല്ലാ തീവ്രവാദങ്ങൾക്കു പിന്നിലും പല പല താല്പര്യങ്ങളെക്കൊണ്ട് നിറച്ച പാഠങ്ങളാണ് ഉൾച്ചേർന്നിരിക്കുന്നതെന്ന് കാണാം. ആ പാഠങ്ങൾ ഓരോന്നും മാറ്റിനിർത്തി വായിച്ചാൽ അതിലെ

ഉൾച്ചുഴികളും ഉപായങ്ങളും താല്പര്യങ്ങളുമൊക്കെ മനസ്സിലാകും. അത്തരം മനസ്സിലാക്കലുകൾ ഉണ്ടായാൽ പിന്നെ ആ വഴിയിലൂടെയുള്ള സഞ്ചാരം അത്ര സുഖകരമായിരിക്കില്ല."

ജമാൽ നബി ബലൂചിന്റെ വാക്കുകൾ സീനത് സനയിൽ അതിശയവും ഒപ്പം പരിഭ്രമവും വളർത്തി.

മുപ്പത്തിയൊൻപത്

മുഹമ്മദ് ആ ചെറിയ പെട്ടി മെല്ലെ തുറന്നു. ഒരു മൂർച്ചയുള്ള മണം അവന്റെ മൂക്കിൽ തുളച്ചുകയറി. വിയർക്കാത്ത ഒട്ടകത്തലകളുടെ പിൻ ഭാഗത്തു നിന്ന് പുറത്തുവരുന്ന ഗന്ധം പോലെയായിരുന്നു മുഹമ്മദിന് അത് അനുഭവപ്പെട്ടത്. മരങ്ങളിൽ തല ഉരച്ച്, മണമറിയിച്ച്, സ്ഥാന മറിയിച്ചു നിൽക്കുന്ന ഒട്ടകത്തെപ്പോലെ ആ പെട്ടിയും തന്റെ പുരാതന ഗന്ധം പുറത്തുവിട്ട് അടയാളപ്പെടുത്തുകയാണെന്ന് അവന് തോന്നി.

ഒട്ടക ഓട്ട പരിശീലന കേന്ദ്രത്തിൽ ഏതോ ജോക്കി ഉപേക്ഷിച്ചു പോയ ആ പെട്ടി ആരാലും ശ്രദ്ധിക്കപ്പെടാതെ കിടക്കുകയായിരുന്നു. ഖാലിദ് ബാബയുടെ അനുവാദത്തോടെ ആ പെട്ടി അന്ന് സ്വന്തമാക്കി. കിട്ടിയ സാധനങ്ങളൊക്കെ അതിൽ ശേഖരിച്ച്, ചേക്കേറുന്നിടത്തൊക്കെ ചില്ലയിൽ തൂങ്ങി അതും അവനോടൊപ്പം സഞ്ചരിച്ചു. തിളക്കമുള്ള കല്ലുകൾ മുതൽ ലക്സസ് കാറിന്റെ കീ ചെയിൻ വരെ ആ ശേഖരത്തി ലുണ്ടായിരുന്നു. എന്തിനെന്നറിയാതെ ശേഖരിച്ചതും കെട്ടിപ്പിടിച്ചതുമൊ ക്കെ ഉപേക്ഷിച്ച് അവനും പോകുകയാണ്. പണ്ട് ആ പെട്ടി ഉപേക്ഷിച്ചു പോയ, പേരറിയാത്ത ആ ജോക്കിയെപ്പോലെ.

മറ്റുള്ളവർക്ക് വിലപിടിപ്പുള്ളതായി തോന്നാത്ത, ബാല്യത്തിലെ കൗതുകത്താൽ ശേഖരിച്ച വസ്തുക്കൾക്കിടയിൽ പൊതിഞ്ഞു വച്ചിരുന്ന നോട്ടുകെട്ടുകളിൽ മുഹമ്മദിന്റെ നോട്ടം ഉടക്കി. ഖാലിദ് കൊടുത്ത പണവും പെട്ടിയിൽത്തന്നെ കിടക്കുകയായിരുന്നു. ജഡമായി മാറിയ തന്റെ ജീവിതത്തെ ജഡാവസ്ഥയിലുള്ള പണം പരിഹസിച്ച് ചിരിക്കുന്ന തായി മുഹമ്മദിന് തോന്നി. അപ്പോൾ വിളവുതരാത്ത മരുഭൂമിയിലെ മണൽപ്പരപ്പുപോലെ അവന്റെ മനസ്സ് ശൂന്യമായി. പൊടുന്നനെ ആ ഒഴിഞ്ഞ ഇടത്തിൽ ഖാലിദിന്റെ നിഴൽ വീണു. അപ്പോൾ മുഹമ്മദിന്റെ

മനസ്സ് പിടഞ്ഞു. കള്ളിച്ചെടികളുടെ പ്രഹരമേറ്റ അവന്റെ ഹൃദയത്തിൽ രക്തം പൊടിഞ്ഞു.

അന്ന് ഖാലിദ് ബാബ തോട്ടത്തിൽ വന്നിരുന്നതും ഹജ്ജിന് പോകുന്ന കാര്യവുമൊക്കെ ജമാൽ നബിയോടു പറയുമ്പോൾ, ഭാവഭേദങ്ങളൊന്നുമില്ലാതെ എല്ലാം കേട്ടിരിക്കുകയായിരുന്നുവെന്ന് മുഹമ്മദ് ഓർത്തു. ഹജ്ജ് യാത്രയെക്കുറിച്ചോ താൽക്കാലിക പണിക്കായി തോട്ടത്തിൽ മറ്റാരെയെങ്കിലും ഏർപ്പെടുത്തിയിടുണ്ടോ തുടങ്ങി എന്തെങ്കിലും കാര്യം തന്നോട് ചോദിക്കുകയോ പറയുകയോ ചെയ്യുമെന്ന് കരുതി മുഹമ്മദ് ജമാൽ നബിയുടെ മുഖത്തേക്ക് നോക്കി. എന്നാൽ ഒന്നും പറയാതെ, അല്പസമയം മുഹമ്മദിനെ നോക്കിയിരുന്ന ജമാൽ നബി പറഞ്ഞു.

"പാസ്പോർട്ടില്ലാത്ത ഖാലിദ് എങ്ങനെ ഹജ്ജിന് പോകും?"

ആരിൽനിന്നും ഉത്തരം തേടാനില്ലാതിരുന്നിട്ടും ആ ചോദ്യം ഏറെ സമയം അന്തരീക്ഷത്തിൽ തങ്ങിനിന്നു. പിന്നെ പ്രപഞ്ചത്തിൽ വിലയം പ്രാപിച്ചു.

അല്പനേരം കൂടി അവിടെത്തന്നെ ഇരുന്ന മുഹമ്മദ് പെട്ടി അടച്ച് പഴയ സ്ഥാനത്തുതന്നെ വച്ചു. ബലൂചികളുടെ പരമ്പരാഗത വേഷമായ ഷൽവാറും കമ്മീസുമാണ് അപ്പോൾ അവൻ ധരിച്ചിരുന്നത്. നീളൻ കൈയുള്ള വെള്ളനിറത്തിലെ അയഞ്ഞ കമ്മീസും കണങ്കാലിൽ മേലങ്കി തുന്നിപ്പിടിപ്പിച്ച ഷൽവാറുമണിഞ്ഞ് നിൽക്കുമ്പോൾ, തന്റെ പുതിയ വേഷം കാണാൻ ഖാലിദ് ബാബകൂടി ഉണ്ടായിരുന്നെങ്കിലെന്ന് അവൻ വെറുതെ ആശിച്ചുപോയി. അവസാനമായി ബാബയോട് യാത്ര ചോദിക്കാനും, ഹൃദയങ്ങൾ ചേർത്തുപിടിച്ച് പുണരാനും മനസ്സിന്റെ വിങ്ങൽ മാറുന്നതുവരെ കരയാനും അവൻ കൊതിച്ചു.

നിർജ്ജലപ്രദേശത്തെ മണൽപ്പരപ്പിൽ കാറ്റ് മായ്ച്ചുകളഞ്ഞ ഖാലിദിന്റെ ചിത്രത്തെ വീണ്ടെടുക്കാനെന്നപോലെ മുഹമ്മദ് മനസ്സുടയ്ക്കാതെ നിന്നു. ബലൂചിസ്ഥാനിൽ ജനിച്ച് യു എ ഇയിൽ ജീവിച്ച് ഒടുവിൽ മക്കയിലേക്ക് പോയ, പോകാൻ ശ്രമിച്ച മനുഷ്യൻ. ഒട്ടകങ്ങളെ എങ്ങനെ ഓടണമെന്ന് പരിശീലിപ്പിച്ച, ഒട്ടകപ്പുറത്തിരിക്കുന്ന കുട്ടികളെ ജോക്കികളായി വാർത്തെടുക്കാമെന്ന് കാണിച്ചുകൊടുത്ത ഖാലിദ് ബാബ. പനയിൽ കയറാനും അവ പരിപാലിക്കാനും പഠിച്ച മനുഷ്യൻ. അത്രമാത്രം.

മുഹമ്മദ് വരാന്തയിലെ കയറ്റുകട്ടിലിൽ ഇരുന്നു. ഷൽവാറും കമ്മീസും ആദ്യമായി അണിഞ്ഞതുകൊണ്ടായിരിക്കണം, ആ വേഷം അത്ര സുഖപ്രദമല്ലെന്ന് അവന് തോന്നി. എങ്കിലും മറ്റെല്ലാത്തിലുമെന്നതുപോലെ വേഷത്തിന്റെ കാര്യത്തിലും മുഹമ്മദ് സമരസപ്പെട്ടു.

മുഹമ്മദ് മുറ്റത്തേക്കിറങ്ങി. ശൂന്യമായ കണ്ണുകളോടെ ഈന്തപ്പനകളെ നോക്കി. പനകൾക്കിടയിലൂടെ അവന്റെ കാഴ്ച ചെന്നെത്തിയത് ആടുകളുടെ പുരയിലേക്കായിരുന്നു. അവൻ ഭാരമില്ലാത്ത യന്ത്രത്തെപ്പോലെ ആടുകളുടെ അടുത്തേക്ക് നടന്നു. പുരയുടെ വെളിയിൽ

മുഹമ്മദിനെ കണ്ട ആടുകൾ ഉറക്കെ വിളിച്ചുകൊണ്ട് വാതിലിനടുത്തേക്കു ചെന്നു. വാതിൽ തുറക്കാതെ തങ്ങളെത്തന്നെ നോക്കിനിൽക്കുന്ന മുഹമ്മദിനെ ആടുകളും നോക്കി. പുതിയ വേഷത്തിൽ നിൽക്കുന്ന മുഹമ്മദിനെ കാണാനെന്നപോലെ പിന്നിൽ നിൽക്കുന്ന ആടുകളും തിരക്കുകൂട്ടി തല വാതിലിനടുത്തേക്ക് നീട്ടി. കമ്പി അഴികൾക്കുള്ളിലൂടെ അവൻ അവയെ തലോടി. കണ്ണുകൾകൊണ്ടും മനസ്സുകൊണ്ടും അവയോട് യാത്രപറഞ്ഞ് തിരികെ നടക്കുമ്പോൾ, അവറ്റകൾ കരഞ്ഞ് ബഹളമുണ്ടാക്കാതെ നിശ്ശബ്ദമായി അവനെ നോക്കിനിന്നു. നാളെമുതൽ അന്യമാകുന്ന ഈന്തപ്പനകളോടും ആ മണ്ണിനോടുതന്നെയും അവൻ യാത്രപറഞ്ഞു.

ഖത്തിലെ മലനിരകളിൽ നിന്ന് പൊടുന്നനെ കാറ്റ് വീശാൻ തുടങ്ങി. ആ ഇളം കാറ്റിന്റെ കുളിർമ്മയേറ്റ് അവൻ നടന്നു. കാറ്റിൽ അവന്റെ കമ്മീസ് ഇളകിയാടിക്കൊണ്ടിരുന്നു. അപ്പോൾ ജമാൽ നബി ബലൂച് ഹോൺ മുഴക്കി. നാലഞ്ചു ജോടി വസ്ത്രം മാത്രം നിറച്ചുവച്ചിരുന്ന ബാഗുമായി മുഹമ്മദ് കാറിനടുത്തേക്ക് നടന്നു.

നാല്പത്

ജമാൽ നബി ബലൂച് വേഗത്തിൽ കാർ ഓടിച്ചുകൊണ്ടിരുന്നു. പിന്നിലേക്ക് ഓടിമറയുന്ന കാഴ്ചകൾ നോക്കിയിരിക്കുമ്പോഴും മുഹമ്മദിന്റെ മനസ്സിൽ അവയൊന്നും പതിഞ്ഞിരുന്നില്ല. ചിലയിടങ്ങളിൽ ഒട്ടകങ്ങളുൾപ്പെടെയുള്ള നാൽക്കാലികൾ റോഡിലേക്ക് കടക്കാതിരിക്കാൻ കമ്പിവേലികളും, ആ വേലിക്കെട്ടിനുള്ളിലേക്കും പുറത്തേക്കും മനുഷ്യനും അവന്റെ വാഹനങ്ങൾക്കും കടന്നുപോകാൻ ഇരുമ്പു കുഴലുകൾ കൊണ്ട് തീർത്ത വഴികളുമുണ്ടായിരുന്നു. മൃഗങ്ങൾക്ക് കടന്നുപോകാൻ കഴിയാത്ത തരത്തിൽ ഇരുമ്പുകുഴലുകൾകൊണ്ട് നിർമ്മിച്ചിരുന്ന ആ വഴികളിൽ നാൽക്കാലികൾ അവയുടെ മുൻകാലുകൾ കുഴലിൽ വയ്ക്കുന്ന മാത്രയിൽത്തന്നെ അവ കറങ്ങുന്നു. അതിനാൽ പാദങ്ങൾ കുഴലിൽ ഉറപ്പിക്കാൻ കഴിയാതെ മൃഗങ്ങൾ പിൻതിരിയും. അങ്ങനെ മൃഗങ്ങൾക്ക് കടക്കാൻ കഴിയാത്ത നിരവധി വഴികൾ അവന്റെ കൺമുന്നിലൂടെ കടന്നുപോയി...

നിശ്ശബ്ദനായിരുന്ന് വണ്ടി ഓടിക്കുമ്പോഴും ജമാൽ നബി ബലൂചിന്റെ മനസ്സ് ഇളകിമറിയുകയായിരുന്നു. കശാപ്പുശാലയിലേക്ക് അറവുമൃഗത്തെ കൊണ്ടുപോകുന്ന യജമാനനാണ് താനെന്ന് ജമാൽ നബിക്ക് തോന്നി. ജനനം മുതൽ ഹിംസ ഏറ്റുവാങ്ങിയിരുന്നെങ്കിലും അവന്റെ ഉടമകൾ ആയിരുന്നവർ ആരും ഒരു ബലിമൃഗമായി മുഹമ്മദിനെ കണ്ടിരുന്നില്ല. എന്നാൽ താനാകട്ടെ ബലിദാനിയുടെ മാഹാത്മ്യവും, മാതൃഭൂമിക്കു വേണ്ടി മരിക്കുന്നതിന്റെ സാഫല്യത്തെക്കുറിച്ചും അവനോട് പറഞ്ഞു കൊണ്ടിരുന്നു. അങ്ങനെ ഒടുവിൽ അവർ ചാവേറാകാൻ തീരുമാനിച്ചു.

ഈ യാത്രയ്ക്കിടയിൽ താൻ ഒരു വാക്കുപോലും മുഹമ്മദിനോട് സംസാരിച്ചില്ലല്ലോ എന്ന യാഥാർത്ഥ്യം അവനെ നൊമ്പരപ്പെടുത്തി. മുഹമ്മദിന്റെ മുഖത്ത് നോക്കാനും അവനോട് സംസാരിക്കാനും തന്റെ

കുറ്റബോധം അനുവദിക്കുന്നില്ലെന്ന് അവന് അറിയാം.

പെട്ടെന്ന് വാഹനത്തിന്റെ വേഗത കുറയുകയും ഗിയർ മാറ്റാത്ത തിനാൽ വണ്ടി ഇടിച്ചിടിച്ച് നിൽക്കാൻ തുടങ്ങുകയും ചെയ്തപ്പോൾ, ജമാൽ നബിയുടെ കൈയിൽ തട്ടി ഉണർത്തിക്കൊണ്ട് മുഹമ്മദ് ചോദിച്ചു.

"എന്താ ... എന്തുപറ്റി?"

ആലോചനയിൽ നിന്ന് വിട്ടുണർന്ന ജമാൽ നബി വാഹനം നിയന്ത്രണത്തിലാക്കി താഴ്ന്ന ഗിയറിലേക്ക് മാറ്റിയശേഷം മുഹമ്മദിനെ നോക്കി ചിരിക്കാൻ ശ്രമിച്ചു.

"എന്താ ആലോചിച്ചിരുന്നത്?"

മുഹമ്മദിന്റെ ചോദ്യം കേട്ട ജമാൽ നബി വാഹനത്തിന്റെ വേഗത കുറച്ചു. ഒരു നിമിഷം മൗനത്തിലേക്കു വീണു. തുടർന്ന് ഒരു കഥ പറയുന്നതു പോലെ അവൻ സംസാരിച്ചു.

"പണ്ട് പന്തിയോസ് പീലാത്തോസ് എന്ന് പേരുള്ള ഒരു മനുഷ്യനു ണ്ടായിരുന്നു. റോമാ സാമ്രാജ്യത്തിന്റെ ഭാഗമായിരുന്ന യൂദായുടെ അഞ്ചാമത്തെ പ്രവിശ്യാധികാരിയായിരുന്നു ആ പീലാത്തോസ്. അയാൾ അധിപനായിരുന്നപ്പോഴാണ്, യേശു എന്ന നീതിമാനായ പ്രബോധകനെ ശിക്ഷിച്ചത്. അന്ന് യേശുവിനെ മരണശിക്ഷയ്ക്കു വിധിക്കുന്നതിന് മുമ്പ് അയാൾ പറയുകയുണ്ടായി;

'ഈ നീതിമാന്റെ രക്തത്തിൽ എനിക്ക് പങ്കില്ല' എന്ന്. ഭരണാധി കാരിയുടെ ആ വാക്കുകൾ കേട്ടപ്പോൾ, അവിടെ കൂടിനിന്ന യഹൂദർ വിളിച്ചു പറഞ്ഞു.

'അവന്റെ രക്തം ഞങ്ങളുടെ മേലും ഞങ്ങളുടെ സന്തതികളുടെ മേലും ആയിക്കൊള്ളട്ടെ" എന്ന്.

മത്തായിയുടെ സുവിശേഷത്തിലെ വാക്യം പറഞ്ഞശേഷം അല്പനേരം മിണ്ടാതിരുന്ന ജമാൽ നബി പറഞ്ഞു.

"പീലാത്തോസിനെപ്പോലെ ഞാൻ കൈകഴുകുന്നില്ല."

ജമാൽ നബി പറഞ്ഞു നിർത്തുമ്പോൾ ഒന്നും മനസ്സിലാകാത്തതു പോലെ മുഹമ്മദ് അവനെ നോക്കിക്കൊണ്ടിരുന്നു. ആ നോട്ടം പുറത്തേക്ക് നീണ്ടപ്പോൾ, വെളുത്ത ചേല ചുറ്റിയപോലെ ഈന്തപ്പനയോലകളിൽ പൊടി അടിഞ്ഞുകൂടിയിരുന്നത് അവൻ കണ്ടു.

കൗതുകമുണർത്തുന്ന ആ കാഴ്ചയെ പിന്നിലാക്കി സിമന്റ് ഫാക്ടറി കൾ തെളിഞ്ഞു. "മുഹമ്മദേ... ഞാനൊന്നു ചോദിച്ചുകൊള്ളട്ടേ, നിന്റെ ഏറ്റവും വലിയ ആഗ്രഹത്തെക്കുറിച്ച് നീ ചിന്തിച്ചിട്ടുണ്ടോ?"

ഒന്ന് ആലോചിച്ചശേഷം മുഹമ്മദ് പറഞ്ഞു.

"എന്റെ ഏറ്റവും വലിയ ആഗ്രഹം ബലിദാനി ആകുക എന്നതാണ്. രണ്ടാമത്തെ ആഗ്രഹവും ബലിദാനി ആകുക എന്നതാണ്. മൂന്നാമത്തെ ആഗ്രഹവും അതുതന്നെയായിരുന്നു."

ജമാൽ നബി ബലൂച് അവനെ നോക്കി. അവന്റെ വാക്കുകൾ തന്റെ നെഞ്ചിൻകൂട് തകർത്ത് ആഴത്തിൽ അമരുന്നതായി ജമാൽ നബിക്ക് തോന്നി. അവന്റെ കണ്ണുകളിൽ നനവ് പടർന്നു. തന്റെ വാക്കുകൾ ജമാൽ

നബിയെ വേദനിപ്പിച്ചു എന്ന് മനസ്സിലാക്കിയ മുഹമ്മദ് ക്ഷമാപണമെന്ന പോലെ വിശദമാക്കി.

"സത്യം പറഞ്ഞാൽ എനിക്ക് അങ്ങനെ ആഗ്രഹങ്ങളൊന്നും ഇല്ലായിരുന്നു. പിന്നെ ആഗ്രഹിക്കാനും ഒരു കാരണം ഉണ്ടാകണമല്ലോ. സത്യത്തിൽ വാക്കുകൾകൊണ്ട് അതൊന്നും പറയാൻ എനിക്കറിയില്ല. പിന്നെ പറയാൻ അറിയുന്നത്..."

ഒന്നു നിർത്തിയശേഷം അവൻ തുടർന്നു.

"രാവിലെ ഉണരുന്ന സൂര്യനെ കാണാൻ, മഞ്ഞിൽ കുളിച്ചു നിൽക്കുന്ന പനകളെ കാണാൻ, ഉയർന്നു താഴ്ന്നു കിടക്കുന്ന മരുഭൂമിയെ കാണാൻ, കടലും മഴയും കാണാൻ, ഒട്ടകങ്ങളെ കാണാൻ, ആടുകളെ കാണാൻ, പറവകളെ കാണാൻ, സന്ധ്യക്ക് മായുന്ന സൂര്യനെ കാണാൻ, ഒറ്റയ്ക്കു നിൽക്കുന്ന നക്ഷത്രങ്ങളെ കാണാൻ ... ഇതൊക്കെ ദിനവും കാണാൻ കഴിയട്ടെ എന്നാണ് എന്റെ ആഗ്രഹം."

എന്തോ ഓർത്തിട്ടെന്ന പോലെ അവൻ വീണ്ടും പറഞ്ഞു.

"ഒരിക്കൽ ഞാൻ അതിയായി ആഗ്രഹിച്ച മറ്റൊരു കാര്യമുണ്ട്. എന്റെ ലിംഗം ഒന്ന് ഉണർന്നിരുന്നുവെങ്കിലെന്ന്."

അവന്റെ വിഷാദം നിഴലിച്ച മുഖത്ത് നോക്കാൻ കഴിയാതെ ജമാൽ നബി അകലെ അദൃശ്യമായ ബിന്ദുവിനെ ലക്ഷ്യമാക്കി വണ്ടി ഓടിച്ചു.

കാർ അതിർത്തി ഗ്രാമമായ അൽജീറിൽ എത്തിയപ്പോൾ, അവരെ പ്രതീക്ഷിച്ച് ഒമാനിൽ നിന്നെത്തിയ മൂന്നംഗ സംഘം കാത്തുനിൽക്കുന്നുണ്ടായിരുന്നു. അവരെ കണ്ട ജമാൽ നബി കാറിൽ നിന്ന് ഇറങ്ങി അവരുടെ അടുത്തേക്ക് ചെന്നു. ഹസ്തദാനത്തിനുശേഷം തിരികെ വന്ന ജമാൽ നബി മുഹമ്മദിനേയുംകൂട്ടി അവരുടെ അടുത്തേക്കു ചെന്നു. കൂടുതൽ സമയം ചെലവഴിക്കാനില്ലാത്തതു പോലെ അവർ ധൃതിപിടിച്ച് ഒമാൻ രജിസ്ട്രേഷൻ കാറിൽ കയറി.

ജമാൽ നബി ബലൂച് മുഹമ്മദിനെ ആലിംഗനം ചെയ്തു. ഒരു കുഞ്ഞിനെപ്പോലെ തന്റെ ദേഹത്തോടണഞ്ഞ മുഹമ്മദിനോട് അവസാനമായി എന്തെങ്കിലും പറയാൻ ജമാൽ നബിയുടെ മനസ്സ് തിടുക്കപ്പെട്ടു. എന്നാൽ പാതിമുറിഞ്ഞ വാക്കുപോലെ മുഹമ്മദ് എന്ന ശബ്ദം ജമാൽ നബിയുടെ തൊണ്ടയിൽ നിന്ന് ഇടറി വീഴുകമാത്രം. മുഹമ്മദ് നേരിയ ശബ്ദത്തിൽ മൂളുകമാത്രം. അപ്പോൾ അവർ ഇരുവരുടെയും കണ്ണുകൾ ഈറനണിഞ്ഞു.

വാക്കുകൾ ഉപയോഗിച്ച് വെളിപ്പെടുത്താൻ കഴിയാത്ത ഹൃദയ വികാരങ്ങൾ അവർ ആലിംഗനത്തിലൂടെ കൈമാറി,

തിരിഞ്ഞുനോക്കാതെ വാഹനത്തിനടുത്തേക്ക് നടന്നുപോയ മുഹമ്മദ് കാറിൽ കയറുന്നതിനു മുമ്പ് ജമാൽ നബി ബലൂചിനെ നോക്കി. അവൻ മുഹമ്മദിനെയും നോക്കി. അവരുടെ കണ്ണുകൾ ഒരുനിമിഷം ഉടക്കിനിന്നു. ഇനിയും എന്തൊക്കയോ പറയാനുണ്ടെന്ന് ആ കണ്ണുകൾ പറയുന്നതായി ജമാൽ നബിക്ക് തോന്നി. അപ്പോൾ മുഹമ്മദിനെയും കൊണ്ട് കാർ മെല്ലെ നീങ്ങിത്തുടങ്ങി.

നാല്പത്തിയൊന്ന്

"**പ്രി**യപ്പെട്ട സനാ,

ഈ മെയിൽ നിനക്ക് കിട്ടിക്കഴിയുമ്പോഴേക്കും എന്നിലേക്കുള്ള എല്ലാ സന്ദേശമാർഗ്ഗങ്ങളും ഞാൻ അടച്ചു കഴിഞ്ഞിരിക്കും. പിന്നെ എന്റേത് പ്രതികരണമില്ലാത്ത വിലാസമായിരിക്കുമെന്ന് ആദ്യമേ പറഞ്ഞു കൊള്ളട്ടെ.

ഞാൻ ഇപ്പോൾ വിമാനത്തിലാണ്. യാത്രക്കാരനായി. ഞാൻ പോകുകയാണ്. തിരിച്ചുവരാൻ കഴിയാത്തത്ര അകലേക്കല്ലെങ്കിലും തിരിച്ചുവരില്ല. എപ്പോഴെങ്കിലും തിരിച്ചുവരാൻ തോന്നിയാലും വരാതിരിക്കാൻ ശ്രമിക്കും.

കഴിഞ്ഞ ദിവസം മുഹമ്മദിനെ എത്തിക്കാൻ പറഞ്ഞിരുന്ന സ്ഥലത്ത് എത്തിച്ചു. സംഘടന എന്നോട് ആവശ്യപ്പെട്ട കാര്യങ്ങൾ നൂറു ശതമാനം സത്യസന്ധതയോടെ നിർവ്വഹിക്കാൻ കഴിഞ്ഞു എന്നാണ് എന്റെ ഉത്തമ ബോദ്ധ്യം.

എനിക്ക് നിങ്ങളുടെ വിശ്വാസം വിട്ടു പോകാനുള്ള, സംഘടന വിട്ടു പോകാനുള്ള സമയമായി എന്നു പറയുന്നതിനുള്ള സമയമാണ് ഇതെന്ന് തോന്നുന്നു. നമ്മുടെ സംഘടനയ്ക്ക് മനുഷ്യത്വത്തിന്റെ, മാനവികതയുടെ പരിഷ്കൃതമായ ഒരു മനസ്സ് നഷ്ടപ്പെട്ടിരിക്കുകയാണെന്നാണ് എന്റെ വിചാരം. ഒരുപക്ഷേ, കാലം എന്നിലെ ചിന്തകളിലുണ്ടാക്കിയ മാറ്റമാകാം എന്നെ ഇത്തരത്തിൽ മാറാൻ പ്രേരിപ്പിച്ചത്. പിന്നെ പ്രസ്ഥാനത്തിന് അതിന്റേതായ കാരണങ്ങളുണ്ടാകാം. ഞാൻ അതിനെയൊന്നും ഖണ്ഡിക്കാൻ നിൽക്കുന്നില്ല. എനിക്ക് എന്റെ മനസ്സിൽ എഴുതിവയ്ക്കാൻ കഴിയാത്ത കാര്യങ്ങൾ മറ്റുള്ളവരുടെ മനസ്സിൽ ഇനിയും എഴുതി വയ്ക്കാൻ കഴിയില്ല. അത്തരത്തിൽ എഴുതാൻ തുനിയുന്നതുതന്നെ വലിയ ശരികേടാണെന്ന് ഞാൻ വിചാരിക്കുന്നു.

ഒരുപക്ഷേ, നാളെ ബലൂചിസ്ഥാൻ എന്ന സ്വപ്നം സഫലമായേക്കാം. ആകട്ടേ എന്ന് പ്രാർത്ഥിക്കുന്നു. അതിനു മാത്രമേ ഇപ്പോൾ എനിക്ക് കഴിയുള്ളൂ.

ഞാൻ ഈ കുറിപ്പ് എഴുതുമ്പോൾ, സംഘടനയ്ക്കു വേണ്ടി ഇവിടെ എന്നോടൊപ്പം നിന്ന മനുഷ്യരെ, മണ്ണുമായി ബന്ധപ്പെട്ട് ബലൂചിസ്ഥാൻ എന്ന മാതൃഭൂമിക്കു വേണ്ടി ചിന്തിക്കുകയും, കരളിൽ കനൽ കെടാതെ സൂക്ഷിക്കുകയും ചെയ്യുന്ന കുറെ ജീവിതങ്ങൾ എന്റെ മനസ്സിലൂടെ കടന്നുപോകുന്നുണ്ട്. മരിച്ചവരും ജീവിച്ചിരിക്കുന്നവരുമായ അത്തരം ചിലരുടെ പേരെങ്കിലും പരാമർശിക്കാതെ കടന്നുപോകാൻ കഴിയുന്നില്ല. അയൂബ് ഖാൻ, മുഹമ്മദ് ജാഫിർ, അബ്ദുൽ ഖയൂം, കരീം ഖാൻ, അലി ഹസൻ, അക്തർ, ഖാലിദ്, വഹീദ് ഷഹേരി ... ഇങ്ങനെ പേരുകൾ ഒന്നിനു പിന്നാലെ മറ്റൊന്നായി കടന്നുവരുന്നുണ്ട്.

നീ ഇപ്പോൾ ചിന്തിക്കുന്നുണ്ടാകും, ഇതൊക്കെ ഇപ്പോൾ നിന്നെ അറിയിക്കുന്നത് എന്തിനെന്ന്. അതിന് രണ്ട് കാരണങ്ങൾ ഉണ്ട്. ഒന്ന് നീ ഇപ്പോഴും ആ പഴയ കൂട്ടുകാരിയാണെന്ന വിചാരം ഉള്ളതു കൊണ്ട്; മറ്റൊന്ന് നീ എന്നോടു പറഞ്ഞിട്ടില്ലെങ്കിൽക്കൂടി സംഘടനയിൽ നിനക്ക് ഇപ്പോഴുള്ള പദവി എനിക്കറിയാം എന്നതുകൊണ്ടും. പിന്നെ നിന്റെ ദുബായിലെ സന്ദർശനംപോലും നേതാവിന്റെ നിർദ്ദേശത്തെത്തുടർന്നാണെന്നും, എന്നെ നിരീക്ഷിക്കാനും മനസ്സിലാക്കാനുമായിരുന്നുവെന്ന് അല്പം വൈകിയാണെങ്കിലും എനിക്ക് അറിയാൻ കഴിഞ്ഞു. അപ്പോഴും എന്നോടുള്ള നിന്റെ സ്നേഹത്തിൽ അല്പം പോലും കാപട്യം ഇല്ലായിരുന്നുവെന്ന് എനിക്കറിയാം. ഞാൻ അങ്ങനെ വിശ്വസിക്കുന്നു. ഈ ഒരു തുറന്നെഴുത്തുകൊണ്ട്, സംഘടനയിൽ സന എന്നേക്കാൾ ഉയർന്ന പദവി വഹിക്കുന്നതുകൊണ്ടുള്ള അസഹിഷ്ണുതകൊണ്ടാണ് ഞാൻ ഇത്തരത്തിലൊരു തീരുമാനമെടുത്തതെന്ന് നീ ഒരിക്കലും കരുതരുത്. ഈ ഒരു തുറന്നെഴുത്തുകൊണ്ട് ഞാൻ ഒരു സ്ഥാനമോഹി ആയിരുന്നുവെന്ന് നിന്റെ അങ്ങേ അറ്റത്തെ ചിന്തയിൽപ്പോലും ഉണ്ടാകരുതെന്ന ഒരു അപേക്ഷകൂടിയുണ്ട്.

ഇനി എന്നെങ്കിലും നീ ഒരു സിനിമയെക്കുറിച്ച് ചിന്തിച്ചാൽ, മുഹമ്മദിനെ ഓർക്കുക. അവന്റെ ജീവിതത്തെ ഓർക്കുക. വളരെ അവിശ്വസനീയമായി തോന്നും അവന്റെ ജീവിതം. ഞാൻ പലപ്പോഴായി അവനെക്കുറിച്ച് എഴുതിയ വരികൾ, സംഭവങ്ങൾ ഒക്കെ കോർത്തിണക്കി ഒരു തിരക്കഥയാക്കിയിട്ടുണ്ട്. ഈ മെയിലിനു പിന്നാലെ ആ ഫയൽ വരും.

അവന്റെ ജീവിതത്തിലെ അവസാന ദിനങ്ങൾ മാത്രം ഞാൻ കഥയിൽ ഉൾപ്പെടുത്തിയിട്ടില്ല. പ്രവചനാതീതമായ ജീവിതത്തിൽ അപ്രതീക്ഷിതമായ ഒരു വഴിത്തിരിവ് ഉണ്ടായാലോ? നാം മുൻകൂട്ടി നിശ്ചയിച്ച പരിപാടികൾ വേണ്ടരീതിയിൽ നടക്കാതെ പോയാലോ? അതുകൊണ്ട് കഥയുടെ അവസാനഭാഗം നിനക്ക് കൂട്ടിച്ചേർക്കാം.

എന്റെ ഓർമ്മയിലേക്ക് ഒരു കാര്യം കൂടി കടന്നുവരുന്നു. ഒരുപക്ഷേ,

നീ സംഘടനയുടെ സുപ്രീം കൗൺസിൽ അംഗമായതുകൊണ്ടു കൂടിയാകാം, പണ്ടുകണ്ട ഒരു കിനാവ് ഇപ്പോൾ എന്റെ മനസ്സിലേക്ക് കടന്നു വന്നത്. ഒരു പുലർകാലെയായിരുന്നു ഞാൻ ആ സ്വപ്നം കണ്ടത്. ഏറെക്കാലം അത് എന്നെ പിന്തുടർന്നിരുന്നെങ്കിലും മറ്റുപല സംഭവങ്ങളെയുംപോലെ അതും മറവിയിലേക്ക് വീണിരുന്നതാണ്. ഇപ്പോൾ ആ സ്വപ്നം വളരെ തെളിമയോടെ മുന്നിൽ നിൽക്കുന്നു.

ഒരു യുവതി ഇസ്ലാമാബാദിനെ ലക്ഷ്യമാക്കി പദയാത്ര നടത്തുന്നു. ജീവിതത്തിൽ നിന്ന് പൊടുന്നനെ അപ്രത്യക്ഷരായ മനുഷ്യർക്കുവേണ്ടിയായിരുന്നു അവളുടെ ആ സഞ്ചാരം. യാത്ര മുന്നോട്ടുപോകുന്തോറും ജനപങ്കാളിത്തം ഏറിവന്നു. മെല്ലെ മെല്ലെ അതൊരു കൂറ്റൻ ജാഥയായി മാറി. ജാഥയിൽ പുതിയ മുദ്രാവാക്യങ്ങൾ ഉയരാൻ തുടങ്ങി. പെട്ടെന്നായിരുന്നു അവളുടെ നെഞ്ച് തകർത്തുകൊണ്ട് വെടിയുണ്ട പതിച്ചത്. വെടിയേറ്റിട്ടും പതറാതെ നടന്നുനീങ്ങിയ യുവതിയുടെ മുഖം ഞാൻ വ്യക്തമായി കണ്ടു. അവളുടെ മുഖം നിന്റേതു പോലെയായിരുന്നു.

വിമാനത്തിന്റെ ജാലകത്തിലൂടെ അല്പസമയം പുറത്തേക്ക് നോക്കിയിരുന്നു. എങ്ങും കടുത്ത നീലനിറം. മറ്റൊന്നും കാണാനില്ലാത്തതിനാൽ, ആ നീലിമയിൽ നോക്കിയിരിക്കുമ്പോൾ, മനസ്സിന് എന്തൊന്നില്ലാത്ത ശാന്തത അനുഭവപ്പെടുന്നു.

ഞാൻ വെറുതെ ഓർക്കുകയാണ് സനാ. വിവിധ ജന്മങ്ങളിലൂടെയും പരമ്പരകളിലൂടെയുമുള്ള ജീവിതയാത്രയ്ക്കിടെ രണ്ട് ബിന്ദുക്കളായ നാം ഒരിടത്തുവച്ച് കണ്ടുമുട്ടി. കൂടിക്കാഴ്ചകൾ സ്നേഹമായി വളർന്നു. അനിവാര്യമായ ഒരു ഘട്ടത്തിൽ, നമ്മെ ബന്ധിപ്പിച്ചിരുന്ന കണ്ണികൾ വേർപെട്ടു; അത്രമാത്രം.

അരമണിക്കൂറിനുള്ളിൽ വിമാനം മറ്റൊരു ഭൂഖണ്ഡത്തിലെത്തും. ഞാൻ എന്റെ എഴുത്ത് ചുരുക്കുന്നു. എന്റെ വിചാരം ഞാൻ കുറെ കാര്യങ്ങൾ സംഘടനയ്ക്കുവേണ്ടി ചെയ്തുവെന്നാണ്. ആപേക്ഷികമായ വിജയ പരാജയങ്ങളെക്കുറിച്ചുള്ള വിചാരപ്പെടലുകളില്ലാതെ ഞാൻ യാത്രയാകുകയാണ്."

www.ingramcontent.com/pod-product-compliance
Lightning Source LLC
LaVergne TN
LVHW090400051026
849518LV00006B/2190